भटक्या जमातीतील मुलाच्या होरपळलेल्या बालपणाची सत्यकथा

मूळ लेखक
सँडी रीड

अनुवाद
सुनीता कट्टी

मेहता पब्लिशिंग हाऊस

✆ +91 020-24476924 / 24460313

Email : info@mehtapublishinghouse.com
production@mehtapublishinghouse.com
sales@mehtapublishinghouse.com

Website : www.mehtapublishinghouse.com

NEVER TO RETURN by SANDY REID

First Published 2008 by Black & White Publishing Ltd, Edinburgh UK,

Translated in Marathi Language by Sunita katti

नेव्हर टू रिटर्न / अनुवादित सत्यकथा

अनुवाद : सुनीता कट्टी
४/१२३६, रागा अपार्टमेंट, ६ मेन, ९ क्रॉस,
बीइएमएल लेआऊट, व्ही स्टेज, राजराजेश्वर नगर,
बेंगळुरु - ५६००९८.

मराठी अनुवादाचे व प्रकाशनाचे हक्क, मेहता पब्लिशिंग हाऊस

प्रकाशक : सुनील अनिल मेहता, मेहता पब्लिशिंग हाऊस,
१९४१, सदाशिव पेठ, माडीवाले कॉलनी, पुणे - ४११०३०.

अक्षरजुळणी : एच. एम. टाइपसेटर्स, ११२०, सदाशिव पेठ, पुणे - ४११०३०.

मुखपृष्ठ : फाल्गुन ग्राफिक्स

प्रथमावृत्ती : जुलै, २०१२ / पुनर्मुद्रण : जून, २०१७

P Book ISBN 9788184984019

च्लोएसाठी

हिवाळ्यातल्या थंड आकाशात चंद्र खूप वर कुठंतरी चमकत होता,
खाली धरतीवर सोसाट्याच्या वाऱ्यानं
झाडांचे शेंडे जोरजोरात हलत होते.
रानोमाळ भटकणारे प्रवासी आपल्या उबदार, गोलसर तंबूत
गाढ झोपी गेले होते अन् बाहेर सारंकाही पार गोठून गेलं होतं.
तंबूच्या उबेत विसावलेले सुखी, समाधानी, नि:शंक प्रवासी
शांत झोपेत पहुडले होते, स्वप्नात खुदकन हसत होते.
एकदमच शांत, समाधानी हिवाळी रात्रीला तडा गेला.
कुठलासा म्हातारा काळा कावळा कर्कश्श किंचाळला,
तिच्या डोईवरल्या झाडांवरल्या फांदीवर पाय रोवत,
वर नजर टाकली तिनं. कावळा म्हणाला, ऐक लक्ष देऊन.
तुझ्या जिवाभावाचा सखा असल्यागत कोणी बोलंल तुला,
पन बाये माझ्या, आसंल तो त्याचा लब्बाड कावा,
पटक्कन गुंडाळ तुझा हा गोल तंबू आनि सामानसुमान आवर,
पकड रस्ता बाहेरचा आणि निघून जा या रानातनं बाये माझ्या.
मागंपुढं नको बघू, भलं होईल गं तुझं!
इथंतिथं थांबू नको. कुणाशी काही बोलू नको. नाहीतर
छातीशी कवटाळलेली पोरं तुझी,
जातील दूर दूर. नजरेच्या पार कुठंतरी!

प्रस्तावना

माझ्या आईचं नाव होतं मेरी स्टुअर्ट. डेव्हिड (डाइट्स) स्टुअर्ट आणि मार्था (पिझी) रीड यांची सगळ्यात मोठी मुलगी होती ती. तिचा जन्म झाला होता डंकेल्डजवळ डलगैजमध्ये, एका लाकूडतोड्याच्या झोपडीत. स्टुअर्ट टिंकर होते. टिंकर ही स्कॉटलंडमधली एक भटकी जमात आहे. डेव्हिड आणि मार्था पर्थशायरजवळच्या खेड्या-पाड्यात भटकून, लहान-सहान कामं करून पोटाची खळगी भरत. राहायला कायमचं घर नसायचंच त्यांना. जिथं जायचे तिथं तंबू ठोकून ते त्यात राहायचे. ते कधी जंगलात तंबू ठोकत, तर कधी गावाबाहेर रस्त्यालगत. मग कामाच्या शोधात ते खेड्यांमध्ये हिंडायचे. मिळाल्यास शेतात मोलमजुरी करायचे, नाहीतर घरोघरी जाऊन आपल्याजवळचा किरकोळ माल विकायचे. उत्पन्न तुटपुंजं असल्याने ते भुरट्या चोऱ्याही करायचे. डाइट्स व्यवसायानं तांबट होते. ते तांब्या-पितळेच्या, टिनच्या लहान-सहान गोष्टी बनवून द्यायचे. जुनी, पोचे पडलेलं, मोडीत निघालेली भांडी ठोकून-ठाकून नीट करून द्यायचे. त्यामुळे खेडेगावातल्या झोपड्यांमध्ये स्टुअर्टचं छान स्वागत होई. बायको मार्था आपल्या टोपलीतल्या लहान-सहान वस्तू वा जंगली औषधी वनस्पती आणि मुळ्या लोकांना विकायची.

टिंकर कुटुंबं एकमेकांना धरून असत. त्यांना आपल्या समाजात मिळून-मिसळून राहायला खूप आवडे. टिंकर्सची बरीच कुटुंबं कामासाठी गावोगाव फिरत आणि एकाच जागी तळ ठोकून तंबू उभारून राहत. अशा तऱ्हेनं बरीच कुटुंबं मिळून त्यांचं एक भलं मोठं कुटुंब तयार होई. अशाच कुटुंबात राहत असल्यानं मेरीचं मित्रमंडळ मोठं होतं. ती गप्पा मारण्यासाठी कधीही कोणाकडेही जाऊ शके आणि तिच्याकडेही कधीही कोणी गप्पा मारण्यासाठी किंवा राहण्यासाठी येऊ शके.

या टिंकर्सचा मूळ ठावठिकाणा कोणालाही माहीत नाही. ते शेकडो वर्षांपासून वेगवेगळी कौशल्यं शिकत आणि आपलं कसब आपल्या पुढच्या पिढ्यांना शिकवत. त्यामुळेच डेव्हिड स्टुअर्ट टिन लाकूड, हाडं किंवा जनावरांच्या शिंगांपासून वेगवेगळ्या

गोष्टी बनवू शके; पण बदलत्या काळानुसार टिंकर लोकांची खास कौशल्यं काळाच्या उदरात गडप होऊ लागली. धरतीच्या लांबवर पसरलेल्या हिरव्या गालिचावर, नागमोडी रस्त्यांवर मन मानेल तसं हिंडणं आणि ताऱ्यांनी खच्चून भरलेल्या आभाळाच्या गोल घुमटाखाली स्वच्छंद मनानं राहणं ही गोष्ट कल्पनेत कितीही अद्‌भुतरम्य व छान वाटली, तरी ते जिणं प्रत्यक्षात फार खडतर, जिकीरीचं होतं. नाच-गाणी व शेकोटीभोवती बसून केलेल्या गप्पागोष्टींनी बायका-मुलांच्या पोटात खवळलेल्या आगीला विझवता येत नसे. ते फक्त काम करून मिळवलेल्या पैशांनीच करता येई.

बहुतांश टिंकर अडाणी, निरक्षर होते; पण सुदैवाने माझ्या आईला शाळेत जाता आलं होतं. तिला लिहिता-वाचता येत होतं. तसं पाहिलं, तर तिला आणि तिच्यासारख्या शिकलेल्या टिंकर्सना आयुष्यात पुढं येण्याची संधी मिळायला पाहिजे होती; पण प्रत्यक्षात मात्र सुशिक्षित टिंकर्सही समाजाच्या मुख्य प्रवाहात मिसळून न जाता मागासलेलेच राहत होते. एवढंच नाही, तर देशातला मुख्य समाज त्यांच्यापेक्षा वेगळं, भटकं जीवन जगणाऱ्या टिंकर्सना घाबरू लागला होता. त्यांच्यापासून फटकून राहू लागला होता. त्यांच्या हीन, निकृष्ट अवस्थेबद्दलचे त्यांचे वाईट पूर्वग्रह आणखी बळावत चालले होते. तरुण टिंकर्सनी त्यांची पूर्वापार चालत आलेली भटकी जीवनपद्धती सोडून द्यावी यासाठी सरकार त्यांना प्रोत्साहन देऊ लागलं होतं. खेडेगावाकडील कामाच्या संधी फार कमी होऊ लागल्या होत्या. कधीकधी तर काहीच काम मिळायचं नाही तिथं. त्यामुळे कामधंद्याच्या शोधात आता टिंकर्स लहान- मोठ्या शहरांकडे वळू लागले होते. तिथं त्यांनी घर करून राहावं यासाठी त्यांना उत्तेजन दिलं जाऊ लागलं होतं. तसं न केल्यास त्यांना त्याचे घोर परिणामही भोगावे लागत होते. तरीसुद्धा जुनी पिढी आपलं भटकं जीवन सोडून द्यायला तयार नव्हती; पण त्यांच्यासाठी काळ थांबणार नव्हता. ही वेगळ्या प्रकारची जीवनपद्धती नाहीशी होत चालली होती, पण तरीही तगून राहण्याची तिची धडपड चालूच होती.

ही आहे आमच्या भटक्या टिंकर समाजाची कहाणी!

“हेन्री, फार कंटाळा आलाय मला इथं. दुसरीकडं जाऊ या ना आपण!”

“मेरी, तुझ्या भावाला, डेव्हीला निरोप पाठवलाय मी. उद्या सकाळी खेचरं घेऊन येणार आहे तो. दुसरीकडं जायला मदत करेन म्हणालाय!”

“पण नक्की येईल ना तो? एकदा का तो प्यायला बसला ना की, त्याला कशाची म्हणून आठवण राहत नाही.”

“खरंय, पण आता त्याला प्यायचाही खूप कंटाळा आलाय म्हणे. आपल्याला इथून सामान हलवायला मदत करेन असं शपथेवर सांगितलंय त्यानं!”

एव्हाना मोठी मुलं उकिरडे पालथे घालून त्यातली लूट घेऊन तंबूकडं परतली होती. आपल्या मुलांनी आणलेल्या ऐवजाकडं पाहून एरवी मेरीचे डोळे चमकायचे; पण आज मात्र तिला त्या गोष्टींमध्ये अजिबात रस वाटत नव्हता.

“ते सगळं तंबूबाहेर ठेवा. त्यातलं जमेल तेवढं घेऊन जाऊ. चला, आगीजवळ येऊन थोडं शेकून घ्या. थोडी तकतकी येईल तुम्हाला. हेन्री, या जंगलात मुळीच राहायचं नाहीये मला.”

“कितीदा तेच तेच सांगशील मेरी! उद्या उठल्या उठल्या गाशा गुंडाळून निघून जाऊ. झालं? पण त्या बेवड्यांनी जरा शुद्धीवर तरी यायला पाहिजे!” मेरीच्या भुणभुणीनं त्रासून हेन्री म्हणाला.

त्या रात्री पोरांना झोपवताना मेरीच्या मनात एक अनामिक भीती दाटून आली होती. मोठी मुलं तंबूतील आगीभोवती बसून वडलांबरोबर गप्पा मारत होती आणि ती सगळ्यात धाकल्याला हातात झुलवत झोपवत होती. अचानक तिला आपल्या आईचे शब्द आठवले, “फाइफ, लहान पोराबाळांना घेऊन जातेयस तिथं? फार वाईट जागा आहे गं ती मुली. त्यापेक्षा हिवाळा इथंच डंकेल्डला काढला असतात तर....!”

सगळे जण झोपायला गेले. मोठी मुलं आपल्या छोट्याशा तंबूत गेली. मुली लहान मुलांबरोबर झोपी गेल्या.

"तू नाही झोपत आई?" ही तिची मुलगी मेरी होती.

"या धाकल्याला झोपवतेय गं!"

"ठीक आहे ना तो आई?"

"हो, हो. ठीक आहे. लवकर झोपत नाहीये इतकंच. तू झोपून जा बरं आता!"

"बरं, झोपते मी आई!"

"झोप बाळा!"

आजच्या, कालच्या आणि त्याही आधी घडलेल्या गोष्टींवरच मेरी लहानाची मोठी झाली होती. लहान असताना ढणढण जळणाऱ्या जाळाच्या भोवती कोंडाळं करून, आपल्या भावंडांबरोबर बसून ती आपल्या कुटुंबाच्या, मित्रमैत्रिणींच्या घरच्या गप्पागोष्टी ऐकत बसे. घरची, घराबाहेरची टिंकर मंडळी आपल्या पूर्वजांच्या गोष्टी सांगून मुलांच्या मनात त्यांच्या आठवणी जिवंत ठेवत. काही गोष्टी चांगलं काय, वाईट काय हे शिकवत; तर काही आपल्या जमातीत आधी काय-काय घडलं, ह्याबद्दल असत. गोष्टी-गोष्टीतूनच ते मुलांना आपल्या जमातीचा इतिहास, चाली-रीती, परंपरा शिकवत. सांगितलेल्या काही गोष्टी अशुभ, अभद्र असत. काही गोष्टी अलौकिक असत, पण सगळ्यात अंगावर काटा आणत, त्या ठग अन् लुटारूंच्या, बर्कर्सच्या गोष्टी.

बर्कर्सचं नाव ऐकताच एकटं-दुकटं हिंडणारे लोक व प्रवासी भीतीनं गर्भगळित होत. असं म्हणत की, हे बर्कर्स रात्री-बेरात्री एकाकी गल्ली-बोळातून, रस्त्यांवरून आणि जंगलातून गुपचूप हिंडत आणि एकेकट्या माणसांना गाठून त्यांचा जीव घेत आणि मग ती बेवारशी प्रेतं वैद्यकीय संशोधनासाठी विकून खूप पैसा कमावत. शहरात दारूच्या गुत्त्यातून झिंगत बाहेर पडणारे दारुडे, शेतातल्या ओसाड घरात आसरा घेणारे भिकारी आणि जंगलात, माळरानांवर पालं टाकून राहणारे टिंकर्स ही या चाणाक्ष व क्रूर बर्कर्सची मुख्य सावजं असत. मोठी माणसं या गोष्टी सांगून मुलाबाळांच्या मनात देव आपल्याला शिक्षा करेल अशी भीती निर्माण करत. तसंच ती आपल्या ठिकाणापासून फार दूर जाणार नाहीत अशी आशा करत. अशा भीतीदायक गोष्टी ऐकल्यावर छोटी मेरी डोक्यावरून ब्लँकेट ओढून घेऊन गुडूप्प झोपून जायचा प्रयत्न करे.

आजकाल रस्त्यांवरील व जंगलांमधील बर्कर्सचा वावर थोडा कमी झाला होता, पण तिथे टिंकर्सना भीती वाटेल असे आणखीही काही लोक येत होते. ते होते वेल्फेअर, समाजकल्याण या नावे ओळखले जाणारे लोक! या लोकांची नजर टिंकर्सच्या लहान मुलांवर असे. लहान-लहान मुलांना पकडून हे सरकारी लोक त्यांना आपल्याबरोबर घेऊन जात. त्यांना सरकारी बालगृहात (होम्समध्ये) दाखल

करत. ही मुलं जितकी लहान, तितकी ती परत आपल्या कुटुंबाकडं पळून येण्याची शक्यता कमी असे. त्यातून ती अगदी तान्ही किंवा अजाण वयाची असतील, तर ही शक्यता शून्यावर येई.

''फाइफ! मुलांना पळवून नेण्यात येणारी सगळ्यात वाईट जागा.'' आईचे शब्द मेरीच्या कानात घुमत होते.

बरीच रात्र झाली होती. मेरीच्या कानावर तो अभद्र आवाज आला. तुडवल्या जाणाऱ्या पाला-पाचोळ्याचा, काटक्या- कुटक्यांचा आवाज. हा आवाज जनावरांच्या पायांचा नव्हता. माणसांच्याच पायांचा होता. लहान मुलांच्या मागावर असलेलीच माणसं होती ती. जवळजवळ येत होता तो आवाज!

''हेन्री, 'ते' लोक आलेत रे जंगलात! ऊठ, ऊठ!'' घाबरून जाऊन तिनं त्याला गदागदा हलवलं.

''काय कटकट आहे! धड झोपूपण देत नाहीस तू!'' हेन्री डोळे चोळत म्हणाला.

'' 'ते' लोक आलेत जंगलात.''

''कोणते लोक?''

''स्पष्ट ऐकू येतंय मला. तेच लोक आहेत ते.''

''नाही. जंगलातल्या लाकडांची किंवा जनावरांची चोरी करायला आलेले पारधी असतील ते.''

''नाही. मला तर वाटतं वेल्फेअरचेच लोक आहेत आणि ते नक्की लहान-लहान मुलांना पकडून न्यायला आलेत.''

''काहीतरी मूर्खासारखं बोलू नकोस. जा. गुमान झोपी जा. काही काळजी करू नकोस.''

पण पायाखाली काटक्या-कुटक्या तुडवल्या गेल्याचा आवाज आणखी जवळ येत चालला. या वेळी हेन्रीनंही तो आवाज ऐकला. तंबूचा पुढचा पडदा वर करून त्यानं बाहेर पाहिलं. चेहऱ्यावर टॉर्चचा प्रखर झोत आला. त्यापासून आपलं रक्षण करण्यासाठी त्यानं हाताचा आडोसा केला.

''कोण आहे तिथं? काय पाहिजेय तुम्हाला?'' हेन्री जोरात ओरडला.

''पोलीस आहोत आम्ही.'' तिकडनं आवाज आला.

''आमच्याबरोबर वेल्फेअरही आहे. घाबरू नका. काही त्रास देणार नाही आम्ही तुम्हाला. फक्त मुलंबाळं नीट आहेत ना, हे पाहायला आलोय आम्ही.''

''एकदम छान आहेत ती! तुम्ही रान तुडवत येण्यापूर्वीच ती गाढ झोपी गेलीत.''

हेन्रीनं मोठी मुलं डोळे चोळत तंबूबाहेर आलेली पाहिली.

''जा परत तंबूत. नाहीतर तुम्हाला उचलून नेऊ आम्ही.'' पोलीस गुरकावले.

मुलं घाबरून जाऊन हा सर्व प्रकार पाहत होती.

तेवढ्यात एक वेल्फेअर बाई समोर आली.

''मुलंबाळं ठीक आहेत ना, हे पाहायला आलेय मी,'' ती म्हणाली.

''आधीच सांगितलंय मी. ती एकदम छान आहेत.''

''हो. पण मिस्टर रीड, मला या गोष्टीची नीट खात्री करून घ्यायला पाहिजे.''

''मी तंबूत जाऊन पाहून येतो. तोपर्यंत इथंच उभे राहा सगळे.'' पोलिसानं दटावून सांगितलं

हेन्री तिथंच तंबूबाहेर उभा राहिला. पोलिसानं तंबूत जाऊन सगळीकडे टॉर्चचा झोत टाकला. मेरी सगळ्यात लहान मुलीला मांडीवर घेऊन बसून राहिली.

''तुझ्या मांडीवर कोण आहे?''

''मॅगी, माझी सगळ्यात लहान मुलगी.''

मग सगळ्या मुलांना तंबूबाहेर बोलावण्यात आलं. सगळी बिचारी कडाक्याच्या थंडीत कुडकुडत तिथंच उभी राहिली. पोलिसानं त्यांच्यावर, त्यांच्या अवती-भवती टॉर्चचा झोत टाकला.

''हो. सगळे इथंच दिसताहेत.'' तो म्हणाला.

नंतर सगळ्यात मुख्य वेल्फेअर बाई म्हणाली, ''मिसेस रीड, आमच्याकडे आधीच तुमची चार मुलं आहेत. आणखी किती मुलांचं लेंढार लावणार आहेस? या सगळ्यांचं पालनपोषण करण्याची ताकद तरी आहे का तुमच्यात? मुलांना छानसा बिछाना हवा, उबदार घर हवं. या जंगलातल्या गारठवणाऱ्या थंडीत कसं ठेवलंयस तू त्यांना!''

''आमचे तंबू छान उबदार आहेत.''

''जरा डोळे उघडून पाहा त्यांच्याकडे. थरथर कापताहेत सगळी.''

''कारण तुम्ही त्यांना या कडक थंडीत बाहेर उभं केलंयत.''

मेरीचं बोलणं ऐकून प्रमुख अधिकारीण बाईच्या कपाळावर आठ्या पडल्या.

''नाव काय आहे त्या पोरीचं?''

''मॅगी.''

''वय काय आहे तिचं?''

''चार वर्षं!''

''पुढच्या वर्षी शाळेत जायच्या वयाची होईल ती. याबद्दल काही विचार केलायस का तू?''

''हो. केलाय.''

एक सुस्कारा सोडून ती बाई परत म्हणाली, ''मिसेस रीड, मुलांना चांगलं

शिक्षण मिळायलाच पाहिजे. तिला असंच तुझ्याबरोबर सोडलं, तर झालंच तिचं कल्याण! तिला आमच्याबरोबर न्यावंच लागेल.''

''नाही. तिला माझ्यापासून दूर नाही नेऊ शकत तुम्ही.'' म्हणून तिनं मॅगीला घट्ट छातीशी कवटाळलं.

''ऑफिसर!''

लगेच पोलीस पुढे आला आणि त्यानं मॅगीला मेरीपासून खेचून घेण्याचा प्रयत्न केला.

''नका हो तिला माझ्यापासून दूर नेऊ!'' मेरी जिवाच्या आकान्तानं ओरडली.

''मुकाट माझ्या स्वाधीन कर तिला. नाहीतर शांतता भंग केल्याबद्दल तुझीच उचलबांगडी करेन.''

''मेरी, ते सांगताहेत तसं कर. नाहीतर ते खरंच आपल्याला तुरुंगात टाकतील आणि या मुलांनाही घेऊन जातील.'' असं म्हणून हेन्रीनं मॅगीला मेरीकडून घेतलं आणि वेल्फेअर बाईला देऊन टाकलं.

''काउंटी बिल्डिंग्जना येऊन ती कशी आहे हे तुम्ही पाहू शकता. या सगळ्यांना घेऊन जा आता तंबूत. बाप रे! काय मरणाची थंडी पडलीये!''

पोलीस आणि वेल्फेअर बाया आता तिथून निघून जाणार, इतक्यात जे घडू नये तेच नेमकं घडलं.

तंबूतून एक आवाज आला. तो ऐकून वेल्फेअर बाईनं विचारलं, ''कसला आवाज आहे तो?''

''मांजर आहे आमचं. मांजर ओरडतंय.'' मेरीनं पटकन उत्तर दिलं.

''मांजर? मिसेस रीड, मला तर लहान बाळाच्या रडण्याचा आवाज येतोय. ऑफिसर, आणखी एकदा शोध घेऊन या तंबूत.''

मेरीनं घाईघाईनं पुढं जाऊन आपल्या तान्ह्या मुलाला कुशीत घ्यायचा प्रयत्न केला, पण तिचे हात पोलिसानं घट्ट पकडून ठेवले.

''नका हो दूर करू माझ्यापासून. दूधपितं लेकरू आहे माझं ते!'' मेरीनं कळवळून प्रार्थना केली.

पण बाळाला कुशीत घेऊन जाता जाता ती वेल्फेअर बाई म्हणाली, ''मिसेस रीड, मला न्यायलाच लागेल त्याला.''

''अशी कशी उलट्या काळजाची बाई आहेस तू! स्वत:ची मुलंबाळं आहेत की नाहीत तुला?''

मेरीचं तळतळाटाचं बोलणं ऐकून ती बाई थांबली अन् खांद्यावरून मागं पाहत म्हणाली, ''माझी स्वत:ची मुलं असती ना, तर मी अशा कडाक्याच्या थंडीत जंगलातल्या तंबूत नसतं वाढवलं त्यांना. कळलं मिसेस रीड?''

मेरीनं बसकण मारली, तशी पोलिसानं तिच्या हातावरची पकड ढिली केली.

''माझं बाळ. परत द्या हो माझं बाळ!''

मेरीचा आक्रोश ऐकून तिचा नवरा आणि मुलं तिच्याजवळ आली.

''हेन्री, द्यायला सांग ना त्यांना आपलं बाळ! माझ्या लहानग्याला नेऊ देऊ नकोस त्यांना!''

तिच्या सगळ्यात मोठ्या मुलानं, डेव्हिडनं तिचं सांत्वन करायचा प्रयत्न केला, पण त्याचा हात झिडकारून त्या वेल्फेअर बाईकडं जळजळीत नजरेनं पाहून बोटं मोडत ती फुस्कारली, ''तुझा बिछाना गरम करणाऱ्या पुरुषाचं तळपट होवो. तुझ्या गर्भात बीज टाकणाऱ्याचा सत्यानाश होवो. तुला स्वत:चं असं एकही मूल नाही होणार. कारण तू कोणाचीच खरी बायको होणार नाहीस.''

मेरीचे शिव्याशाप ऐकून त्या बाईचा चेहरा काळाठिक्कर पडला आणि जंगलातून बाहेर जाणाऱ्या पायवाटेवरून ती बाकीच्यांबरोबर पटापट जाऊ लागली.

सगळं शांत झाल्यावर हेन्री म्हणाला, ''मेरी, आपण सकाळी उठल्या उठल्या काउंटी बिल्डिंग्जमध्ये जाऊन आपल्या मुलांना पाहून येऊ या.''

''परत कधी दिसणार नाहीत ती आपल्याला हेन्री.'' मोठा उसासा टाकून मेरी म्हणाली.

आणि तिचं म्हणणं अक्षरश: खरं झालं. माझ्या आईला मी जन्मात कधी दिसलो नाही.

बालकेरस

माझ्या कहाणीची सुरुवात माझ्या जीवनातल्या पहिल्या आठवणीपासून करू या. माझी पहिली आठवण आहे, मी चार वर्षांचा होतो तेव्हाची. माझ्या सात वर्षांच्या बहिणीने, मॅगीने मारलेली ती भयानक किंकाळी मला अजूनही स्पष्ट आठवतेय. ती किंकाळी मला आयुष्यभर चिकटून राहणार होती. आमच्या दत्तक बापानं तिच्या कोवळ्या हातावर जोरात वेताची छडी मारली होती. हा मार तिला कोणत्या चुकीसाठी मिळाला होता ते मला आता नीटसं आठवत नाही; पण एवढंच आठवतंय की, त्यानं पहिल्यांदाच माझ्या गालावर चापटी मारली होती. त्या चापटीचं मला विशेष काही वाटलंही नव्हतं. मॅगीला वाटलं असावं की, आपली सुटकाही तेवढ्याच मारावर होणार आहे, पण बेसावध क्षणी तिच्या हातावर सपकन छडी बसली आणि ती कळवळून खालीच बसली. तिला निर्दयपणे मारून दुसऱ्याच क्षणी तो कर्दनकाळ खोलीतून निघून गेला होता.

आम्हाला पोसणारा आमचा त्या वेळचा दत्तक बाप तीस-पस्तीस वर्षांचा असावा. त्याचा चेहरा सशाच्या चेहऱ्याप्रमाणे निमूळता होता. आम्हाला सर्वसाधारण मुलांप्रमाणे वाढता यावं म्हणून वेल्फेअरनं आम्हाला बालगृहातून काढून पोषक, दत्तक कुटुंबामध्ये ठेवण्याचा निर्णय घेतला होता; पण अशा प्रकारे दुसऱ्या कुटुंबात ठेवलं गेल्याने आमच्यासारख्या मुलांची काय ससेहोलपट होते ते वेल्फेअरला माहीत नव्हतं. त्यांच्या दृष्टीनं महत्त्वाचं होतं, आम्हाला आमच्या जन्मदात्या आई-वडिलांपासून, टिंकर्सच्या भटक्या जीवन पद्धतीपासून दूर ठेवणं, कारण त्या प्रकारचं जीवन फार वाईट असतं, असा समज त्यांनी करून घेतला होता.

''लांडगा कुठला!'' मॅगीनं शिवी दिली आणि मग थोडं समाधान झाल्यासारखं म्हणाली, ''चल, आपण बाहेर निघून जाऊ या.''

आम्ही ती खोली सोडून गुपचूप हॉलमध्ये आलो आणि तिथून पुढच्या दारी. दरवाजाजवळ बाकीची मुलं आमची वाट पाहत उभी होती. शीना, लिझी, वुली आणि रॅब ही आमच्या दत्तक आई-वडलांची स्वत:ची मुलं होती. अकरा वर्षांचा

वुली सर्व भावंडांमध्ये मोठा होता. शीनाचं वय होतं दहा वर्षं, लिझीचं आठ वर्षं आणि सगळ्यात लहान रॅब होता सात वर्षांचा. त्या थंड, रूक्ष जागेत त्यांच्याही वाट्याला फारसं प्रेम येत नव्हतं.

''छडीचा प्रसाद मिळाला वाटतं तुला?'' शर्टच्या बाहीनं हिरवा शेंबूड पुसत रॅबनं विचारलं. तो वयानं मॅगीएवढाच होता. त्याचा चेहरा आपल्या वडलांप्रमाणेच ससुल्यासारखा होता.

''फक्त एक छडी!'' हातावर फुंकर घालत मॅगी म्हणाली. ''हे तर काहीच नाहीये. मला तर एकदा शंभर छड्या मिळाल्या होत्या. फक्त हातांवरच नाही, तर पाठीवर, पायांवरसुद्धा.''

''शेंबूड पूस आधी रॅब!'' शीना कुजबुजली. ती उंदराप्रमाणे मातकट तपकिरी रंगाचे केस असलेली, सदा दुर्मुखलेली मुलगी होती. तिचा बापच तिचे केस कापायचा. तो आपल्यासकट सगळ्यांचेच केस कापायचा. आमचे हे दत्तक आई-वडील दोघंही नोकरी करायचे. शिवाय त्यांनी आम्हाला ठेवून घेतलं असल्यानं त्यांना आमच्या पालनपोषणाच्या खर्चाचे पैसेही मिळायचे; पण तो चिक्कू माणूस थोडेसे पौंड वाचविण्यासाठी काहीही करायला तयार असायचा.

आम्ही सगळे फिरत फिरत तलावाजवळ आलो. तितक्यात जवळच्या शेतात ट्रॅक्टर चालवणारा जिम ट्रॅक्टरवरनं आमच्याजवळ येऊन थांबला. आम्हाला सावध करत म्हणाला, ''त्या बर्फावर चालू नका बरं! तुमच्या वजनानं तो तुटून जाईल आणि तुम्ही त्या बर्फाच्या थंड पाण्यात धपकन पडाल.''

''बरं, आम्ही तलावाजवळ जाणार नाही.'' शीना म्हणाली. ट्रॅक्टर सुरू करून जिम निघून गेला आणि रॅबनं पेकाटात लाथ मारल्यानं केकाटणारा जिमचा कुत्रा लगेच ट्रॅक्टरमागे धावला.

तलावाभोवती घातलेल्या लाकडी कंपाउंडवर झुकून आम्ही तलावाकडे पाहू लागलो. वुलीनं आपल्या खिशातून ब्रेडचा एक तुकडा आणि जॅम काढला.

''तुला कुठं मिळाला ब्रेड?'' रॅबनं विचारलं.

''डॅडी लपवून ठेवत होते तेव्हा ढापला मी.''

''आम्हाला दे ना थोडा.''

''वाट बघ!''

''ए, दे ना थोडा!'' रॅब आशाळभूतपणे म्हणाला; पण वुलीनं जाम दुर्लक्ष केलं त्याच्याकडं.

आम्ही नेहमीच वखवखलेले असायचो. रोज आम्हाला खायला एकच गोष्ट मिळायची. ती म्हणजे गाय-बैल वगैरे गुरांच्या कोठ्याचा अन्न म्हणून शिजवलेला एक छोटासा भाग. तोपण अगदी बेचव, नीट न शिजलेला असे. आमची दत्तक

आई एका मोठ्या भांड्यात ते मांस शिजवून ठेवत असे. ते उकळून शिजवलेलं पांढरं मांस-ट्राइप हाच आमचा ठरावीक आहार असे. तसा स्वत:च्या मुलांमध्ये आणि आमच्यात ती दोघं भेदभाव करत नसत; पण रोज रोज तो अळणी ट्राइप खायला मला मुळीच आवडत नसे. वयाच्या चौथ्या वर्षीसुद्धा माझ्यासमोर दोनच पर्याय होते. एक तर वाडग्यात पडेल ते घाणेरडं, बेचव अन्न मुकाट्यानं गिळणं, नाहीतर उपाशीपोटी राहणं. कधीकधी मी खाल्लंय की नाही हेही माझा मानलेला बाप पाहायचा नाही. पण कधीकधी वाडग्यातलं अन्न तसंच ठेवून मी बसून राहिलोय, हे पाहून का कोण जाणे, पण तो खवळून उठे आणि मला ते जबरदस्तीनं खायला लावे. मला खायला घालायची त्याची पद्धतही फार भयंकर होती. तो दोन बोटांनी माझ्या नाकपुड्यांना जोरदार चिमटे काढे आणि मग माझं डोकं मागं नेऊन मी ''नको, नको'' म्हणत असताना तो बळेच तो ट्राइप माझ्या घशात कोंबे.

आम्हाला काहीतरी वेगळ्या चवीचं खायला मिळावं म्हणून माझी बहीण संधी मिळेल तेव्हा तिच्या शाळेतील दुसऱ्या मुलांच्या डब्यातील खाऊ लंपास करायची आणि तो खाऊ माझ्याबरोबर वाटून खायची. मस्त मजा यायची तेव्हा! अशा प्रकारे अन्न चोरून आणणं तिला शक्य व्हायचं नाही तेव्हा ती शाळेच्या पटांगणातल्या झाडांवरच्या शेंगा चोरून तोडून आणायची किंवा इतर मुलांनी कचऱ्याच्या डब्यात फेकून दिलेलं अन्न घेऊन यायची. मग आम्ही दोघं मिळून ते खायचो. आम्ही नेहमीच इतके भुकेलेले असायचो की, कुठूनही काहीही आणून आम्ही ते खायचो.

एकदा असाच कोणाच्यातरी दप्तरात हात घालताना मॅगी पकडली गेली. तिच्या या चोरीची तक्रार हेडमास्तरांच्या कानावर गेली, तेव्हा दुपार झालेली होती. तक्रार ऐकून हेडमास्तरांनी सांगितलं की, याबद्दल काय करायचं ते दुसऱ्या दिवशी पाहता येईल. दुसऱ्या दिवशी सकाळी प्रार्थना झाल्या झाल्या त्यांनी मॅगीला स्टेजवर बोलावलं आणि पूर्ण शाळेसमोर तिला बेल्टनं सपासप मारलं. भुकेसाठी मिळालेली ही शिक्षा किती भयंकर होती!

मी अगदी तान्हा असतानाच मला माझ्या खऱ्या आई-वडिलांपासून तोडलं गेलं होतं. त्यामुळे मला त्यांच्याबद्दल, त्यांच्या जीवनाबद्दल काही म्हणता काही माहीत नव्हतं; पण मॅगी माझ्यापेक्षा थोडी मोठी, जाणती होती. त्यामुळे तिला आई-वडील, त्यांच्याबरोबर घालवलेले दिवस वगैरे थोडं-थोडं आठवत होतं. तिला आठवायचं की, आमच्या आई-वडिलांच्या घरीही खाण्या-पिण्याची रेलचेल नव्हती, पण आम्हाला उपाशीपोटी कधीच झोपायला लागायचं नाही. आमच्या कुटुंबातल्या लोकांचं एकमेकांवर प्रेम होतं. मॅगीचंही माझ्यावर खूप खूप प्रेम होतं आणि स्वत:ला कितीही त्रास झाला, तरी आपल्या लहान भावाचे कष्ट कमी करायचेच, असं तिनं मनोमन ठरवलं होतं.

वुलीच्या हातातल्या ब्रेडच्या तुकड्यावर सगळ्यांचाच डोळा होता. रॅबनं एकदम तो वुलीच्या हातातून हिसकावून घेण्याचा प्रयत्न केला, पण त्या खटपटीत तो वुलीच्या हातातून निसटून तलावावर पसरलेल्या बर्फाच्या चादरीवर पडला.

''भुक्कड साला!'' एक शिवी हासडून वुलीनं रॅबच्या नाकावर ठोसा मारण्याचा प्रयत्न केला, पण त्याला चुकवून रॅब शीनाच्या मागे जाऊन लपला. वुलीच्या अंगाचा तिळपापड झाला, पण त्याला काहीच करता आलं नाही. त्याच्या हातातून निसटलेला तुकडा बर्फावर पडला होता. त्याला पाहून माझ्या तोंडाला तर पाणीच सुटलं.

हा तलाव आमच्या आवडत्या जागांपैकी एक होता. आम्ही उन्हाळ्यात खूप डुंबायचो तिथं. तसा फार खोलही नव्हता तो. मी एक छोटाच मुलगा होतो. तलावाचं पाणी माझ्या कंबरेपर्यंत यायचं; पण थंडीच्या दिवसात तलावाचं पाणी गोठून जाई आणि मग तलावात उतरणं म्हणजे जाणूनबुजून मरणाच्या दारी गेल्यासारखं असे. हे सगळं माहीत असूनही तलावाच्या गोठलेल्या पाण्यावर पडलेला ब्रेडचा तो तुकडा माझ्या नजरेसमोरून हलत नव्हता.

घरातल्या आम्हा सगळ्या मुलांना कामं वाटून दिलेली होती. माझ्या वाटणीचं काम होतं, जंगलात जाऊन आग पेटविण्यासाठी एका मोठ्या टोपलीत काटक्या-कुटक्या गोळा करून आणणं; पण 'बाहेर जा' म्हणून सांगितल्याशिवाय आम्हाला बाहेर जाता यायचं नाही आणि मला बाहेर पाठवलं जाईपर्यंत काळोख झालेला असायचा. मला बोलावून आमचा दत्तक बाप सांगायचा, ''जा, काटक्या-कुटक्या गोळा करून आण आणि भुतं-खेतं दिसत नाहीयत ना, इकडं नीट लक्ष दे.''

त्या विशिष्ट रात्री काटक्या-कुटक्यांची टोपली घेऊन बाहेर जायला मी अगदी अधीर झालो होतो. त्यामुळे त्याने मला बाहेर जाऊन काटक्या-कुटक्या आणायला सांगताच मी ती टोपली घेऊन जंगलाकडे धावलो. ती एक छान, गारठ्याची रात्र होती. डोळ्याला सगळं कसं स्पष्ट दिसत होतं. आकाशात लाखो चांदण्या चमचमत होत्या. पूर्ण गोल चंद्र आभाळात तरंगत होता. मी भटक्या जमातीचा पोऱ्या असल्यानं मला अंधाराची मुळीच भीती वाटत नसे. भटक्या जमातीच्या कुठल्याच मुलाला अंधाराची भीती वाटत नाही. रात्रीच्या वेळी जंगलात जायला मी कधीच घाबरायचो नाही. मॅगी मला नेहमी मी कोण आहे, कुठून आलो आहे हे सांगत असायची. ती आवर्जून सांगायची की, आपण भटक्या जमातीची, टिंकर्सची मुलं आहोत, आपल्या आई-वडलांचं आपल्यावर खूप खूप प्रेम आहे आणि आपले मित्र सर्वदूर पसरलेले आहेत. त्या लहान वयातही मला आपल्या भटक्या संस्कृतीची आणि मी कोण होतो याची स्पष्ट जाणीव होती. माझ्या दत्तक बापानं मला अंधाराची भीती दाखवण्याचा कितीही प्रयत्न केला, तरी मला त्या भीतीचा स्पर्शही होत नसे.

हे काटक्या-कुटक्या गोळा करण्याचं काम मला फार आवडायचं. त्यासाठी घरातून बाहेर पडायला मी अगदी उत्सुक असे. सुरुवातीला दाट काळोखात फांद्या तोडायच्या प्रयत्नांत माझ्या हातांची सालटी निघत; पण नंतर नंतर मॅगी आणि इतर मुलं मला मदत करण्यासाठी जंगलाच्या खूप आत काटक्या-कुटक्यांचे ढीग रचून ठेवत. त्यामुळे माझं काम फक्त तिथं जाऊन टोपलीत काटक्या-कुटक्या घालून घेऊन येणं एवढंच असे. त्या विशिष्ट रात्रीही हवेत गारठा होताच, पण तो सहन करण्याजोगा होता. माझ्या मनात एकच विचार होता. तो म्हणजे लवकरात लवकर तलाव गाठून तिथं पडलेला ब्रेडचा तुकडा उचलून तोंडात घालणे. तलावाजवळ गेल्यावर पायाखालचा बर्फ 'चुरचुर' आवाज करू लागला. तलावाचं कुंपण ओलांडताच मी पायानं तो तुकडा कुठं आहे याचा अंदाज घेऊ लागलो. थोड्याच अंतरावर होता तो. मी तिथपर्यंत अगदी जपून गेलो. बर्फात रुतून बसलेल्या त्या तुकड्याला बाहेर काढण्यासाठी मी त्याला पायानं उकरू लागलो, पण त्यामुळे त्या बर्फाला फस्सकन चीर पडली. चीर वाढतच गेली आणि काही कळायच्या आत मी धप्पकन पाण्यात पडलो. आता मी त्या बर्फाच्या कंबरभर खोल गार पाण्यात थरथरत उभा होतो. त्या धक्क्यानं माझा श्वास बंद होण्याची वेळ आली होती; पण मी पटकन पाण्याच्या बाहेर आलो. त्या गार-गार पाण्याने माझे कपडे निथळत होते. अंगात हुडहुडी भरली होती. शरीर काळं-निळं झालं होतं. टोपलीत कशा तरी काटक्या घालून थरथर कापत मी झोपडीकडं निघालो. जसजशी झोपडी जवळ येऊ लागली, तसतसं मला वाटायला लागलं की, आज फार मोठी शिक्षा माझी वाट पाहत होती.

आणि खरंच त्या खविसानं मला फार भयंकर शिक्षा दिली. माझ्याविषयी थोडीही दया-माया न दाखविता त्यानं त्या रात्री मला ढणढणत्या आगीसमोर उभं राहायला सांगितलं आणि माझ्या चड्डीतून घामाच्या धारा वहायला लागेपर्यंत मला तिथंच उभं ठेवलं. आगीच्या झळांमुळे दुसऱ्या दिवशी माझ्या मांड्यांवर व पायांवर हे ऽऽ मोठाले फोड आले. त्या रात्री तलावाकाठी सहन केलेल्या त्या कडाक्याच्या थंडीमुळे लवकरच माझं अंग सुजून आलं. शरीरभर जखमा झाल्या. लहान मुलाला अशा प्रकारचं दुखणं होणं म्हमजे मरणप्राय यातना भोगणंच की! हे जीवघेणं दुखणं कितीतरी दिवस रेंगाळलं. मला आठवतंय, त्या हिवाळ्यात माझ्या पायांवर कुठं ना कुठं जखमा, पू आणि जीवघेण्या वेदना असत. त्या दुखण्यांमुळं तो हिवाळा मला कधीही न संपणारा, त्रासदायक हिवाळा वाटला होता. मला इतका त्रास होत होता तरीही माझ्या दत्तक आई-वडलांनी मला एकदाही डॉक्टरकडं नेलं नव्हतं. त्याच्याकडे जायला त्यांच्याकडे तोंडच नव्हतं. कारण त्या डॉक्टरनी आधीच वेल्फेअरला पत्रानं कळवलं होतं की, ते माझ्यावर किंवा माझ्या बहिणीवर अजिबात

औषधोपचार करणार नाहीत कारण आम्हाला वारंवार अपघात होत असतात. आम्हाला कुठंतरी दुसरीकडं पाठवावं अशी त्यानं वेल्फेअरला शिफारस केली होती, पण वेल्फेअरनं या गोष्टीची काहीच दखल न घेता आम्हाला तिथंच ठेवलं होतं.

आमच्या जन्मदात्या आई-वडलांपासून आमची फारकत केल्यानंतर सर्वांत आधी आम्हाला ठेवण्यात आलं होतं सेंट अँड्र्यूज, फाइफमधील सेंट डेव्हिड होममध्ये. नंतर आम्हाला त्याच समुद्रकिनाऱ्यावर आणखी थोडं पुढं असलेल्या एलीमध्ये, सेंट मार्गारेट बालगृहात पाठवण्यात आलं. नंतर वेल्फेअरनं संडे पिक्टोरियलमध्ये एकट्या मुलांच्या कॉलममध्ये आमच्यातर्फे विनवणीवजा जाहिरात दिली. त्यात त्यांनी आम्हाला नीट वाढवू शकेल असं एखादं घर आम्हाला ठेवून घ्यायला तयार आहे का याबद्दल चौकशी केली होती. त्या जाहिरातीला उत्तर म्हणून इंग्लंडच्या हटिंग्टनमधल्या एका दांपत्यानं कळवलं होतं की, ते आम्हा दोघांमधल्या फक्त एकाला ठेवून घेऊ शकतील. नशीब म्हणजे वेल्फेअरनं कळवलं की, ते आम्हा दोघांना एकत्र ठेवू इच्छितात. शेवटी आम्हा दोघांना ठेवू इच्छिणारं एक जोडपं मिळालं. हे घरही काही फार चांगलं नव्हतं; पण कमीतकमी आम्ही भाऊ-बहीण तिथं एकत्र तरी राहणार होतो.

आता आम्ही बालकेरस इस्टेटमधल्या लाँड्री हाउस या झोपडीत राहायला लागलो. बालकेरस इस्टेट एलीजवळच्या कॉलिन्सबर्ग गावापासून एका मैलावर होती. आमचे हे दत्तक आई-वडील नोकरी करत होते. बाप छोटी-मोठी कामं करणारा हरहुन्नरी नोकर होता आणि आई सफाई कामगार होती. त्यांच्या दोघांच्या पगारावर कसंबसं घर चाले. तो एक इंग्रज माणूस होता. तो सांगायचा की, अर्धं-अधिक इंग्लंड त्याच्या मागावर असल्याने तो स्कॉटलंडमध्ये राहायला आला होता आणि तो तिथं राहत असल्यामुळेच इंग्लंडमधल्या लोकांना त्याचा सुगावा लागत नव्हता. शास्त्रीय संगीत ऐकणं आणि पुस्तकं वाचणं हे त्याचे छंद होते. याआधी मी शास्त्रीय संगीत कधीच ऐकलेलं नव्हतं. त्यामुळे मला ते फार विचित्र वाटे. त्याला चांगल्या प्रकारची दारू प्यायला आवडे. ती त्याला कॉलिन्सबर्गच्या 'कमर्शियल इन'मध्ये मिळायची. तो फार वादावादी करायचा. त्यामुळे त्याची बऱ्याच वेळा लोकांशी भांडणं व्हायची. कॉलिन्सबर्गच्या मेन रोडवरच्या 'बालकेरस आर्मस्'च्या बाहेर एकदा असंच घडलं.

खूप रात्र झाली होती. दारू प्यायल्यावर त्यानं सुखरूप घरी यावं म्हणून आम्हाला त्या गावात पाठवण्यात आलं होतं. आमचा दत्तक बाप खूप वेळ दारू पीत बसला होता. 'कमर्शियल इन'ला पोहचल्यावर आम्ही तिथला दरवाजा उघडला. दारूचा गुत्ता चालवणाऱ्या बाईनं आम्हाला ताबडतोब बाहेर काढलं. "इथं

नाहीये तो आणि त्यानं माझे पैसे देईपर्यंत मी त्याला इथं येऊही देणार नाही. रस्त्यापलीकडच्या त्या गुत्त्यात पडला असेल बघा तो.'' ती आमच्यावर खेकसली.

रस्त्यापलीकडे थोड्या अंतरावर 'बालकेरस इन' होती. आम्ही धावत-पळत तिकडं गेलो. आमचा दत्तक बाप काही केल्या गुत्त्याबाहेर यायला तयार होईना. त्यामुळे आम्हाला बाहेरच त्याची वाट पाहत उभं राहावं लागलं. तिथं गावातली आणखीही दोन-चार पोरं उभी होती. रॅब आणि तिथल्या एका मुलाची कोणत्या तरी गोष्टीवरून जुंपली. त्या मुलानं रॅबला गुद्दा लगावला. तसं रॅबनं त्याला खाली पाडलं आणि तो त्याच्या छाताडावर बसला. शीनला बिथरवायला एवढं कारण पुरेसं होतं. ती चवताळून त्या मुलावर चालून गेली. लाथाबुक्क्यांनी त्याचा समाचार घ्यायला लागली. त्याच वेळी पबमधून एक माणूस बाहेर आला. तो त्या मुलाचा नातलग निघाला. मग काय, त्यानं शीनाच्या गालफडात मारली. एव्हाना रॅबनं पबमध्ये घुसून आपल्या बापाला शोधून काढलं होतं. दारातून धावत येऊन त्यानं त्या माणसाशी भांडण सुरू केलं. बाचाबाचीवरून प्रकरण गुद्यांवर आलं. ते संपलं तेव्हा त्या माणसाच्या चेहऱ्यावरून रक्ताचे ओघळ वाहायला लागले होते.

पण प्रकरण तेवढ्यावरही मिटलं नाही. लवकरच पबमधून आणखी काही माणसं बाहेर पडली. मग नव्यानं भांडणं, मारामारी झाली. एकमेकांची गचांडी धरून लोक भांडायला लागले, रस्त्यावर लोळायला लागले. त्यांच्या खिशातली तांब्याची नाणी रस्त्यावर पडायला लागली. आम्ही पटापट ती नाणी गोळा करू लागलो. आम्हाला टॅनर्स, थ्री पेनीज, पेनीज, हाफ पेनीज अशी वेगवेगळ्या किमतींची नाणी मिळाली. मला सगळ्यात जास्त किमतीचं म्हणजे हाफ क्राउनचं नाणं मिळालं. सरतेशेवटी हाणामारी करून लोक दमून गेले. मग गालांवरचं, हातापायांवरचं रक्त पुसून झोकांड्या खात ते आपापल्या घरी निघून गेले. कॉलिन्सबर्गमधली फार रोमहर्षक रात्र होती ती!

दुसऱ्या दिवशी घरातली सगळी मुलं शाळेला आणि दत्तक आई-बाप कामाला गेल्यावर मी आदल्या रात्रीची लूट घेऊन बाहेर पडलो. फिरत फिरत गावातल्या एका दुकानात शिरलो. मला माझ्या हाफ क्राउनमध्ये पेनी च्यूज, चॉकलेट बार्स, मांस भरलेले वडे अशी सरमिसळ असलेली, गोळ्या-चॉकलेटं असलेली एक मोठी पिशवी मिळाली. त्या वड्यांमधलं मांस घरातल्या ट्राइपसारखं बेचव नव्हतं. ते एकदम चांगल्या प्रतीचं, लुसलुशीत, चविष्ट होतं. मला आठवतंय, एका झपाट्यात फस्त केलं मी ते सगळं! आतापर्यंत मी जे काही खाल्लं होतं त्या सगळ्यापेक्षा ते छान होतं. आता खूप वर्षांनी विचार करताना वाटतं की, त्या जागी आमच्या वाट्याला फार काही चांगले दिवस आले नव्हते, पण हा अचानक मिळालेला आगळा-वेगळा आनंदाचा प्रसंग मात्र माझ्या मनावर खोलवर कोरला गेला.

आम्ही राहत होतो त्या इस्टेटवर म्हाताऱ्या टॅम अँडरसनसारख्या काही चांगल्या गोष्टीही होत्या. आमच्या घराशेजारीच एका टिनपाट खोपटात तो राहत असे. त्याच्या घरातली चूल तो कधीच विझवत नसे. महायुद्धात लढलेला एक कलंदर शिपाई होता तो. लढाईत चेहऱ्यावर पडलेल्या एका बाँबनं त्याच्या डोक्याच्या चिंधड्या उडवल्या होत्या. अर्धा मेंदू पार उडून गेला होता. त्याचं उरलेलं मुंडकं डॉक्टरनं परत शिवून टाकलं होतं. आम्ही टॅमच्या खोपटात जाऊन त्याची लहान-सहान कामं करत असू. त्याचा मेहनताना म्हणून तो आम्हाला मोठा वाडगा भरून रस्सा-सूप देई. ते सूप तो कशाचं करायचा कोण जाणे! पण माझ्या दत्तक आईनं केलेल्या कोणत्याही पदार्थापेक्षा ते रुचकर असे.

टॅमच्या खोपटाजवळ जाताच तो ओरडे, “थांबा! कोण आहे तिकडं?” त्याची करडी दाढी त्याच्या कंबरेला बांधलेल्या पट्ट्यापर्यंत रूळत असे. तो आपली ब्रीक-हाफ पँट कधीही बदलत नसे; ती कितीही काळीकुट्ट, चिखलानं भरलेली असली तरी.

त्याच्या कुत्र्याचं नाव होतं जेट. जगातलं सगळ्यात आळशी कुत्रं होतं ते! ते चुलीजवळून कधी हलायचंच नाही. आम्ही जेव्हा म्हणून टॅमकडं जायचो तेव्हा चुलीतल्या विस्तवावरील राख फुंकून टाकायचो. चुलीत घालण्यासाठी काटक्या-कुटक्या गोळा करून ठेवायचो आणि सूप प्यायला बसण्याआधी त्याचं खोपटं झाडून-पुसून लख्ख करून ठेवायचो.

आम्ही गेल्यावर टॅमचं कुत्र्याला उद्देशून नेहमीचं वाक्य असे, “जेट, जरा बाजूला सरकशील का? तू बाजूला झालास, तरच बाबा आमच्यापर्यंत ऊब येणार.” पण जेट त्याच्या बोलण्याकडं दुर्लक्ष करून चुलीच्या उबाऱ्यापाशी तसाच पडून राहायचा. एकदा चिडून जाऊन टॅमनं जेटच्या पेकाटात लाथ मारली, पण जेटनं हूं की चूं केलं नाही. ढिम्म तसाच पडून राहिला. तेव्हा काहीतरी संशय येऊन टॅमनं त्याची मान धरून त्याला वर उचललं. जेट टॅमच्या हातात निर्जीवपणे लटकत होता, “अरे! कुत्तरडं सालं मेलेलं दिसतंय!” टॅम ओरडला, “तिथं ठेवलेलं उंदीर मारायचं औषध खाल्लेलं दिसतंय हावरटानं!” मग त्यानं आम्हाला खोपटाच्या मागच्या बाजूस एक मोठी शेकोटी पेटवायला सांगितली आणि त्या कुत्र्याला त्यात फेकून दिलं. टॅमनं आपल्या कुत्र्याला स्वत:चं उंदराचं औषध घालून मारलं असलं, तरी त्या क्षणी तो खूप उदास होता. एकदा जवळपास कोणी नसताना मी टॅमच्या खोपटामागे पेटवलेल्या त्या शेकोटीच्या जागी गेलो. अजूनही त्या थंड राखेत बिचाऱ्या जेटची हाडं पडलेली होती.

मांजरानं फिस्कारून आपल्यावर थुंकी उडवू नये याचा उपाय आम्हाला माहीत होता. तो उपाय होता, कुऱ्हाडीनं त्याचे दोन तुकडे करणं. शेतात हिंडणाऱ्या

काळ्या पट्ट्यांच्या मांजराचं रॅबनं तेच केलं. आम्ही कुऱ्हाडीनं लाकूडफाटा फोडत होतो. तेवढ्यात एका फाटक्या पोत्यामागनं हे मांजर बाहेर आलं आणि वेड्यासारखं फुस्कारू लागलं, थुंकीचे शिंतोडे उडवायला लागलं. ते पाहून रॅबनं अंगात आल्याप्रमाणं त्याचे जवळजवळ दोन तुकडे केले आणि मग जंगलात जाऊन तो त्याला फेकून आला. ही गोष्ट मला फार क्रूर वाटली. अजिबात आवडलं नाही मला रॅबचं हे कृत्य.

लाकूडफाट्याच्या खोलीतलं आमचं काम संपलं तेव्हा काळोख होऊ लागला होता. धुळीच्या रस्त्यावरून आम्हाला एक मोटार येताना दिसली. आम्ही गुपचूप उभं राहून पाहत होतो. मोटार आमच्या घरापाशीच जाऊन थांबली. तिच्यातून ट्वीड सूट घातलेली एक बाई उतरली. हातात ब्रीफकेस घेतलेली ती बाई दरवाजाशी गेली आणि तिनं दरवाजावर तीनदा 'टक टक' केलं. शीनानं तिला घरात घेतलं. मग आम्हीही तिच्या मागोमाग घरात शिरलो.

हिवाळ्यात जास्तीची ब्लँकेट्स विकत घेण्यासाठी आमच्या दत्तक आई-वडलांनी वेल्फेअरकडून काही पैसे मागितले होते. पैसे आल्यावर ते ब्लँकेट्स आणायला एडिंबरोला गेले होते. वेल्फेअर बाई त्यांना भेटायला घरी आली तेव्हा ते घरी नव्हतेच. त्यामुळे त्या बाईनंच आम्हाला सांगितलं की, ती वेल्फेअरकडून आम्हाला भेटायला आलेली आहे.

"तू सगळ्यात मोठी आहेस का?" तिनं शीनाला विचारलं.

"नाही. तसा वुली सगळ्यात मोठा आहे, पण मला सगळ्यांना नीट सांभाळता येतं म्हणून ते काम आई-वडलांनी मलाच दिलेलं आहे."

"असं होय?" ती म्हणाली. एक छोटी वही काढून तिनं तिच्यात काहीतरी लिहिलंही. वेल्फेअरकडून आलेली बाई निस्तेज होती. रविवारच्या चर्चमधून बाहेर पडणाऱ्या काही बायकांसारखी मद्द दिसत होती ती. तिनं मॅगीला विचारलं, "तुला शाळा आवडते का?" ती म्हणाली, "हो." नंतर तिनं माझ्याकडं बघून विचारलं, "हा नीट वागतो का?" यावर मॅगी काय म्हणाली कुणास ठाऊक! पण मी मात्र तिच्याकडं लक्षच दिलं नाही. तिनंही मला आणखी काही विचारायची तसदी घेतली नाही.

"शीना, तुझे आई-वडील कधी परत येतील?"

"सकाळी."

"उद्या सकाळी?" त्या बाईच्या चेहऱ्यावर थोडी चिंता दिसली.

"हो. ते ब्लँकेट्स आणायला एडिंबरोला गेले आहेत."

"एडिंबरोला? का? जवळ लेवेन किंवा किरकॅल्डीलाही मिळाली असती ना ब्लँकेट्स."

“हो, पण चांगली आणि जाड ब्लँकेटस पाहिजे असतील, तर एडिंबरोलाच जावं लागतं.”

त्या बाईनं शीनाला झोपडीभोवती घेऊन जायला सांगितलं. त्या दोघी परत येईपर्यंत आमचं त्या बाईबद्दलचं कुतूहल संपलं होतं. आम्ही आपले आगीत काटक्या टाकत होतो. मॅगी जोरजोरात डोकं खाजवत होती. ते पाहून ती बाई म्हणाली, “स्कूलमधली आया तुझ्या डोक्यात पाहते की नाही?”

“पाहते. पण ती जोरजोरात केस ओढते. म्हणून मला नाही आवडत तिच्याकडं जायला.”

“पण तरी तू नियमितपणे तिला डोकं दाखवलं पाहिजेस.”

“बरं.”

मी माझे बूट काढून ठेवले होते. माझ्या रक्ताळलेल्या, जखमी पायांकडं त्या बाईचं लक्ष गेलं.

“सँडी, तुझे पाय फारच रक्ताळलेले दिसतायत. त्या जखमांना मलम तरी लावतोस की नाही?” तिनं विचारलं.

वेल्फेअर बाईच्या मागं उभं राहून, तोंडावर बोट ठेवून गप्प राहण्याचा इशारा करणाऱ्या शीनाकडं माझं लक्ष गेलं. मग मी काहीच बोललो नाही. त्या बाईनं आपल्या वहीत आणखीही काही-बाही लिहिलं. मग आमचा वैताग येऊन ती बाई निघून गेली.

दुसऱ्या दिवशी आमच्या दत्तक आई-वडलांनी आम्हा सगळ्यांना तंबी दिली की, ते घरी नसताना कोणाला घरात घ्यायचं नाही. अगदी वेल्फेअरच्या लोकांनासुद्धा नाही. शीनानं त्या वेल्फेअर बाईला त्यांच्या गैरहजेरीत घरात घेतलं होतं म्हणून आमच्या बापानं तिच्या कानाखाली दोन-तीन लगावल्या.

माझं एक काम होतं, कोंबड्यांना त्यांचा रोजचा खुराक देणं आणि पिण्यासाठी रोजच्या रोज ताजं पाणी ठेवणं. एके दिवशी खुराड्यात पाहतो तो सगळीकडं कोंबडीची पिसं आणि मांसाचे अंश विखुरलेले. कोल्ह्यानं डल्ला मारलेला दिसत होता. मला अंदाज आला. खुराड्यात किती अंडी होती ते पाहिलं. अंडी नेहमी इतकीच दिसत होती. कोंबड्याही बऱ्याच होत्या. मग मी ठरवलं की, कोल्हा येऊन गेल्याचं बापाला कळवूच नये.

ठाकठुक करून खुराड्याची जाळी जमेल तशी बसवण्याचा मी प्रयत्न करत असताना त्या बाजूनं जवळच्या मोठ्ठ्या घरातली एक बाई आली. ती थोडी शिष्ट वाटायची मला; पण थोडी बरीही होती. येता-जाताना ती माझ्याशी बोलायची. खूप हिंडत असायची ती. आज तिनं लांब कोट आणि वेलिंग्टन बूट घातलेले होते.

गळ्याभोवती स्कार्फसारखी कोल्ह्याची फरही घातलेली होती. मी तिला कोंबड्यांसाठी इकडं कोल्हा येऊन गेल्याचं सांगितलं. यावर ती म्हणाली, ''मी माझ्या माणसांना सांगून ठेवते. कोल्हा दिसला की, ते त्याला गोळी मारून ठार करतील.''

मी म्हणालो, ''बरंच होईल. तुम्हाला आणखी एक छानसा स्कार्फ बनवता येईल.''

मग तिनं खिशातून काहीतरी पिवळी वस्तू काढून माझ्या हातावर ठेवली.

''काय आहे हे?'' मी विचारलं. ती म्हणाली, ''केळं.'' त्याचं काय करायचं हे माहीत नसल्यानं मी ते तिला परत देऊन टाकलं. मग तिनं त्या केळ्याची साल काढून त्याचा एक छोटासा तुकडा खाऊन दाखवला आणि उरलेलं केळं माझ्या हातात ठेवलं. मी खाल्लेलं पहिलं केळं होतं ते. तोपर्यंत मी केळं पाहिलंसुद्धा नव्हतं. मग खाण्याची गोष्ट तर दूरच राहिली. त्या दिवशीही मी ते असं हावरटासारखं खाऊन टाकलं की, मला त्याची चवच कळली नाही.

खुराड्याची डागडुजी केल्यानंतर मला कोणीतरी पेट्रोलवर चालणाऱ्या मोठ्या आरीनं लाकूड कापत असल्याचा आवाज आला. मी जंगलात जाऊन पाहिलं, तर एक लाकूडतोड्या झाड कापत होता. आपल्या कामात तो इतका बुडून गेला होती की, मी त्याच्याजवळ आलो होतो, हेही त्याच्या लक्षात आलं नव्हतं. आपली खाण्याची पिशवी त्यानं एका झाडाच्या बुंध्याशी ठेवलेली होती. त्याचं माझ्याकडं लक्ष नव्हतं, याचा फायदा घेऊन मी त्या पिशवीतले बरेच सँडविचेस लंपास केले. जाणून-बुजून चोरी करण्याची माझी आयुष्यातली ही पहिलीच वेळ होती; पण त्या वेळी मला इतकी प्रचंड भूक लागली होती की, खरं पाहता ती चोरी नव्हतीच. जगात तगून राहण्यासाठी केलेली माझी धडपड होती ती!

सँडविचेस घेऊन मी टॅमच्या खोपटात गेलो. त्यानं आम्हा दोघांसाठी चहा केला. मग मी ती सँडविचेस त्याच्याबरोबर वाटून खाल्ली. त्याला नक्की कळलं असणार होतं की, माझ्या दत्तक आई-वडलांनी मला अशा प्रकारचं खाणं बांधून दिलं नसतं; पण ती सँडविचेस मला कुठं मिळाली हे त्यानं मला एका शब्दानंही विचारलं नाही. माझ्याबरोबर बसून त्यानं त्यांच्यावर चांगला ताव मारला. सँडविचेस खरंच खूप छान होती.

टॅम गोष्टीवेल्हाळ होता. छान खुलवून सांगायचा तो गोष्टी. त्याच्या लढायांच्या गोष्टी तर तो फारच रंगात येऊन सांगायचा. बंदुकीबद्दलची सगळी माहिती त्याला तोंडपाठ होती. बंदूक कशी चालवायची हे तो मला हातात एखादी मोठी काठी घेऊन दाखवायचा. मशीन गन्स चालविणाऱ्या सैनिकदलात होता तो. त्याचे बरेच मित्र लढाईत मारले गेले होते. युद्धातून तो परत आला तेव्हा त्याच्या शरीराचेही बरेच भाग गायब झाले होते. त्याच्या दोन्ही हातांना मिळून आधी दहा बोटं होती;

पण आता त्यातली फक्त सहाच बोटं उरली होती. त्याच्याबरोबर गप्पा-टप्पा करायला मला फार आवडे. माझ्या आयुष्यात तसं काहीच वेगळं घडत नसल्यानं त्याच्या गोष्टी मला फारच सुरस वाटायच्या. त्या गोष्टी ऐकून मला मोठं झाल्यावर काय होता येईल याची स्वप्नं मी पाहू लागायचो. सँडविचेस खाऊन झाल्यावर आणि थोड्या गप्पागोष्टी झाल्यावर काही वेळाने तो नेहमीप्रमाणेच झोपी गेला आणि मी आणखी कुठं काही करायला मिळतंय का, याच्या शोधात दुसरीकडं निघून गेलो.

तुम्हाला वाटत असेल की, मोठं झाल्यावर वेळ कसा भुर्रकन उडून जात असेल; पण नेहमीच काही तसं नसतं. त्या दिवशी तर माझ्या आईला वाटत होतं की, काळ जणूकाही थांबला होता. कूपरमधील काउंटी बिल्डिंगजमध्ये ती सकाळी नऊ वाजता आली होती. आता तिच्यासमोरच्या घड्याळात दुपारचे अडीच वाजले होते. वेल्फेअर लोक येत होते; जात होते, पण तिची दखल कोणीही घेत नव्हतं. लाकडी खुर्चीवर शांतपणे वाट पाहत बसलेल्या त्या टिंकर बाईला कोणी काही विचारत नव्हतं. ती आपलं काम सांगून बसली होती, पण तिच्याकडं कोणीच लक्ष देत नव्हतं. तिला माहीत होतं की, तक्रार करून काहीच फायदा होणार नव्हता. उलट तक्रार केल्यानं किंवा गोंधळ घातल्यानं तिची या बिल्डिंग्जमधून हकालपट्टीच झाली असती आणि मग तिला आपल्या मुलांबद्दल काहीच माहिती मिळाली नसती. तिला हेही माहीत होतं की, ती खूपच वेळ बसून राहिली असती, तर नक्कीच कोणीतरी येऊन तिच्याशी बोललं असतं. एखाद्या अधिकारी व्यक्तीकडून आपली मुलं मजेत आहेत, सुखात आहेत हे ऐकलं असतं, तर मेरी रीडची ही प्रदीर्घ प्रतीक्षा सार्थकी लागली असती; पण तिच्या दुर्दैवाने माझे वडील हेन्री रीड पिऊन झिंगत तिथं आले आणि तिची थोडं बहुत समाधान मिळवायची ही संधी वाया गेली.

''हेन्री, अरे, मनाची नाही तर जनाची तरी लाज बाळग.'' त्यांचा हात धरून त्यांना बिल्डिंगमध्ये काम करणाऱ्या लोकांपासून दूर नेत ती म्हणाली. ''तुला सांगितलं होतं ना, इथं येऊ नकोस म्हणून!''

''तू ... तू पाहिलंस मुलांना मेरी?'' तो हातवारे करत बरळला.

''नाही. नाही पाहिलं मी त्यांना आणि तुझ्या या गोंधळामुळे मी त्यांना पाहूही शकणार नाही. लाज आणतोस बाबा मला तू!''

मग ती दोघं तिथून निघाली आणि पार्कमध्ये जाऊन बसली. पार्कमध्ये आणखीही बरेच टिंकर्स होते. सगळे दारू पिण्यात दंग होते.

''मेरी, जा ना! भीक मागून थोडे कॉपर्स (नाणी) आण म्हणजे मला आणखी एक बाटली दारू पिता येईल.''

मेरीनं नवऱ्याच्या विनवणीकडं दुर्लक्षच केलं. तिचं लक्ष त्यांच्या दिशेनं येणाऱ्या एका म्हाताऱ्या भिकाऱ्याकडं होतं. तो डॅनी-ओ-रीली होता. भीक मागत गावोगाव हिंडणाऱ्या डॅनीच्या अंगाला अत्यंत घाणेरडा वास येत होता.

"तुझ्याकडं काही कॉपर्स आहेत का डॅनी?" हेन्रीनं त्याला निर्लज्जपणे विचारलं, पण डॅनीकडं फुटका छदामही नव्हता.

माझ्या बापाला दारूची इतकी तलफ आली होती की, त्यानं रुद्रावतार धारण करून आईच्या चेहऱ्यावर एक गुद्दा हाणला.

पैसे मागून आणण्याशिवाय गत्यंतरच न राहिल्यानं माझी आई पार्कमधून मुख्य रस्त्यावर आली आणि एका माणसाजवळ भीक मागू लागली. तो माणूस अमेरिकन होता.

त्यानं आईला विचारलं, "तुझ्या डोळ्याला काय झालंय?"

"मी पडले होते."

"तू लगेच डॉक्टरकडे जा. कदाचित एखादा टाकाही पडेल."

"नाही. मी ठीक आहे."

"हे घे!" म्हणून त्यानं खिशातून रुमाल काढून तिला दिला. मेरीनं त्या रुमालावरच्या तीन अक्षरांकडं पाहिलं. रुमालावर डब्ल्यू डब्ल्यू पी अशी अक्षरं होती.

"विल्यम डब्ल्यू पर्किन्स, तिसरा. माझं नाव आहे ते."

"छान आहे तुझं नाव!"

"आणि तुझं नाव काय आहे?"

"मेरी!"

"छान वाटलं तुला भेटून मेरी." माझ्या आईचा हात हातात घेऊन तो म्हणाला. ती त्याचा रुमाल त्याला परत देऊ लागली, पण त्यानं तो तिच्याजवळच ठेवायला सांगितला. माझी आई टिंक असल्याचं त्याला फारसं काही वाटत नव्हतं असं दिसलं. तो तिला एका कॅफेमध्ये घेऊन गेला. तिला चहा-बिस्किटं दिली. तिच्याशी थोडा वेळ तो बोलत बसला.

"दारूच्या एका बाटलीची किंमत मिळवण्यासाठी मला भीक मागायला लागतेय." मेरी म्हणाली.

"मला स्वत:लाही भीक मागायला आवडेल." असं म्हणून तो अमेरिकन तिला रस्त्यापलीकडील पबमध्ये घेऊन गेला. त्यानं दोन माल्ट व्हिस्कीची ऑर्डर दिली. त्या माणसाला वाईट वाटू नये, म्हणून मेरीनं व्हिस्की गळ्याखाली उतरवली. त्याने एकामागोमाग एक अशी व्हिस्कीच्या कितीतरी पेल्यांची ऑर्डर दिली. मग मेरी गाऊ लागली.

माझ्याकडं नाहीये शेणलीद
द्याल का मला खट्याळ भूत
खट्याळ भूत होईल शेणलीद
तुम्ही जेव्हा गरीब असता ना तेव्हा.

असंच काहीतरी गंमत-जंमत गाणं होतं ते! आई गात होती आणि तो अमेरिकन आवडीनं ऐकत होता ते गाणं. त्यानं आईला परत परत ते गाणं म्हणायला लावलं. असंच गाणी म्हणत व ऐकत ती दोघं खूप दारू प्यायली. तिथून निघताना त्या अमेरिकन माणसानं व्हिस्कीच्या दोन अख्ख्या बाटल्या विकत घेतल्या. त्याला पैशाची जणू पर्वाच नव्हती. मेरी त्याला घेऊन पार्कमध्ये गेली. तिथं मोठ्ठी शेकोटी पेटलेली होती. माझ्या आईच्या त्या नव्या मित्राला पाहून सगळे लोक खूष झाले.

त्या माणसांना त्यानं अमेरिकेबद्दल बऱ्याच गोष्टी सांगितल्या. सगळ्यांनी त्या गोष्टी उत्सुकतेनं ऐकल्या. टिंकर्सजवळही खूप गाणी व आपल्या गोष्टी होत्या. त्यामुळे त्या अमेरिकन माणसासाठी नाच-गाण्याची आणि गप्पागोष्टींची मैफलच सजली तिथं. त्याला खूप आवडला तो जल्लोष. पण दोन तासांनी तिथं पोलीस आले. त्यांनी तो हल्ला-गुल्ला थांबवायचा प्रयत्न केला; पण कोणीच त्यांचं ऐकायच्या परिस्थितीत नव्हतं. शेवटी त्यांनी सगळ्यांना पार्क सोडून जायचं फर्मान काढलं. त्याचाही काही परिणाम होईना तेव्हा त्यांनी त्यांची उचलबांगडी करून सगळ्यांना तुरुंगात टाकलं.

दुसऱ्या दिवशी त्या सगळ्यांना शेरीफसमोर आणण्यात आलं. त्यानं प्रत्येकी तीन पौंडांचा दंड सुनावला. त्या अमेरिकन माणसानं सगळ्यांचा दंड भरला; पण मग मात्र तो असा गायब झाला तिथून की, परत कधी म्हणून दिसला नाही.

अपर आणि लोअर लार्गोच्या मध्ये सरपंटाइन नावाची एक जागा आहे. माझे आई-वडील एकदा तिथं गेले होते. माझ्या मामानं, सँडीनं तिथं तंबू घातला होता. त्याच्या तंबूसमोरून एक रेल्वे लाइन जात होती आणि रेल्वे लाइननंतर पसरला होता समुद्र. माझ्या आई-वडलांना बघून सँडी आणि त्याच्या बायकोला, पेगीला खूप आनंद झाला. मग सगळ्यांनी मिळून खूप गप्पागोष्टी केल्या. एकमेकांना इकडच्या-तिकडच्या बातम्या सांगितल्या.

''आपल्या दोन पोरांना, सँडी आणि मॅगीला इथंच कुठंतरी राहायला पाठवलंय म्हणे! बालकेरस इस्टेटमध्ये आहेत म्हणे ती. तिथल्याच एका झोपडीत राहतात आणि मॅगी कॉलिन्सबर्गच्या एका शाळेत जाते म्हणे.''

''तुला कोणी सांगितलं हे सँडी?'' मेरीनं विचारलं.

''पिटनवीमच्या एका मच्छीमारानं. त्याचा भाऊ त्या इस्टेटमध्ये काम करतो. ही टिंक मुलं आहेत हे त्यानं पाहिलं. म्हणूनच तर त्यानं मला त्यांची नावं सांगितली.''

''मेरी, सांगून ठेवते, त्या झोपडीकडं अजिबात फिरकायचं नाही बघ! एकदा का तू तिथं गेलीस की, तुझ्यामागं पोलिसांचा ससेमिरा लागलाच म्हणून समज.'' पेगी म्हणाली.

''हो. पेगी म्हणतेय ते खरं आहे.'' सँडी म्हणाला. मग थोडा विचार करून म्हणाला, ''कदाचित मॅगीला तू शाळेत भेटू शकशील.''

गेली दोन वर्षं मेरी तिच्या मुलांबद्दल माहिती मिळवण्याची खटपट करत होती. आधीच्या प्रसंगानंतर ती कूपरच्या काउंटी बिल्डिंग्जला परत कधी गेली नव्हती; पण तिनं वेल्फेअरला कितीतरी पत्रं पाठवली होती. तिच्या पत्रांना वेल्फेअरनं क्वचितच एखादं उत्तर पाठवलं होतं आणि त्यातही तिच्या मुलांच्या बाबतीत जुजबी माहितीसुद्धा त्यांनी पाठवली नव्हती. आता आपल्या भावामुळे, सँडीमुळे तिला आपल्या मुलांचा ठावठिकाणा तरी कळला होता.

त्या दिवशी संध्याकाळी माझी आई पेगीबरोबर समुद्रकिनाऱ्यावर हिंडत असताना त्यांना आणखी एक टिंकर बाई भेटली. ती बाई दिसत होती एकशे दहा वर्षांची, पण तिचं खरं वय होतं फक्त पंचावन्न वर्षं. तिचं नाव होतं इसाबेला. इसाबेला या दोघींना म्हणाली की, तिच्या नवऱ्याला तुरुंगात टाकण्यात आलेलं होतं. त्यामुळे तिचं डोकं भणभणायला लागलेलं होतं. ती चालून चालून खूप दमून गेलेली होती, पण तिला आपलं चालणं थांबवताच येत नव्हतं. या दोघींनी तिला रात्रीपुरतं आपल्या तंबूत बोलावलं, पण ती बाई आपली पायाला भिंगरी लागल्यागत चालतच राहिली.

दुसऱ्या दिवशी पाऊस पडला. तंबूपासून कॉलिन्सबर्ग तीन मैल दूर होतं. हेन्री, मेरी, सँडी आणि पेगी तिथं गेले आणि मुख्य रस्त्यावर भटकत राहिले.

शेवटी कंटाळून हेन्री म्हणाला, ''काही उपयोग झाला नाही इथं येऊन.''

''होय, पण शाळेची मुलं जेवणाच्या सुट्टीसाठी बाहेर येईपर्यंत आपल्याला वाट पाहायलाच लागेल.''

''मेरी, जेवणाची सुट्टी केव्हा होईल?'' त्यानं विचारलं.

''ती बाई येतेय ना इकडे, तिला विचारते.'' मेरी म्हणाली. पण त्या बाईनं या लोकांजवळ आल्यावर त्यांच्याकडं पार दुर्लक्ष केलं आणि रस्ता ओलांडून ती दुसरीकडं निघूनही गेली; पण या गोष्टीचं मेरीला किंवा पेगीला काहीच वाटलं नाही. कारण त्यांना असा टाळला जाण्याचा अनुभव बऱ्याचदा येई.

'बालकेरस आर्मस्'मधून एक माणूस बाहेर आला. हेन्री आणि सँडी त्याच्याशी बोलायला तिकडं गेले. त्याच्याशी बराच वेळ बोलून ते त्याच्याबरोबर त्या पबमध्ये गेले.

"ते त्याला दारू पाजून त्याच्याकडून काहीतरी माहिती मिळवतील बहुतेक." मेरी म्हणाली.

तेवढ्यात एक बाई धापा टाकत तिथं आली.

"दुकानात जाऊन यायचं म्हणजे जीव मेटाकुटीला येतो." हुश्श करत ती म्हणाली.

"या शाळेची जेवणाची सुट्टी कधी होते हो?" मेरीनं त्या बाईला विचारलं.

"एक वाजता."

"म्हणजे अजून बराच वेळ आहे."

"का? कोणाची वाट पाहताहात का तुम्ही?"

"होय."

दुकानापर्यंत जाऊन क्षणभर थांबून त्या बाईनं विचारलं, "भविष्य सांगता तुम्ही?"

"हो" मेरी म्हणाली तस तिनं त्यांना आपल्या घरी बोलावलं.

भविष्य सांगून झाल्यावर मेरी आणि पेगी परत शाळेजवळ जाऊन सुट्टी कधी होईल याची वाट पाहायला लागल्या. तेवढ्यात रस्त्याच्या पुढच्या बाजूला काहीतरी गडबड सुरू झाली.

"जाताय की नाही इथून? का सोडू कुत्रा अंगावर." पबमधला माणूस हेन्री आणि सँडीवर ओरडत होता.

ती दोघं रस्ता ओलांडून अलीकडं आली.

"का ओरडतोय तो हेन्रीवर?" मेरीनं विचारलं.

"आम्ही पैसे चोरलेत असा संशय आहे त्याला."

"मग खरंच चोरलेत का तुम्ही पैसे?"

"नाही. वेडा आहे तो."

मग ती चौघं जण शाळेजवळ गेली. खेळाच्या मैदानात मुलं खेळत होती.

"त्या तिथं आहे बघ ती. निळा कोट घातलेली. मॅगीऽऽऽ" मेरीनं जोरात हाक मारली.

हाक ऐकून मॅगी काळ्या रेलिंगपाशी आली. तिनं आपल्या आईला पाहताक्षणी ओळखलं.

"आई, तू?"

"हो. मीच आहे गं बाळे."

''मला परत घेऊन जायला आलीयेस?'' मॅगीनं उत्सुकतेनं विचारलं. आईला पाहून मॅगीला इतका आनंद झाला होता की, तो गगनात मावत नव्हता; पण त्या काही बोलणार इतक्यात तिथं एक पोलीस जीप आली. ड्रायव्हरनं करकचून ब्रेक दाबला आणि जीप थांबली. जीपमध्ये कॉन्स्टेबलबरोबर तोच पबमधला माणूस होता.

''इकडं या रे आणि तुमचे खिसे आणि पाकिटं उलटी करून दाखवा.''

एव्हाना शाळेतली बाकी मुलंही मॅगीपाशी रेलिंगजवळ येऊन खालचा गोंधळ पाहू लागली होती.

''काय झालं?'' हेन्रीनं विचारलं.

''काही नाही. तुमची पाकिटं उलटी करून दाखवा.''

''कशासाठी?''

''काय रे हरामखोरा, तुरुंगात जायची हौस आलाये का?''

''नाही.''

''मग तुमच्याजवळ काय काय आहे ते आम्हाला पाहू दे.''

हेन्री, सँडी, पेगी, मेरीनं आपापली पाकिटं उघडून दाखवली. आपले खिसेही तपासू दिले. मेरीच्या पाकिटातून कॉन्स्टेबलने दोन शिलिंग काढून घेतले. ते तिला भविष्य सांगितल्याबद्दल त्या बाईनं दिले होते.

''माझे पैसे आहेत ते.'' मेरीनं विरोध केला.

''गप्प बैस!''

''त्या बाईला विचारू शकता तुम्ही. तिनंच दिलेत ते मला.''

''गप्प बस म्हटलं ना!'' त्या कॉन्स्टेबलनं त्यांच्या पाकिटांमधून आणखी थोडे पैसे काढून घेतले.

''काय करतोय तो आई?'' माझ्या बहिणीनं काळजीनं विचारलं. तसं तिच्याकडं बघत तो पोलीस म्हणाला, ''जा बरं इथून तुम्ही. मुली, तू तिकडं जाऊन खेळ बरं! याच्याशी तुझा काही एक संबंध नाहीये.''

''ही भानगड संपल्यानंतर बोलते मी तुझ्याशी.'' मेरी मॅगीला म्हणाली.

''ठीक आहे.'' सगळंकाही तपासून झाल्यावर कॉन्स्टेबल त्यांना म्हणाला, ''आता या गावातून मुकाट निघून जा आणि परत कधी दिसता कामा नयेत तुमची थोबाडं इथं.''

हे ऐकून सँडी आणि हेन्री रस्त्याला लागले; पण मेरीची आपल्या मुलीशी बोलण्याची धडपड चालूच होती.

''पोलीसदादा, माझ्या मुलीशी बोलू द्या ना मला!''

''मुकाट निघून जा इथून. नाहीतर डांबतो बघ तुला तुरुंगात! निघून जायला

सांगितलंय मी तुम्हाला!'' आता पोलिसाची सहनशक्ती संपुष्टात आली होती. कॉन्स्टेबलनं डोळे वटारत धमकी दिली.

आता तिथून हलण्यावाचून गत्यंतरच नव्हतं. ज्या मुलीला डोळे भरून पाहण्यासाठी, चार शब्द बोलण्यासाठी मेरीनं जिवाचा आटापिटा केला होता, तिच्याशी काहीच न बोलता मेरीला निघून जावं लागत होतं. तिचा जीव पिळवटून निघत होता; पण ती अगदी असाहाय्य होती. डोळ्यांतलं पाणी पुसत जड पावलांनी ती तिथून हलली.

एलीपर्यंत ते पायीपायीच आले. तिथं चर्चपलीकडच्या बसस्टॉपवर एकमेकांशी काहीच न बोलता, हताश होऊन ते बसून राहिले.

''किराणा मालाचं एक फार चांगलं दुकान आहे इकडं!'' पायातील बूट काढत हेन्रीनं शेवटी शांततेचा भंग केला. त्यानं बूट उलटेपालटे केले, तशा त्यातून दहा शिलिंगच्या नोटा खाली पडल्या. मेरी आ वासून पाहतच राहिली.

''म्हणजे त्या माणसाचे पैसे तू खरंच पळवले होतेस!'' ती रागारागानं म्हणाली.

''हो!''

''आणि त्यामुळेच मी माझ्या मुलीला ना डोळे भरून पाहू शकले ना तिच्याशी काही बोलू शकले.''

''नंतर पाहशील गं कधीतरी.'' हेन्री दात विचकत शांतपणे म्हणाला.

''किती उलट्या काळजाचा बाप आहेस रे!'' मेरी रागानं म्हणाली.

किराणा मालाच्या दुकानातून बाहेर पडल्यावर त्यांनी त्या दिवशीची दारूची पहिली बाटली घशाखाली रिचवली. नंतर ते सगळे समुद्रकिनाऱ्यावर गेले. तिथं बायकाही दारू प्यायल्या. मग बायकांनी रस्त्यावर भीक मागून आणखी दारू मिळवली. सगळे तंबूत परतले. पाहतात तो काय, तिथं आगीचा मोठा डोंब उसळला होता. ते पाहून सगळे एकमेकांशी कचाकचा भांडले आणि मग तिथंच वाळूवर आडवे झाले.

त्या दिवशी मॅगी शाळेतून परतली तेव्हा ती खूशही होती आणि उदासही. कितीतरी वर्षांनी तिनं आपल्या आईला पाहिलं होतं. तिला धावत जाऊन काही मिनिटांसाठी का होईना, आईला बिलगायचं होतं. तिच्याबरोबर थोडा वेळ का होईना, राहायचं होतं; पण हेन्री आडवा आला होता. त्यानं गोंधळ घातला आणि तिची आणि तिच्या आईची फक्त काही क्षण नजरभेट होऊ शकली. आम्हा दोघांच्या मनावर या गोष्टीनं मोठाच आघात झाला; पण आमचे खरे आई-वडील परत कधी ना कधी आम्हाला येऊन भेटतील हे समाधानही मिळालं.

अवघा चार वर्षांचा होतो मी तेव्हा, पण दिवसभर मला एकटं सोडून सगळे आपापल्या कामाला निघून जात. माझी बहीण आणि बाकीची मुलं कॉलिन्सबर्गला शाळेत जात आणि दत्तक आई-वडील कामाला. सकाळी-सकाळी झोपडीला कुलूप लावून सगळे निघून जात. मी आपला झोपडीसमोरच्या थंडगार दगडावर बसून राही. ज्या दिवसाची गोष्ट मी सांगतो आहे, त्या दिवशी मुसळधार पाऊस पडत होता. पावसापासून स्वत:चा बचाव करण्यासाठी मी झोपडीशेजारच्या लाकूडफाट्याच्या खोलीत गेलो. दुपारी पाऊस थांबल्याबरोबर मी ती खोली सोडून मोठ्या घरी जायचं ठरवलं. घराला वळसा घालून मी त्या घराच्या स्वयंपाकघराकडं गेलो. तिथल्या स्वयंपाकीणीनं मला कपभर दूध आणि आल्याचं बिस्कीट दिलं. मग मी बागेकडं गेलो. तिथं माझा मित्र रॉजर बसला होता. रॉजर तसा मोठा माणूस होता, पण त्याच्या बुद्धीची वाढ मुलांइतकीच होती. मलासुद्धा त्याच्यापेक्षा जास्त अक्कल होती. मला पाहून रॉजरला नेहमीच आनंद होई. त्याला वाटे की, तो एक खंदा शिपाई आहे; पण एकदम खोटं होतं ते. त्याच्या हातात नेहमी एक फावडं असे, पण मी त्याला कधीही जमीन खणताना पाहिलं नव्हतं.

"मी एक गंमत दाखवतो तुला." असं म्हणून त्यानं आपल्या खिशातून एक फोटो काढला. "हा बघ मी, शिपायाच्या युनिफॉर्ममध्ये." तो उत्साहानं म्हणाला.

"तू नाहीयेस काही तो. तुझे वडील आहेत ते."

" हो. खरं आहे, पण मी अगदी त्यांच्यासारखा दिसतो असं सगळे लोक म्हणतात."

"हो. तू बराचसा त्यांच्यासारखा दिसतोयस." त्या फोटोकडं आणि त्याच्याकडं बघत मी म्हटलं.

"खरं?"

"हो. अगदी खरं. एका शेंगेतल्या दोन दाण्यांप्रमाणे आहात तुम्ही. अगदी एकसारखे."

"हो ना? पण ते वारले आहेत."

"अं?"

"हो! जर्मन लोकांनी मारलं त्यांना."

"हो?"

"हो ना! मला खूप आठवण येते त्यांची. त्यांच्याशिवाय राहवत नाही मला."

"हो?"

रॉजरनं मुळूमुळू रडायला सुरुवात केली. तेव्हा त्याला तिथंच रडत सोडून मी कंपाउंड वॉल असलेल्या बागेकडे आलो. ही माझी सगळ्यात आवडती जागा होती. एका लाकडी बाकावर बसून मी त्या मोठ्या घराकडं पाहू लागलो. 'एक लाख तरी

खोल्या असतील या घरात!' मी विचार करत होतो. आमच्या दत्तक वडलांकडे आम्ही सगळे झोपडीमधल्या छोट्याशा खोलीत दाटीवाटीने राहत होतो. जागा खूप कमी असल्याने आम्ही सारखे एकमेकांना धडका द्यायचो. मॅगी नेहमी सांगायची मला की, वेल्फेअरनं आम्हाला पकडून नेईपर्यंत आम्ही तंबूत राहायचो. मला वाटायचं की, आमचे तंबू आम्ही सध्या राहत होतो त्या खोलीहूनही लहान असतील. मग माझ्या मनात विचार यायचा की, आमचं कुटुंब तंबूत राहणारं नसतं, या मोठ्या घरातल्या कुटुंबासारखं असतं, तर आम्हाला असं आमच्या घरापासून दूर नसतं केलं गेलं. आम्ही सगळे अजूनही एकत्र राहिलो असतो. मग माझ्या बहिणीला असं वाईट नसतं वाटलं. मला माहीत होतं की, मॅगी खूश असती, तर मीही खूश झालो असतो; पण सभोवार भिंत असलेल्या या बागेत बसणं आणि खेळणंही तसं वाईट नव्हतं.

लवकरच आमचं पालनपोषण करणाऱ्या दत्तक आई-वडलांना आमचे खरे आई-वडील शाळेत येऊन गेल्याची बातमी हेडमास्तरांकडून कळली. माझा दत्तक बाप फारच संतापला. तो नेहमी म्हणायचा की, एखादं काम हातात घेतलं की, ते एकदम नीट करावं. स्वतःच्या या शब्दांचं पुरेपूर पालन करण्यासाठी त्यानं मॅगीला एका सुरक्षित जागी लपवून ठेवलं. शाळेत आई-वडलांना भेटल्याबद्दल तिची खूप खरडपट्टी काढली. वेल्फेअरमध्ये जाऊन तो तिथल्या लोकांना भेटून आला. ही गोष्ट ते पोलिसांच्या कानावर घालतील असं त्यांनी त्याला आश्वासन दिलं.

मला माहीत होतं की, माझे स्वतःचे आई-वडील मॅगीच्या शाळेत गेले नसते, तर माझ्या दत्तक बापाला मॅगीला असं लपवून ठेवण्याची गरज भासली नसती. म्हणूनच मॅगीच्या काळजीपोटी मला वाटलं की, माझ्या खऱ्या आई-वडलांनी परत असं काही करू नये. मी मोठा झाल्यावर मला कळलं की, माझ्या आईनं, मेरीनं या गोष्टीचा पिच्छा पुरवला होता आणि थेट माझ्या दत्तक आई-वडलांनाच पत्र पाठवलं होतं. मनाच्या फार दुःखीकष्टी अवस्थेत तिनं ते लांबलचक पत्र लिहिलं होतं आणि त्यात तिनं त्यांना कमीत कमी आमचे फोटो पाठवून देण्याची विनंती केली होती; पण माझ्या दत्तक बापानं तिला नम्रपणे असा पत्रव्यवहार न करण्याबद्दल लिहिलं होतं.

ख्रिसमसचे दिवस. कडाक्याच्या थंडीमुळं माझे ओठ फुटले होते. बाहेर भुरुभुरु बर्फ पडत होतं. मी कोंबड्यांबरोबर झोपडीत बसलो होतो. बर्फ थांबताच मी बाहेर आलो. मला बर्फ आवडायचा, पण बर्फाचं वादळ नाही आवडायचं. मोठ्या घरातली ती बाई रस्त्यावरून चालली होती. मला बघताच थांबून म्हणाली, "खूप जवळ आलाय नाही ख्रिसमस?"

"हो?"

"खूप मजा वाटत असेल ना तुला?"

"अं?"

"येशू ख्रिस्त अगदी लहान बाळ होता, तेव्हाची गोष्ट माहीत आहे तुला?" यावर मी काहीच उत्तर दिलं नाही.

"तो ख्रिसमसच्या दिवशी जन्मला होता म्हणूनच आपण ख्रिसमसचा सण साजरा करतो."

मी फारसं लक्षच दिलं नाही तिच्याकडं. तिथून दुसरीकडं जाऊ लागलो.

"थांब!" ती बाई म्हणाली. पाकिटातून छानसे लाल लाल हातमोजे काढून तिनं ते माझ्या हातावर ठेवले अन् ती मला म्हणाली, "खास तुझ्यासाठी विणलेत मी ते. ते घातल्यावर तुझी बोटं गरम राहतील." त्या बाईनं दिलेले हातमोजे गंमतीशीर होते. त्यांना फक्त एक अंगठा होता. बाकीची बोटं हलवायला जागाच ठेवली नव्हती तिनं. काय उपयोग होता मला अशा हातमोज्यांचा? म्हणूनच ती बाई निघून गेल्यावर मी ते फेकूनच दिले.

थोडा वेळ इकडं-तिकडं हिंडून मी झोपडीकडं परत गेलो. एखाद्या तासातच सगळे लोक परतले. माझ्या दत्तक बापानं ख्रिसमस ट्रीची एक फांदी घरी आणली होती. घरातल्या सगळ्या मुलांनी शाळेत तयार केलेल्या वस्तू त्यावर टांगून ठेवल्या. मी फायरप्लेसमध्ये आग पेटवली आणि मोठी लाकडं आणायला सरपणाच्या खोलीत गेलो. मी परत येईपर्यंत आगीनं चांगला पेट घेतला होता. मी पायातले बूट काढून ठेवले. एव्हाना कोणती वस्तू कुठं ठेवावी यावर मुलांमध्ये वादावादी सुरू झाली होती. माझा मानलेला बाप एकदम खवळला आणि रागाच्या भरात त्यानं ख्रिसमस ट्रीलाच जोरात लाथ मारली. अशा प्रकारे ख्रिसमस ट्री आणि त्याच्या सजावटीच्या कहाणीचा एकदमच अंत झाला.

खाणं झाल्यावर माझा दत्तक बाप पबला जायला तयार झाला. मला आणि रॅबलाही त्यानं बरोबर यायला सांगितलं. आम्ही त्याच्याबरोबर गावात गेलो. तिथं गेल्यावर तो थेट बालकेरस आर्मस्‌मध्ये गेला आणि आम्ही परत आमच्या झोपडीकडं येऊ लागलो. रस्त्याच्या कडेला काही मुलं खेळत होती. रॅबला काय वाटलं कोण जाणे, त्यानं त्यांच्यापैकी एकाची खोडी काढली. ते तिघं जण होते आणि आम्ही दोघं. त्यांच्यातल्या एकानं मला ठोसा मारला. मला घेरी आल्यासारखं झालं. नाकातून रक्त वाहायला लागलं. शेवटी आम्हाला जीव घेऊन पळावं लागलं. आम्ही पळत पळत जंगलापर्यंत आलो. आम्ही तिथंवर पोहोचल्यावर बालकेरसजवळच्या पोरांनी आमचा पाठलाग सोडून दिला आणि आमच्या जिवात जीव आला.

आमचा दत्तक बाप दोन माणसांना घेऊन पबमधून परत आला. त्या माणसांना

मी आधी कधी पाहिलेलं नव्हतं. त्यांच्यातल्या एकानं माझ्या दत्तक आईला दोन ट्राउट मासे दिले व दुसरा फिडल वाजवू लागला. त्याला काही खूप छान गाणी येत होती. मी झोपी गेल्यावरही तो बराच वेळ फिडल वाजवत होता. ती एक छान रात्र होती. माझ्या दत्तक बापानं त्या रात्री कोणाला काही त्रास दिला नाही.

ख्रिसमसनंतर महिन्याने 'रॉयल स्कॉटिश सोसायटी फॉर द प्रिव्हेन्शन ऑफ क्रुएल्टी टू चिल्ड्रन'कडून तक्रारी यायला सुरुवात झाली. मुलांचा मोठ्या माणसांकडून छळ तर होत नाहीये ना, हे जागरूकतेने पाहणारी ही एक स्कॉटिश संस्था होती. या संस्थेकडून वारंवार येणाऱ्या तक्रारींमुळे आमचा बाप सारखा चिडलेला असे. एकदा त्याला भेटायला वेल्फेअरचे लोक आले. त्यांना आमच्या दत्तक बापानं "या तक्रारी कोण करतंय?" असं विचारलं. त्यावर ते म्हणाले, "या तक्रारी निनावी असतात." आमचा बाप म्हणाला की, माझा द्वेष करणारा कोणीतरी आकसाने या तक्रारी करतोय. फक्त एवढं म्हणूनच तो थांबला नाही. त्यानं वेल्फेअरला असंही सांगितलं की, तो पोलिसांकडून आणि त्याच्या मालकाकडून स्वत:च्या चांगुलपणाचं शिफारसपत्रही देऊ शकेल. त्याच्या समाधानकारक वागणुकीबद्दल खात्री पटण्यासाठी वेल्फेअरला तेवढं पुरेसं वाटलं. त्यानंतर वेल्फेअरकडून येणाऱ्या तक्रारींचा ओघ थांबला.

मॅगी आणि इतर मुलं शाळेत जात तेव्हा मी टिवल्या-बावल्या करत इकडेतिकडे हिंडत असे. एके दिवशी मी टॅमला भेटायला त्याच्या खोपटात जायचं ठरवलं. त्या दिवशी टॅमला ताप होता, त्यामुळे तो अंथरुणात पडून होता. त्यानं मला काटक्या-कुटक्या जमवून चहा करायला सांगितला. चहासाठी चुलीवर काळी किटली ठेवून काहीतरी विचारायला मी त्याच्याकडं वळून पाहिलं. तो जनावरासारखा हात-पाय झाडत होता, गुरगुरत होता. त्याच्याकडं दुर्लक्ष करून मी किटलीत चहाची पत्ती टाकली. त्याचं गुरगुरणं, हात-पाय झाडणं थांबलं आणि तो थोडा शांत झाला तेव्हा मी चहा घेऊन त्याच्याकडं गेलो. त्याच्या बिछान्यातून मुताचा वास येत होता. तो नेहमीसारखा नसल्याने मी त्याला तसाच सोडून बाहेर आलो.

नंतर मी टेकडीवर चढून गेलो. या टेकडीवर जुन्या इमारतींचे अवशेष होते. तिथून समुद्रही दिसायचा. टेकडीवरून मी खाली आलो तेव्हा पाचोळ्याच्या एका ढिगावर मला रॉजर बसलेला दिसला. त्याच्या सायकलवरून तो खाली पडलेला होता. ख्रिसमसला मिळालेला सैल कुडता अजूनही त्याच्या अंगात होता. त्याच्या कुडत्याच्या पुढच्या बाजूला एका स्नोमनचं, बर्फाच्या माणसाचं चित्र होतं.

"मी आता सिगरेट ओढणं सुरू केलंय." तो म्हणाला आणि सिगरेटचं थोटूक

पेटवून तो झुरका मारू लागला; पण एक-दोनच झुरके मारल्यावर त्याला ठसका लागला आणि तो जोरजोरात खोकू लागला. त्याचं तोंड लालेलाल झालं. तो म्हाताऱ्या टॅमसारखं अंगही झाडू लागला. मग त्यानं ते थोटूक दूर फेकून दिलं. नंतर तो सायकलवर बसलाच नाही. आम्ही चालत चालत मोठ्या घराकडं आलो.

आम्ही स्वयंपाकघरात गेल्यावर स्वयंपाकीणबाईनं आमच्यासमोर स्कोन ही एक प्रकारची बिस्कीटं ठेवली. रॉजरनं तिला तो सायकलवरून पडल्याचं सांगितलं. त्यावर ती म्हणाली, ''जरा जपून चालवत जा रे सायकल! इतकी गडबड नको करत जाऊस.'' तिनं मला आणखी एक स्कोन देऊन खायला सांगितलं. म्हणाली, ''किती काटकुळा आहेस रे तू!'' ही स्वयंपाकीण एक लठ्ठ बाई होती. सदैव आनंदी असलेल्या या बाईला स्वत:चा स्वयंपाक खूप आवडे. मनानं फार चांगली आणि दयाळू होती ती. रॉजरला खा म्हणून सांगायची गरजच नव्हती. त्याला काय पाहिजे ते तो आपणहून घेऊन भरपूर खात असे.

खाणं झाल्यावर ती रॉजरला म्हणाली, ''जा बरं, पिंजऱ्यात उंदीर अडकलेत का ते बघून या.''

मग रॉजरबरोबर मीही त्या मोहिमेवर निघालो. हॉलमध्ये जाण्याआधी स्वयंपाकघरातल्या पिंजऱ्यातच दोन उंदीर अडकलेले दिसले. रॉजरला उंदरांच्या शोधात सोडून देऊन मी भिंतीवरली चित्रं पाहू लागलो. काही चित्रं खूपच मोठी होती. 'अशा मोठमोठ्या चित्रांसाठी अशी मोठी मोठी घरंच हवीत.' रॉजर वेगवेगळ्या जागी हिंडून पिंजऱ्यात उंदीर अडकलेत की नाहीत हे शोधत होता आणि मी हॉलमधली चित्रं पाहण्यात गर्क होतो. केव्हा कोण जाणे, त्या घराचा सरदार मालक अर्ल हॉलमध्ये आला.

''काय करतोयस रे इथं?'' त्यानं मला विचारलं.

''उंदीर शोधतोय मी!'' मी गडबडून जाऊन म्हटलं.

त्यावर गंमतशीर हसून तो म्हणाला, ''इथं भिंतीवर नाही मिळणार तुला उंदीर.'' ते ऐकून मी तिथून सटकलो. मी परत स्वयंपाकीण बाईकडं आलो. मग रॉजरही तिथं आला. तो खाली बसून सिगरेटचा झुरका घ्यायला लागला, तसं स्वयंपाकीण बाईनं त्याला स्वयंपाकघराबाहेर हाकललं.

आम्ही कधी झोपडीत गोंधळ घातला किंवा भांडण-तंटा केला, तर शिक्षा म्हणून आम्हाला आमचे कपडे काढून उघडं केलं जाई आणि बाहेरच्या गारठवणाऱ्या थंडीत फक्त आतल्या चड्डीनिशी उभं केलं जाई. मॅगीला झोपडीच्या एका बाजूच्या भिंतीकडं तोंड करून उभं केलं जाई, तर मला झोपडीच्या दुसऱ्या बाजूच्या भिंतीकडं तोंड करून. बाहेर खरंच खूप थंडी असेल, तर दत्तक बाप आमच्याकडं येईपर्यंत आमची गारठून कुल्फी झालेली असे. शिक्षेची वेळ संपली की, आमचा हा बाप

आमच्याकडं येऊन पायावर छडीने पाच-सहा वेळा सपासप मारत असे. त्या वेळी असे जीव नुसता कळवळून उठे!

काही वेळा तो आम्हाला कोळशाच्या खोलीत बंद करून बाहेरून कुलूप लावत असे. माझ्यावर फारच भडकला, तर तो मला जंगलातल्या गुहेसारख्या घरात बंद करत असे. ही गुहा म्हणजे वापरात नसलेलं एक जुनं-पुराणं घर होतं. जंगलात बरंच चालून गेल्यावर हे थंड, पडीक, ओलसर घर येई. जंगलातून जाताना लपून बसायला खूप जागा मिळत. या जुन्या-पुराण्या बर्फघराशी आल्यावर माझा दत्तक बाप मला उचलून त्या खोल घरात उतरवत असे. मी फारच लहान असल्याने मला स्वत:ला त्या घरात उतरता येत नसे. त्या घरातून वर पाहिल्यास झाडांचे उंच शेंडे आणि तारे असल्यास आकाशातले तारे दिसत. उंदरांचा सुळसुळाट असलेल्या त्या घरात मला फार वेळ ठेवलं जात नसे. फायरप्लेसजवळ बसल्या बसल्या माझा दत्तक बाप डुलक्या घेऊ लागला, तर मला तिथून न्यायला माझी दत्तक आई येई. ती मला त्या गारठवणाऱ्या घरातून उबदार झोपडीत घेऊन जाई. आम्हाला दिल्या जाणाऱ्या सगळ्याच शिक्षा त्रासदायक होत्या, पण बर्फघराची ही शिक्षा तर सर्वांत भयंकर होती.

एक दिवस मला म्हातारा टॅम मेल्याचं कळलं. मला माझ्या मानलेल्या बापानं त्या खोपटापासून दूर राहायला सांगितलं होतं, म्हणून मी आठवडाभर तिकडं फिरकलोच नाही. आठवड्यानंतर मी तिकडं जाऊन पाहायचं ठरवलं. टॅमच्या खोपटाचं दार उघडंच होतं आणि सर्व वस्तूही टॅम असताना असायच्या तशाच होत्या. खोपट खूप थंड झालं होतं. म्हणून मी राख फुंकून टाकली आणि आग पेटवण्यासाठी सुक्या काटक्या आणि आग पेटवायची साधनं आणली. मग मी खोपट झाडलं. थोडं इकडं-तिकडं केलं. करायला आणखी काहीच नसल्यानं मी तिथं नुसता बसून राहिलो. म्हाताऱ्या टॅमबद्दल विचार करता करता मला एकदम रडूच कोसळलं.

मेरी, माझी आई चुलीपाशी बसली होती. घरभर नजर फिरवताना तिला स्वत:चाच अभिमान वाटत होता. माझ्या बापाला, हेन्रीला चोरीमारी आणि मारामारी करण्याच्या आरोपाखाली अटक होऊन नऊ महिन्यांच्या तुरुंगवासाची शिक्षा झालेली होती. मेरीनं हे घर त्याच्या गैरहजेरीत मिळवलेलं होतं. काही दिवसांपासून ती दारूच्या थेंबालाही शिवली नव्हती. आपल्या मुलांना आपल्याकडं परत पाठवण्यात येईल या एकमेव आशेवर ती जगत होती. आता ती चांगल्या लोकांच्या संगतीत राहत होती. दुंडीच्या गॉस्पेल मिशनच्या सर्व्हिसला नेमाने हजर राहत होती. तिचा मुलगा डेव्ही तिच्याजवळ राहत होता. त्यामुळे तिला एकटेपणाही जाणवत नव्हता.

'आपल्या मुलांना आपल्याकडं राहायला पाठविण्यात यावं' या तिनं केलेल्या अर्जाचा विचार करण्यात यावा, यासाठी तिनं इव्हँजेलिकल जिप्सी मिशनला पत्र लिहायची विनंती केली होती. रीतसर दीक्षा घेऊन ती ख्रिश्चन झाल्यास मिशनचे लोक या गोष्टीचा विचार करतील, असं त्यांनी तिला सांगितलं होतं.

तिनं चांगल्या स्थितीतलं, दुसऱ्यांनी वापरून विकलेलं फर्निचर मिळवलं होतं. तिला एक पियानोपण मिळाला होता. दुसऱ्यांचं पाहून पाहून ती पियानो वाजवायला शिकली होती. मिशन हाउसमध्ये म्हटली जाणारी गाणी ती मोठ्या आवडीनं गायची. ती आणि डेव्ही रात्री खूप उशिरापर्यंत गाणी म्हणायचे. ती व्यवस्थित खात होती. घराचे हप्तेही वेळेवर भरत होती. यापुढं चांगलंच होत राहणार, अशी चिन्हं होती.

पण घरात पैशाची चणचण होतीच. त्यामुळे त्यांनी उन्हाळ्यात जंगली फळं वेचायला जायचं ठरवलं. दुंडीच्या घराला कुलूप घालून ते ब्लेअरगौरीला जायला निघाले. ते ब्लेअरला पोहोचले तेव्हा तिथं सगळीकडचे लोक आलेले होते. एकच गजबज माजली होती. मेरीला थोडा किराणा माल पाहिजे असल्याने डेव्हीला वेलमेडोच्या लोकांशी गप्पागोष्टी करायला सोडून ती बाजारात गेली. ती परत आली तेव्हा डेव्हीबरोबर तिचा चुलतभाऊ कॉलीन स्टुअर्ट गप्पा मारत असल्याचं तिला दिसलं. कॉलीन म्हणाला की, त्याचा तंबू म्हाताऱ्या डाइटस आणि मार्था म्हणजेच मेरीच्या आई-वडलांच्या तंबूजवळच आहे. मग काय, कॉलिनबरोबर डेव्ही आणि मेरीही तिकडंच गेले.

मार्था आणि डाइट्सना आपल्या मुलीला आणि नातवाला पाहून खूप आनंद झाला. त्यांना लगेच सगळीकडच्या, विशेषतः माझ्या बापाच्या तुरुंगवासाची बातमी कळली.

"तो पर्थ जेलमध्येच आहे." मेरी म्हणाली.

"त्या माणसासाठी बरोब्बर जागा आहे ती!" माझी आजी म्हणाली.

"त्याला नऊ महिन्यांची शिक्षा झालीये. माझं घर दुंडीमध्ये आहे. डेव्ही माझ्याबरोबरच राहतोय."

"तुला असंच नीट राहायला मिळालं, तर तुझी मुलंही तुला कदाचित परत मिळवता येतील."

"होय ना! त्याच आशेवर जगतेय मी."

"पण त्यासाठी त्या माणसाला चार हात दूरच ठेवायला लागेल तुला."

"त्याच्याबरोबरचे सगळे संबंध तोडून टाकलेत मी. त्याला नाही घेणार मी परत घरात."

संध्याकाळ रात्रीत बदलायला लागली तसे तिथं हळूहळू खूप लोक जमू

लागले. शेकोटी पेटवली गेली. मुलांना गप्प केलं गेलं आणि मग सुरू झाली गप्पांची बैठक. म्हाताऱ्या कॉलिनजवळ सांगण्यासारख्या खूप गोष्टी होत्या.

''मी महिन्यापूर्वी ब्रेशिनमध्ये तंबू ठोकला होता. सगळीकडं हिरवंगार कुरण पसरलेलं. थोडीफार झाडंही होती. चुलीसाठी आणि शेकोटीसाठी खूप लाकडं होती. जवळपास त्रास द्यायला कोणीच नव्हतं. मस्त मजेत होतो मी! पण एके दिवशी काय झालं, शेतावर काम करणारा एक मुलगा आला अन् मला म्हणाला, ''शेताच्या मालकानं तुला तंबू हटवायला सांगितलाय.'' मी त्याच्या बोलण्याकडं लक्षच दिलं नाही. तिथंच राहिलो. दुसऱ्या दिवशी सकाळी डोळे उघडून पाहतो तो काय, समोर भलामोठा बैल उभा. तांबरलेले डोळे, तोंडातून फेस गळतोय. त्या बैलाला पाहताच माझं धाबंच दणाणलं. मी तिथून तंबू हलवावा म्हणून शेतकऱ्यानंच पाठवला होता तो.

''मला ब्रेशिनच्या दुकानात जायचं होतं, पण इथं तंबूबाहेर पाऊल टाकायची सोय नव्हती. जरा पाय बाहेर टाकला की, तो सांड खुरानं माती उखडायला लागायचा. त्वेषानं माझ्याकडं रोखून पाहायचा. त्याच्यापासून निसटायचा एकच मार्ग होता. तो म्हणजे जीव मुठीत घेऊन तंबूबाहेर उडी ठोकायची आणि धूम पळत सुटायचं. मी तेच केलं. त्या राक्षसाला हुलकावण्या देत मी कुंपणाकडं धाव घेतली. मी कुंपणाकडं धावत होतो आणि माझ्यामागं वारा प्यायल्यागत तो माजोरा बैल धावत होता. शेवटी देवाचं नाव घेऊन मी कुंपणावरनं उडी घेतली आणि एकदाचा त्याच्या तावडीतून सुटलो, पण या प्रयत्नांत मी माझ्या गुडघ्यावर आदळलो. दुसरं काहीच करू न शकल्यानं तो भयंकर बैल मागं वळून माझ्या तंबूवरच तुटून पडला.

''माझा गुडघा खूप दुखावला गेला होता. त्यामुळे मी त्या उंच गवतात निपचित पडून राहिलो. ते पाहून नक्की काय झालंय ते पाहायला शेतातली दोन मुलं तिथं आली. त्यांनी त्या बैलाला माझा तंबू उधळून देताना आणि मला गुडघा चोळताना पाहिलं. आतापर्यंत मी असाहाय्य अवस्थेत विव्हळत होतो, पण त्या दोघांना पाहून माझ्यात कसली वीरश्री संचारली कोण जाणे! मी जोरात ओरडलो, ''त्या भडव्यानं केलीय माझी ही अवस्था! आता मला उठवा तरी!'' ती दोघं शेतकऱ्याला घेऊन आली तेव्हा त्यालाही याच शब्दांत सुनावलं मी. घडल्या प्रकारानं शेतकरी मनातल्या मनात घाबरला असावा, कारण तो नमतं घेत म्हणाला, ''मी येईपर्यंत इथंच बसून राहा.''

''पाच-एक मिनिटांनी तो परत आला आणि माझ्या हातात पाच पौंडांची एक नोट आणि व्हिस्कीची एक बाटली ठेवून तो म्हणाला, ''झालं गेलं विसरून जा. दुसऱ्या कोणाला सांगू नकोस याबद्दल.'' मग त्यानं आपल्या लोकांना सांगून माझा

तंबू उभारून दिला. त्याच्या बैलाबद्दल मी काही तक्रार करू नये म्हणून त्याची ही मखलाशी होती. मग त्या बैलोबाला घेऊन तो गुपचूप निघून गेला. जाता जाता हेही म्हणाला मला की, आणखी काही दिवस राहू शकतोस तू इथं.''

अशा प्रकारच्या बऱ्याच गोष्टी सांगितल्या-ऐकल्या गेल्या. गाणी म्हटली गेली. दुसऱ्या दिवशी ते सर्व रानमेवा, रानफळं गोळा करायच्या कामाला लागले. नंतर काही दिवसांनी माझा भाऊ हेन्रीही रानफळं गोळा करायला तिथं आला. तो सगळ्या बालगृहांचं आणि सरकारमान्य शाळांचं पाणी चाखून आला होता. डेव्हीहून जेमतेम एक वर्ष लहान असलेला हेन्री एक तडफदार तरुण होता. तो सतरा वर्षांचा झाल्यावर वेल्फेअरनं त्याला पाहिजे तिथं जाण्याची मुभा दिली होती. मोटरकारचं भयानक वेड होतं त्याला. जुन्या, मोडक्या, खटारा मोटारींमधून तो सारखा हिंडत असायचा. त्याला जुगाराचाही भयंकर नाद होता. त्याच्याजवळ जेव्हा म्हणून थोडे-फार पैसे असत तेव्हा तो फाईफमधल्या खाण-कामगारांबरोबर पिच किंवा टॉस खेळत बसे. त्याच्याबरोबर एक तरुण टिंकर मुलगी असे, पण ती कधीच फारसं काही बोलत नसे. दोन आठवडे रानफळं गोळा केल्यानंतर त्यांना कंटाळा आला. मग हेन्रीच्या खटाऱ्यात बसून ती दोघं दुंडीला गेली.

मेरीनं हेन्री आणि त्याच्या मैत्रिणीला गॉस्पेल मिशनमध्ये यायला सांगितलं होतं; पण त्यांना मिशनशी काही देणं-घेणं नव्हतं. ते फक्त तिथं फुकट मिळणाऱ्या सूपसाठी येत. हेन्रीनं दारू पिणं सुरू केलं होतं, पण आपल्या आईच्या इच्छेला तो मान देई. तो घरात कधीही दारू प्यायचा नाही. आठवड्याभरातच हेन्रीला आईच्या घरी राहायचा कंटाळा आला त्यामुळे तो घर सोडून निघून गेला. नंतर थोड्याच दिवसांत डेव्हीही घरातून गायब झाला.

मग एका रात्री मेरीच्या घराचा दरवाजा कोणीतरी ठोठावला.

''मिसेस रीड!'' दाराशी उभ्या असलेल्या पोलिसानं हाक मारली.

''अं... काय पाहिजेय तुम्हाला?'' डोळे चोळत दरवाजा उघडून माझ्या आईनं विचारलं.

''डेव्हीची, तुमच्या मुलाची बातमी द्यायला आलोय मी.''

''अरे देवा! काय झालं? अडकला का एखाद्या भानगडीत?''

''मिसेस रीड, तुम्ही त्याला शेवटी केव्हा पाहिलं होतंत?''

''आठवडा झाला त्याला बाहेर जाऊन; पण त्यात नवीन असं काहीच नाहीये. नेहमीच जातो तो असा बाहेर. बहुतेक आपल्या भावाबरोबर किंवा एखाद्या मित्राबरोबर कुठंतरी गेला असेल तो.''

''जरा कोट घालून चलता का आमच्याबरोबर?''

"का? मला तुरुंगात टाकणार आहात का?"

"नाही, पण तुम्हाला आमच्याबरोबर शवागारात यावं लागेल."

"काय? शवागारात? तिथं का यावं लागेल मला तुमच्याबरोबर?"

"आम्हाला वाटतं, तुमच्या मुलाला डेव्हीला मारलं गेलं आहे."

सुन्न होऊन माझी आई शिपायांबरोबर शवागारात गेली.

शिपायानं दाखवलेलं शव खरंच डेव्हीचं होतं. विजेचा शॉक लागून तो मेला होता. डेव्ही नेहमी पडक्या घरांमधून हिंडून तिथं मिळतील त्या तांब्याच्या आणि इतर वस्तू, नाणी वगैरे गोळा करायचा. मग बाजारात जाऊन त्या गोष्टी विकून त्यांचा पैसा करायचा. पोलिसांचा अंदाज होता की, अशाच एका घरातून हिंडत असताना त्याचा हात इलेक्ट्रिकच्या उघड्या तारेवर पडला होता आणि विजेचा शॉक लागून तो मेला होता; पण माझ्या आईचा त्यांच्या बोलण्यावर अजिबात विश्वास नव्हता. तिला माहीत होतं की, तिच्या मुलाला जुन्या घरांची इत्थंभूत माहिती होती. तिला खात्रीनं वाटत होतं की, इतर टिंकर्सनी त्याला विजेच्या तारेवर ढकलून त्याचा खून केला होता. डेव्हीचा मृत्यू हा आईवर झालेला मोठा आघात होता.

डेव्हीच्या मृत्यूनंतर माझी आई मेरी आपला जास्तीत जास्त वेळ गॉस्पेल मिशनमध्ये काढू लागली. शेवटी ६ सप्टेंबर १९५९ रोजी रेव्हरंड विल्यम वेबने तिला पब्लिक बाथस्मध्ये बाप्तिस्मा देऊन ख्रिश्चन धर्माची दीक्षा दिली. जिप्सी मिशनने तिच्यातर्फे वेल्फेअरला एक पत्र लिहिलं. आपली मुलं आपल्याला परत दिली जातील ही आशा मेरीच्या मनात पुन्हा पालवली.

माझ्या दृष्टीनं उन्हाळ्यातली त्यातल्या त्यात चांगली गोष्ट होती, उबदार हवा. नाहीतर त्याच जागेत त्याच लोकांबरोबर राहणं, हा काही फारसा सुखद अनुभव नव्हता. स्कूलच्या उन्हाळ्याच्या सुट्टीतला वेळ मुलांनी कसा घालवावा, याबद्दल माझ्या दत्तक बापाच्या काही विचित्र कल्पना होत्या. तो मुलांना त्यांचे जुने कोट घालायला लावून झोपडीभोवती धावायला लावे. त्यांच्या अंगातून डुकराप्रमाणे घाम वाहायला लागेपर्यंत तो त्यांना धावायला लावे. तो स्वतः झोपडीच्या पुढच्या पायरीवर पुस्तक वाचत बसे आणि मुलं जोरात पळाली नाहीत किंवा मध्येच थांबली, तर तो त्यांच्या ढुंगणावर जोरात लाथा मारत असे.

तो मुलींना धावायला लावत नसे. झोपडीची वरपासून खालपर्यंत नीट साफसफाई करणं हे मुलींचं काम असे. त्यांना स्वयंपाकघरातली लादी आरशासारखी लख्ख चमकवावी लागत असे. भिंती पाण्यानं धुवाव्या लागत. लिनोलियम चकचकीत करावं लागे. शिवाय एका मोठ्या चायना सिंकमध्ये सगळे कपडे उकळून उकळून

स्वच्छ करावे लागत.

एकदा माझ्या बहिणीची केसाला लावायची किर्बी क्लिप हरवली. त्याबद्दल शिक्षा म्हणून तिला हजार ओळी लिहाव्या लागल्या होत्या. सात वर्षांच्या त्या मुलीला शिक्षा म्हणून हजार ओळी लिहाव्या लागल्या. माझा मानलेला बाप ओळ न् ओळ मोजायचा. तिनं एक ओळ कमी लिहिली, तरी तिला परत हजार ओळी लिहाव्या लागत होत्या.

माझ्या दत्तक बापाची दुसरी आवडती गोष्ट होती, खोटं खोटं कोर्ट भरवणं. त्याच्यासाठी तो एक मजेशीर खेळ होता. तो स्वत: न्यायाधीश व्हायचा आणि माझ्या किंवा माझ्या बहिणीच्या हातून काही चूक झाली, तर आम्हाला आरोपी म्हणून त्याच्यासमोर उभं केलं जायचं. चुकींसाठी आम्हाला वेगवेगळ्या प्रकारच्या शिक्षा मिळायच्या. नशीब चांगलं असेल, तर कानशिलांपाशी मिळालेल्या थपडांवर सुटका व्हायची, पण एरवी शिक्षा म्हणून काय मिळेल याचा काहीही नेम नव्हता. शिक्षा म्हणून मला बालगृहात पाठवायची धमकी त्यानं कितीदातरी दिलेली होती. माझ्या बहिणीलाही बालकेरसमध्ये ठेवण्याची धमकी दिली जात होती, पण त्या सगळ्या धमक्या बहुतेक मला घाबरवून टाकण्यासाठी दिल्या जात होत्या.

एकदा त्यानं मॅगीला दिलेली शिक्षा माझ्या मनात अगदी स्पष्ट कोरली गेली आहे. ती शिक्षा तिला कशासाठी दिली गेली होती, हे मला आजतागायत कळलेलं नाही, पण तिनं केलेली कोणतीही गोष्ट, कोणतीही चूक तिला ती भयंकर शिक्षा देण्यात यावी इतकी मोठी नव्हती. एकदा पार गारठवून टाकणाऱ्या, कडक थंडीच्या रात्री माझ्या दत्तक वडलांनी तिला अंडरवेअर सोडून बाकी सगळे कपडे काढायला लावले. आता तिच्या अंगावर एक पातळशी सुती पँट तेवढी राहिली. मग ते तिला बाहेर घेऊन गेले आणि त्यांनी तिला अनवाणी पायानं ड्रॉइंग रूमच्या खिडकीकडं तोंड करून उभं राहायला सांगितलं. नंतर मला त्या उबदार खोलीच्या खिडकीकडं तोंड करून उभं राहायला सांगितलं. आता मी ड्रॉइंग रूमच्या उबेत उभा होतो आणि माझी बहीण बिचारी उघड्या अंगानं बाहेरच्या कडाक्याच्या थंडीत.

मला खिडकीच्या काचेतून गारठवणाऱ्या थंडीत थरथर कापत उभी असलेली माझी बहीण स्पष्ट दिसत होती. नंतर फायर प्लेसजवळ बसून माझ्या दत्तक वडलांनी हातात वर्तमानपत्र घेतलं. बूट काढून आगीच्या दिशेने पाय पसरवले आणि ते आरामात वाचत बसले. अगदी सुरुवातीला काचेतून माझ्याकडे बघत मॅगी हसली. मीही तिच्याकडं बघून हसलो, पण जसजसा वेळ जाऊ लागला तसतशा माझ्या बहिणीच्या वेदना वाढू लागल्या. तिला बाहेर सपाटून थंडी वाजत होती. तिचं सर्वांग थंड पडत चाललं होतं. अंगात थोडी ऊब आणण्यासाठी ती आपले उघडे बाहू आणि छाती हातानं चोळू लागली. बाहेर राहण्याचा वेळ वाढू लागला,

तशी तिची हात-पाय, छाती चोळायची क्रिया आणखी वेगानं होऊ लागली. एव्हाना थंडी तिच्या हाडांपर्यंत पोहोचली असणार. माझ्या चेहऱ्यावरची तिच्याबद्दलची काळजी पाहून ती वेडीवाकडी तोंडं करून मला हसवायचा प्रयत्न करू लागली, पण तसं करताना तिला होणाऱ्या प्राणांतिक वेदना मला स्पष्ट जाणवत होत्या. माझी गरीब बिचारी बहीण शरीर गरम ठेवण्यासाठी एका पायावरून दुसऱ्या पायावर उड्या मारत होती. तिचे ते केविलवाणे प्रयत्न पाहून माझ्या डोळ्यांतून घळाघळा अश्रू वाहत होते. तिला मरणप्राय यातना होत होत्या, पण त्यातही तिच्या मनात नेहमीप्रमाणे आपल्या भावाचा विचार होता. तिला मुख्य काळजी हीच होती की, तिला सहन कराव्या लागत असलेल्या क्रूर शिक्षेमुळे मला फार वाईट तर वाटत नाहीये ना? आजही माझ्या डोळ्यांसमोर मॅगीचे ते थंडीनं थुडथुडणारे दात आणि वेदनेनं विदीर्ण झालेलं करुण स्मित आहे!

एकदा माझे दत्तक आई-वडील मला आणि मॅगीला एकटंच घरात सोडून फक्त आपल्या मुलांना घेऊन किर्कल्डीलला गेले होते. आम्ही दोघं झोपडीजवळच इकडं-तिकडं करत होतो. आपली कशी करमणूक करून घ्यावी या विचारात असतानाच मॅगीच्या मनात विचार आला की, थोडं जंगलात फिरून यावं. आम्ही जंगलाच्या खूप आत-आत गेलो. जवळपास कोणीही नव्हतं. मी एका तोडून टाकलेल्या झाडाच्या बुंध्यावर बसलो होतो. मॅगी मला आमच्या जमातीच्या काही-बाही गोष्टी सांगत होती. आमच्या आईच्या, बापाच्या, भावा-बहिणींच्या, काका-काकू, मावशी-मावसोबा, मामा-मामी, चुलत-मावस, आत्ते-मामे भावा- बहिणींबद्दलही तिनं खूप गोष्टी सांगितल्या. तिनं सांगितलं की, आमची आई तिला भेटायला शाळेत आली होती. म्हणजे ती नक्की लवकरच आम्हाला परत घेऊन जायला येईल. आमच्या आई-वडलांबद्दल मला काहीच आठवत नसल्याने ते येऊन आम्हाला घेऊन जातील किंवा नाही याचं मला काहीच सोयरसुतक नव्हतं. मला फक्त एवढंच वाटत होतं की, ते आमच्या शाळेपासून दूरच राहावेत, कारण ते परत शाळेजवळ आले असते, तर मॅगीला होणारा शिक्षांचा आणि त्रासाचा काच आणखी वाढला असता.

माझं तिच्या बोलण्याकडं फारसं लक्ष नव्हतं, हे पाहून मॅगी चिडत होती. मी तिचं बोलणं नीट लक्ष देऊन ऐकावं यासाठी ती माझ्यावर जबरदस्ती करत होती. तिच्या दृष्टीनं आमच्या कुटुंबाबद्दलच्या गोष्टी मी जाणून घेणं फार महत्त्वाचं होतं. आमचं कुटुंब कसं आहे, आमचे कुटुंबीय कुठं आणि कसे राहतात हे सर्व ती मला नीट समजावून सांगायचा प्रयत्न करत होती.

ती हे सगळं संगतवार सांगत होती तेव्हा माझं लक्ष जमिनीत दिसणाऱ्या एका भोकाकडं होतं. एका गांधीलमाशीला मी त्या भोकात जाताना पाहिलं. बहिणीच्या

बडबडीचा मला जाम कंटाळा आलेला होता. मग मी काय केलं, एका झाडाजवळ जाऊन त्याची एक डहाळी तोडली आणि त्या भोकात खुपसली.

"काय चाललंय तुझं सँडी?" मॅगी माझ्यावर खेकसली, पण मी काहीच उत्तर दिलं नाही. तेव्हा ती मी उभ्या असलेल्या जागेकडं आली. मी काय करतोय हे पाहताच ती ओरडली, "सँडी, अरे तुला काही वेड-बीड तर लागलं नाहीये ना? ते गांधीलमाशांचं घर आहे. त्यांना छेडू नकोस. छेडलंस, तर तुला अख्खं चावून काढतील." ती परत ओरडत म्हणाली.

पण तरीही मी तिच्या बोलण्याकडं लक्षच दिलं नाही. परत परत त्या डहाळीनं त्या भोकाला डिवचत राहिलो. तरीही काही झालं नाही तेव्हा इरेला पडून मी ती जागा पायानं चांगली तुडवली. ही मात्रा मात्र बरोबर लागू पडली. त्या भोकातून कितीतरी गांधीलमाशा चवताळून बाहेर पडल्या. शेकडो गांधीलमाशा वेड लागल्यासारख्या तिथं घोंघावू लागल्या.

"अरे बाप रे!" मी किंचाळलो आणि त्यांना चकवून दुसरीकडं उडी मारली, पण बेसावध असल्यानं माझ्या बहिणीला ते पटकन सुचलं नाही आणि ती त्या चवताळलेल्या गांधीलमाशांच्या तावडीत सापडली. क्षणात त्या तिच्या अंगावर त्वेषानं तुटून पडल्या. त्यांना प्रतिकार करण्यासाठी ती हवेत हात झाडू लागली. तिथल्या तिथं गोल-गोल फिरू लागली, कुत्र्यासारखी केकाटू लागली. तिचे ते वेडे चाळे पाहून मला खूप हसू आलं; पण ती जेव्हा निष्प्राण झाल्यासारखी पालापाचोळ्याच्या ढिगात पडून राहिली तेव्हा मात्र माझं धाबं दणाणलं. तिला काय झालंय हे पाहायला मी तिच्याजवळ गेलो, तो काय, तिच्या अंगभर गांधीलमाशा चढलेल्या होत्या. केसांमध्येसुद्धा त्या गच्च चिकटून होत्या. मी माझ्या पायाने त्यांना तुडवायचा प्रयत्न केला, पण काही उपयोग झाला नाही. त्या तिला सोडायलाच तयार नव्हत्या. थपडा मारून मी त्यांना हातांनी हटवायचा प्रयत्न केला, तर त्या मलाच चावायला लागल्या. डहाळ्यांनी त्यांना झोडपायचा माझा प्रयत्नही फोल ठरला. आता मात्र माझ्या तोंडचं पाणीच पळालं. कोणाची तरी मदत मिळवावी म्हणून मी धूम पळत सुटलो.

खारीच्या चपळाईनं मी रानाच्या बाहेर पडलो. पार शेतापर्यंत धावत आलो, पण अध्ये-मध्ये मला कोणीच भेटलं नाही. मग मी मोठ्या घराकडं जायचं ठरवलं. मी दुरून जिमला शेतात ट्रॅक्टर चालवताना पाहिलं. "जिम, जिम," मी जिवाच्या आकान्तानं ओरडून त्याचं लक्ष वेधायचा प्रयत्न केला, पण त्यानं माझ्याकडं पाहून फक्त हात हलवले आणि आपलं काम चालूच ठेवलं. आतापर्यंत माझ्या जिवानं ठाव सोडला होता. शेताच्या बांधावरून उडी मारून मी जिमकडं बाणाच्या वेगानं धावलो.

“मुला, तुला झालंय तरी काय?” जिमनं विचारलं.

“गांधीलमाशा, माझ्या बहिणीवर गांधीलमाशा....” मी धापा टाकत, रडत-किंचाळत सांगितलं.

“गांधीलमाशा? तुझ्या बहिणीवर गांधीलमाशा? म्हणायचंय तरी काय तुला?”

“जिम, पटकन चल. माझ्या बहिणीच्या अंगावर, पूर्ण अंगभर, केसात माशाच माशा आहेत, गांधीलमाशा. तिला करकचून चावताहेत!”

“आं? काय म्हणतोस?” असं म्हणत, क्षणभरही न थांबता जिमनं मला त्याच्या ट्रॅक्टरवर घेतलं अन् धडधडणारा ट्रॅक्टर हा हा म्हणता शेत, शिवार, कच्चा रोड पार करून जंगलात शिरला. जिम चढ-उतारावर, झाडांच्या गर्दीतून ट्रॅक्टर चालवत मॅगीला शोधत होता. मी सांगितलेल्या जागेवर तो ट्रॅक्टर घेऊन आला, पण तिथं मॅगीचा पत्ताच नव्हता.

“नक्की इथंच होती ना ती?” त्यानं ट्रॅक्टरच्या घरघरवर आवाज चढवत विचारलं.

“हो, इथंच तळमळत पडली होती.” मी म्हणालो.

मग इंजीन बंद करून त्यानं कानोसा घेतला. आम्हाला जंगलाच्या खूप आतनं मॅगीचं विव्हळणं ऐकू आलं. जिमनं क्षणार्धात ट्रॅक्टरमधून बाहेर उडी घेतली. झपाट्यानं झाडं पार करत तो सुसाट्यानं धावत सुटला. त्याच्या मागोमाग मीही धडपडत पळत होतो.

मॅगीपाशी पोहोचल्यावर त्यानं आपलं जॅकेट काढून तिच्या पाठीवरच्या माशांना झोडपायला सुरुवात केली. मग त्याची नजर तिच्या डोक्यात वळवळणाऱ्या गांधीलमाशांकडं गेली. त्यानं आपल्या बोटांनी त्यांना उचकटून फेकून द्यायचा प्रयत्न केला, पण एकट्यानं हे निभवणार नाही हे पाहताच त्यानं तिला पाठुंगळीला मारून पटकन ट्रॅक्टरवर घातलं आणि ट्रॅक्टर चालवायला सुरुवात केली. आता तर तिचा विव्हळण्याचा जोर आणखी वाढला होता. चेहरा फुगून हुप्प झाला होता. आम्ही शेतावर पोहचल्यावर आणखी काही लोक धावून आले. सगळ्यांनी मिळून मॅगीच्या अंगावरल्या माशांना हुसकावून लावलं. मी हे सगळं डोळ्याची पापणीही न हलवता, गुपचूप उभा राहून पाहत होतो. मलाही घेरी येतेय की काय असं वाटत होतं. केव्हातरी एक बाई मला उचलून शेतावरच्या घरात घेऊन गेली.

त्यानंतर तब्बल दोन आठवड्यांनी मी मॅगीला पाहू शकलो. हे सगळं कसं घडलं याबद्दल मी अवाक्षरही काढलं नाही, पण मनातल्या मनात मी फार बेचैन होतो. मॅगीला खूप यातना सहन कराव्या लागल्या होत्या. कदाचित तिला माझा खूप रागही आला असेल, पण तिनंही झाल्या प्रकाराबद्दल कोणाला काही सांगितलं नाही.

एक दिवस आमच्या दत्तक आई-वडिलांनी मॅगीला शाळेत पाठवलं नाही. त्यांनी आम्हाला खसखसून आंघोळ घातली. स्वच्छ, चांगले कपडे घातले. आमच्या दत्तक बापानं आम्हाला पाहायला वेल्फेअर येणार आहे म्हणून सांगितलं. पूर्ण सकाळभर आम्ही त्या लोकांची वाट पाहिली. शेवटी दुपारी खूप उशिरा वेल्फेअर बाई आल्या.

"मी त्यांना काही सांगितलेलं नाही." आमचा बाप म्हणाला.

यावर त्या बाईंनी आम्हाला सांगितलं की, आम्हाला ते घर सोडून निघायचं आहे. हे आम्ही प्रथमच ऐकत होतो.

या दत्तक कुटुंबात आम्ही तीन वर्षं काढलेली होती, पण तिथून निघताना आम्हाला कणभरही वाईट वाटलं नाही. उलट वाटलं, चला, छळवादातून सुटलो आपण.

काहीही गोंधळ न घालता आम्ही गुपचूप मोटरमध्ये जाऊन बसलो. वेल्फेअरच्या बाई त्या कच्च्या, धुळीच्या रस्त्यावरून कार चालवत होत्या. दत्तक कुटुंबातल्या त्या लोकांनी आम्हाला हात हलवून निरोप दिला. मॅगीनंही त्यांचा हात हलवून निरोप घेतला, पण त्यांचा निरोप घ्यावा असं मला नाही वाटलं. मी फक्त खिडकीतून त्यांच्याकडं पाहत होतो. आमची गाडी जनावरांना थांबवण्यासाठी केलेल्या एका उंचवट्यापाशी आली. मला मोठ्या घराकडं जाणारा रॉजर दिसला. खिडकीच्या काचेवर टक टक आवाज करून मी त्याचं लक्ष वेधायचा प्रयत्न केला, पण रॉजरच्या ते लक्षातच आलं नाही. तो आपला तसाच चालत राहिला. आम्ही हळूहळू मुख्य रस्त्याला लागलो. उजवीकडं मोटार वळवून वेल्फेअर बाई गाडी चालवत राहिल्या.

"तुमच्यासाठी ही एक नवीन सुरुवात आहे." मध्येच केव्हातरी वेल्फेअर बाई म्हणाल्या.

त्यांचा स्वर ऐकून मॅगी अगदी रडकुंडीला आली. "नवीन सुरुवात? म्हणजे काय? म्हणायचंय तरी काय तुम्हाला मॅडम? कुठं घेऊन चाललाय तुम्ही आम्हाला?"

"तुम्हा दोघांना बालगृहात प्रवेश मिळालाय."

"पण तिथल्या कोणालाच आम्ही ओळखत नाही." मॅगी.

"काही काळजी करू नका. तिथं खूप मित्र-मैत्रिणी मिळतील तुम्हाला."

मी काहीच बोललो नाही. आम्ही कुठं जातोय याची मला यत्किंचितही फिकीर नव्हती. कारण त्या भयंकर घरापासून आणि त्या क्रूर बापापासून आमची एकदाची सुटका झाली होती, त्याचाच मला खूप आनंद झालेला होता. मला खात्री होती की, त्या माणसापेक्षा किंवा घरापेक्षा जास्त वाईट माणूस वा जागा पूर्ण जगात नसणार. पण हा विचार किती चुकीचा होता! तिथं आम्हाला मिळालेली वाईट वागणूक

म्हणजे आमचं प्राथमिक प्रशिक्षण होतं. आमच्या आयुष्यात पुढे त्याहूनही भयंकर गोष्टी वाढून ठेवल्या होत्या!

दुंडीमध्ये सामान खरेदी करून एकदा मेरी आपल्या फ्लॅटवर परतली तेव्हा तिला दारापुढच्या पायऱ्यांवर आमचा बाप बसलेला दिसला. त्याच्या तोंडातून दारूचा भपकारा आला. आईला पाहून त्यानं विचारलं, ''मला पाहून तुला आनंद झाला असेल ना?'' तिच्या उत्तराची वाटही न पाहता तो घरात शिरला. तिनं त्याच्यासाठी चहा केला.

''फार छान आहे तुझं घर!'' इकडं-तिकडं बघत तो म्हणाला.

यावर तिनं त्याला स्पष्ट शब्दांत सांगितलं, ''तुला दिवसभर बाहेरच काही-बाही करत राहावं लागेल कारण वेल्फेअरचे लोक घर बघायला येणार आहेत. मिशनचे लोकही घरी येणार आहेत.'' शेवटी त्याला घरातून बाहेर काढायला तिला दहा शिलिंग द्यावे लागले.

माझ्या बहिणीला, हेलनला आईकडं परत यायचं होतं म्हणून वेल्फेअरचे लोक आईचं घर पाहायला येणार होते. हेलनला ज्यांनी ठेवून घेतलं होतं त्या कुटुंबातल्या लोकांशी आईनं संपर्क ठेवला होता आणि त्यांनीच वेल्फेअरला, हेलनला तिच्या खऱ्या आईकडं पाठवावं असं सांगितलं होतं. हेलन आता चौदा वर्षांची होती. मिशनच्या लोकांनी वेल्फेअरला आश्वासन दिलं होतं की, हेलनला तिच्या आईकडं परत पाठवलं गेलं तर ते तिच्याकडं लक्ष देतील आणि गरज पडल्यास त्या दोघींना मदतही करतील.

''तुझा नवरा तुरुंगातून बाहेर आल्यावर तू त्याला पाहिलंयस का मिसेस रीड?'' वेल्फेअर बाईंनी विचारलं.

''नाही.''

''तू त्याला परत घरात घेशील का?''

''नाही.''

''आम्ही हेलनला आठवड्याच्या सुट्टीच्या दिवशी तुझ्याकडं पाठवू. तू तिला आवडतेयस की नाही हेही पाहू.''

''बरं!''

''सगळं ठीक असेल, तर तिला तुझ्याकडं कायमचं रहायची परवानगीही मिळेल.''

''बरं!''

संध्याकाळी मेरी परत मिशन हाउसला गेली. ती सगळ्यांच्या वाडग्यांमध्ये सूप

भरत होती. सूप देता देता तिनं वर पाहिलं. तिथं हेन्री उभा होता. तिनं त्याच्या वाडग्यात सूप ओतलं. इतरांबरोबर तोही टेबलाशी जाऊन बसला. काउंटरवरचं काम आटोपल्यावर ती त्याच्याजवळ बसायला गेली.

"आणखी थोडं सूप मिळेल का मला मेरी?" एका माणसानं मेरीला विचारलं.

"हो. घेतोस का तुझं तू?" ती आपल्या जागेवरूनच म्हणाली.

"थांबा." मिशनच्या पाद्र्याचा आवाज होता हा. "असं आपल्या आपण नाही सूप घेऊ शकत तुम्ही. मेरी, तूच उठून दे बरं त्याला सूप."

सूप देण्याचं काम झाल्यावर त्या पाद्र्यानं मेरीला चर्चच्या सर्व्हिस हॉलमधल्या खुर्च्या नीट रांगेत लावून ठेवायला सांगितल्या. खुर्च्या नीट करता करता तिनं थाळीत जमलेल्या पैशांकडं नजर टाकली. माझ्या बापासारखे कफल्लक थाळीत काहीच टाकत नसत, पण कधीही सूप न घेणारे काही दानी लोक मात्र त्यात थोडे-फार पैसे टाकत. त्या थाळीत काही कॉपर्स होते, काही नोटा होत्या. माझ्या आईनं थाळीतून फक्त दहा शिलिंगच्या दोन नोटा काढून घेऊन आपल्या पाकिटात ठेवल्या.

काम संपल्यावर तिनं आपला कोट घेतला आणि ती बाहेर जाऊ लागली. दाराशी हेन्री तिची वाट पाहात उभा होता. तिच्या बरोबरीनं तो रस्त्यावर चालू लागला तशी पाद्रयानं त्याला हाक मारून परत बोलावलं.

"कशासाठी बोलावलंत मला फादर?"

"हं! सगळ्यांबरोबर तिकडं लॉजिंग हाउसमध्ये राहायचं. रात्री झोपायला बिछाना मिळेल तुला. आता मेरीला नको त्रास देऊस."

आठवड्याच्या शेवटी, सुटीच्या दिवशी हेलन घरी आली. ह्या वेळी वेल्फेअर बाई तिथं जास्त रेंगाळल्या नाहीत. हेलननं मेरीला ती जिथं जिथं राहिली होती, त्या सगळ्या घरांबद्दल सांगितलं. शाळा संपल्यावर तिला नर्स व्हायचं होतं. नाहीतर तिला प्राण्यांशी संबंधित काही काम करायलाही आवडलं असतं. मेरीनं तिला सांगितलं की, दुंडीमध्ये दुकानात किंवा फॅक्टरीमध्येसुद्धा खूप नोकऱ्या मिळतात.

रविवारी दुपारी वेल्फेअरच्या बाई हेलनला परत घेऊन जायला आल्या. त्यांनी हेलनला सांगितलं की, पाहिजे तर पुढच्या वीकएंडच्या सुटीलाही तू आपल्या आईकडं येऊ शकतेस.

शेवटी मेरीच्या आयुष्यात सुखाचे क्षण येऊ लागले होते, अशी चिन्हं दिसत होती.

ग्रीनबँक्स

माझ्या पार्श्वभागावर गाजर ठेवण्यात आलं होतं. आणि खाली वाकलेल्या अवस्थेत मी त्या कॉरीडॉरमधून जोरात पळून जायचा प्रयत्न करीत होतो.

''ए, पळू नकोस. चालत जा कॉरिडॉरमधून. कितीदा सांगितलंय तुला की, कॉरिडॉरमधून धावत-पळत जायचं नाही!''

मी धावण्याचा वेग कमी करून चालायला लागलो. माझा पाठलाग करणाऱ्या मुलानं मला दिलेल्या शिव्या मला आता स्पष्ट ऐकू येत होत्या. अकरा-बारा वर्षांचा तो मुलगा फार खोडसाळ दिसत होता. त्याचे केस लालसर पिवळे होते. जन्मात पहिल्यांदाच मी असे केस पाहिले होते. म्हणूनच मी त्याला 'गाजऱ्या' म्हणून चिडवलं होतं. एव्हाना मला ओरडून मेट्रन तिच्या ऑफिसमध्ये गेली होती. आता कॉरिडॉरमध्ये आम्ही दोघंच उरलो होतो.

''म्हण बरं माझ्या तोंडावर 'गाजऱ्या'! दाखवतोच तुला माझा इंगा!'' तो दात-ओठ खात ओरडला आणि त्यानं माझा गळाच पकडला.

''हं! बास झालं आता.'' मेट्रननं पटकन ऑफिसमधून बाहेर येऊन आम्हाला दटावलं आणि खेळाच्या खोलीत पाठवलं. खेळाच्या खोलीत गेल्यावर तो परत आपल्या चित्राकडं वळला. मी माझ्या बहिणीकडे त्याच्याबद्दल तक्रार केली. मग काय, तिनं गुपचूप जाऊन त्यानं ब्रश बुडवण्यासाठी ठेवलेल्या बोलला धक्का दिला. पाण्यानं त्याचं चित्र पार खराब झालं. ते पाहून तो रागानं लालेलाल झाला. ते पाहून आम्ही भाऊ-बहीण दात दाखवत हसू लागलो. ह्या सगळ्याचा परिणाम म्हणून त्याला परत बाकावर बसून राहायची शिक्षा देण्यात झाला.

ग्रीनबँक्स चिल्ड्रन्स होमचा एक नियम होता. तुम्ही आपलं भांडण लवकर मिटवलं नाहीत, ते ताणून धरलंत, तर तुम्हाला मेट्रनच्या ऑफिसबाहेरच्या लाकडी बाकावर बसून राहावं लागे. तिथं बसलेल्या मुलांवर मेट्रनची करडी नजर असे.

ह्या चिल्ड्रन्स होममध्ये लहान मुलांपासून ते सतरा-अठरा वर्षांच्या मुलांपर्यंत वेगवेगळ्या वयांची खूप मुलं होती. त्या सगळ्यांत बहुधा मीच सगळ्यात वाईट

दिसणारा मुलगा होतो; असणार. कारण मी तीन वर्षांपूर्वी आपल्या दत्तक पालकांकडे आलो होतो तेव्हापेक्षाही आता रोडावलो होतो. अंगावर मांसाचा लवलेश नसलेला बारकेला, सुकडा मुलगा होतो मी.

युद्धकाळात ग्रीनबँक्स चिल्ड्रन्स होममध्ये सैनिक राहत असत. आतासुद्धा डॉर्मिटरीमध्ये, मुलांच्या झोपायच्या मोठमोठ्या खोल्यांमध्ये हॉस्पिटमध्ये असतात तसे चाक असलेले मोठाले पलंग होते. मॅगी मुलींच्या डॉर्मिटरीमध्ये झोपत असे आणि मी मुलांच्या डॉर्मिटरीमध्ये. एकदा का अंथरुणात शिरलं आणि लाइट बंद झाले की, आम्हाला तोंड बंद ठेवून गुपचूप पडून राहावं लागे. सकाळी हॉस्टेलच्या कर्मचाऱ्यांपैकी कोणीतरी हातातली घंटा वाजवत डॉर्मिटरच्या ह्या टोकापासून त्या टोकापर्यंत चालत जाई. ती घंटा ऐकूनही अंथरुणात पडून राहायची कोणाची बिशाद नव्हती. उठल्या-उठल्या आम्हांला तोंड धुवायला मोरीत जावं लागे. ताजी हवा आत यावी म्हणून मोरीच्या सगळ्या खिडक्या सताड उघड्या टाकलेल्या असत. त्यामुळे तिथं जाताच आम्ही जवळ-जवळ गोठूनच जायचो. थंड फरशीवर उभं राहून चिनी मातीच्या सिंकमध्ये आम्हाला तोंड-हात धुवावे लागत असत. आम्ही दात घासायचो, तेव्हा ते चक्क थुड-थुड वाजत असायचे. दात घासल्यावर आम्हांला डॉर्मिटरीमध्ये जाऊन आपलं अंथरूण आवरून ठेवावं लागे. डॉर्मिटरी झाडू मारून साफ करावी लागे. मग आम्ही ती नीट साफ केलीये की नाही ते पाहायला आमच्या मेट्रनबाई यायच्या. त्यांचं समाधान झाल्यानंतर आम्हाला न्याहरीसाठी लाइन लावून उभं राहावं लागे. खाण्यापूर्वी आमचे हात आणि नखं तपासली जात. मग कुठं आम्हाला न्याहारी करायला परवानगी मिळे.

चिल्ड्रन्स होमच्या बाहेर झोके होते, वाळूचा खड्डा होता. धावाय-पळायला खूप हिरवळ होती. त्या दिवशी त्या लाल केसांच्या मुलाने मला भिंतीजवळ अडवून ठेवलं, पण तितक्यात चटकन मॅगी आली आणि तिनं त्याला लाथा मारत पार्कभर पळवलं. त्यामुळे त्या वेळी तिला प्रत्येक शनिवारी मुलांना मिळणारा पॉकेट मनी मिळाला नाही. कोणी होम्सचे नियम तोडले, आवाज चढवून बोललं, होमच्या लोकांनी सांगितलेली गोष्ट केली नाही किंवा बराच काळ भांडण चालू ठेवलं, तर त्या मुलाला किंवा मुलीला ताबडतोब फार कठोर शिक्षा दिली जाई. त्यामुळे आम्हांला फार जपून व त्यांना पाहिजे तसंच वागावं लागे.

होमच्या लोकांनी मला लेवनच्या पार्कहिल स्कूलमध्ये घातलं. माझ्या वर्गात तशी खूप मुलं होती; पण होममधून येणारा मीच काय तो एकुलता एक मुलगा होतो आणि मला क्लासमध्ये सगळ्यात मागे बसून फूटपट्टीशी खेळत राहावं लागे. कारण मी वयाच्या मानानं एक वर्ग मागे होतो, असा त्यांचा समज झालेला होता. मला प्रायमरीच्या पहिल्या इयत्तेत बसवलं होतं. ह्या वर्गातल्या सगळ्या मुलांची

शाळा सुरू होऊन दोन महिने झालेले होते.

पहिल्या इयत्तेच्या बाई चांगल्या उंच-निंच होत्या. त्यांचे केस पांढरे होते. नाव होतं मिसेस मार्टिन. एकदा मी वर्गात शीळ घातल्यानं त्यांनी मला खेळायला पाठवलं नाही. "तू आत्ता शीळ घालत होतास ना, त्या गाण्याची चाल कोणी शिकवली तुला?" मी आपला असाच शिकलो होतो ती चाल. ती कोणाची आहे वगैरे मला काहीच माहीत नव्हतं. मग त्यांनीच मला सांगितलं की, ती मोझार्ट नावाच्या खूप चांगल्या संगीतकाराची चाल होती. त्यानंतर त्यांनी एका मुलाकडून पुस्तक घेऊन मला वाचायला सांगितलं. माझं वाचणं ऐकून त्यांनी मला वाचायला कोणी शिकवलं ते विचारलं. मी म्हटलं माझ्या बहिणीनं. ह्यावर "हा अभ्यासात मागं आहेसं सांगितलं होतं कोणीतरी, पण हा तर..." असं पुटपुटत त्या बाहेर निघून गेल्या.

कधीकधी शाळा संपल्यावर आम्हांला केस कापून घेण्यासाठी न्हाव्याकडं पाठवलं जाई; पण तो पठ्ठ्या केस कापायचाच नाही. मुळापासून भादरूनच टाकायचा. केसांना क्लिपा लावून तो हे केस भादरण्याचं काम करत असे. एकदा माझं न्हाव्याकडचं काम होईपर्यंत एक मुलगा माझ्यासाठी वाट पाहत बाहेर उभा राहिला. मग आम्ही दुकानाच्या मागच्या बाजूला गेलो. तिथं पुठ्ठ्याचे खूप बॉक्सेस भिंतीला लावून ठेवलेले होते. माझ्याबरोबरच्या त्या मुलाने त्या बाजूला एक जळती काडी टाकून पळ काढला आणि त्यासाठी पोलिसांनी मलाच पकडलं. मला पोलीस-कारमधून होममध्ये नेण्यात आलं. ह्या घटनेनं मेट्रन माझ्यावर फारच भडकली. शिक्षा म्हणून तिनं माझा आठवड्याचा पॉकेट मनी रद्द केला. शिवाय तो सबंध दिवस मला अंथरुणावर पडून राहावं लागलं. मला फक्त संडासला जायची आणि जेवणापुरतं उठायची परवानगी होती; पण त्या घटनेचा एक फायदा झाला. तो म्हणजे माझी आणि त्या मुलाची चांगली दोस्ती झाली. आम्ही अधूनमधून शाळेला बुट्टी मारून गमती-जमती करायला लागलो.

ख्रिसमसच्या वेळी होममध्ये मनोरंजनाचे कार्यक्रम होत. एका रात्री आम्हांला जादूचे खेळ करून दाखवायला एक जादूगार आला होता. त्या खेळासाठी पटांगणात खुर्च्या घातल्या होत्या. मी तिसऱ्या रांगेत बसलो होतो. जादूगारानं काहीतरी चित्रविचित्र पोशाख घातलेला होता. स्टेजवर आल्याबरोबर तो ओरडला, "हॅलो मुलांनो आणि मुलींनो!"

"हॅलो!" आम्हीही ओरडलो.

"मी आहे रॉजर द डॉजर!"

"हॅलो रॉजर द डॉजर!" आम्ही बेंबीच्या देठापासून ओरडलो. मग त्यानं आपले खेळ सुरू केले. एक लाल रंगाचा चेंडू त्यानं हिरव्या रंगाचा करून दाखवला. मग

त्यानं काहीतरी मंत्र म्हटला अन् रिकाम्या पिंजऱ्यात एकदमच चमत्कार झाल्यासारखा एक पक्षी पंख फडफडवू लागला.

"ते बघ कबूतर." एक मुलगा ओरडला. तशी जादूगार म्हणाला, "हो. पारवाच आहे तो." मग त्यानं त्याला मदत करायला म्हणून पहिल्या रांगेतून काही मुलं निवडली. काम झाल्यावर त्यानं त्यांना गोड गोळ्या दिल्या. मलाही तशा गोड गोळ्या पाहिजे होत्या. जादूगाराचं माझ्याकडं लक्ष जावं आणि त्यानं मला मदतीसाठी बोलवावं म्हणून मी मुद्दाम उठून उभा राहिलो. तर तो म्हणाला कसा, "ए पोरा, मध्येच उठून नको उभा राहूस. खाली बस. नाहीतर दुसऱ्यांना काही दिसणार नाही."

त्यानं दाखवलेले काही खेळ काहीतरीच होते, पण काही मात्र छान होते. सगळ्यात चांगला खेळ त्यानं शेवटी करायला ठेवला होता. ह्या शेवटच्या खेळात त्यानं टोपीच्या वरच्या भागातून ससा काढून दाखवला. सशाला घेऊन तो मुलांच्या पहिल्या रांगेजवळ आला. त्यानं एका छोट्या मुलीला सशाला हात लावू दिला, पण त्या बेट्यानं त्या छोटुकलीचं बोटच चावलं. तिच्या बोटातून रक्त ठिबकू लागलं. जादूगार तिच्याकडे लक्ष देत होता. तेवढ्यात तो ससा त्याच्या हातातून निसटला आणि गरागरा मुलांच्या भोवती पळायला लागला.

"पकडा, पकडा त्याला लवकर!" मेट्रन ओरडल्या. आता जादूगार त्या मुलीला सोडून सशामागे धावू लागला. सशाची मला कधीच भीती वाटायची नाही, पण लहान लहान मुलं ह्या प्रकारानं घाबरून गेली. रडायला लागली. सगळीकडं एकच गोंधळ माजला. त्या सशाला पकडता पकडता त्या जादूगाराची भंबेरी उडाली.

"लवकर पकडा त्याला!" मेट्रनबाई ओरडतच होत्या आणि इकडं ससा जादूगाराला चुकवत रांगा-रांगांतून सैरावैरा पळत होता. तो माझ्याजवळ येताच मी त्याची मान पकडून त्याला जादूगाराच्या स्वाधीन केलं.

"बास झाला तुमचा खेळ! आताच्या आता निघून जा इथून." मेट्रन उंच आवाजात चित्कारल्या आणि जादूगाराला काढता पाय घ्यावा लागला.

ख्रिसमसच्या दिवशी सकाळी आम्हां मुलांची मजा असे. डोळे उघडताच आमच्या भेटवस्तू आम्हांला दिसत, पण चर्चमधील प्रार्थना आणि फादरचा, धर्मोपदेशकांचा उपदेश ऐकल्यावरच आम्हाला त्यांच्यावर गुंडाळलेला कागद फाडायची परवानगी होती. मला एक काऊ-बॉय सूट – गुराख्यानं घालायचा सूट आणि त्याच्यासोबत कातडी पिशव्यांमध्ये दोन पिस्तुलं मिळाली. शिवाय सहलीसाठी आवश्यक असणारा कंपास – दिशानिर्देशक यंत्र, पाणी प्यायची बाटली, शिकार करायला लागणारा चाकू ह्यांसारख्या गोष्टींनी भरलेला एक बॉक्सही मिळाला.

माझ्या भेटवस्तू पाहून मेट्रन म्हणाल्या, "समजा, तू रॉबिन्सन क्रुसोसारखा

कुठंतरी हरवून गेलास तर ह्या सगळ्या गोष्टी तुला उपयोगी पडतील.'' मग आम्हांला ख्रिसमसची दणकेबाज मेजवानी मिळाली. आपापल्या नवीन खेळण्यांबरोबर खेळताना मुलं इतक्या जोरात ओरडत होती की, होममध्ये काम करणाऱ्या सगळ्या लोकांचं डोकं उठून गेलं. मस्त मजा आली! मुलींना बाहुल्या, शिवणाचा सेट, ड्रॉइंग बुक्स आणि असलंच काहीतरी रद्दड सामान मिळालं. आम्हां मुलांना मात्र खूप छान, छान गोष्टी मिळाल्या.

मला साहसी सहलीच्या वस्तू काही फारशा आवडल्या नाहीत. त्यामुळे मी त्या दुसऱ्या कोणालातरी देऊन टाकून त्याला मिळालेल्या भेटवस्तू बदल्यात घेणार होतो. माझं लक्ष कातडी चेंडू मिळालेल्या मुलाकडं गेलं. मग मी त्या मुलाबरोबर भेटवस्तूंची अदलाबदल केली. आम्ही रात्री ख्रिसमस ट्रीभोवती जमून बायबलमधल्या प्रार्थना म्हटल्या. अशा रीतीनं आमचा ख्रिसमसचा सण संपला. माझ्या आठवणीतला खूप चांगला दिवस होता तो.

माझी बहीण मॅगी कधीकधी माझं डोकं फारच फिरवत असे. एके दिवशी खेळण्यातली एक जुनी कार तिनं माझ्याकडं इतक्या जोरात भिरकावली की, माझा एक दात पडला आणि ओठ सुजला. माझ्या डोक्यात अशी तिडीक उठली की, एक काठी घेऊन मी तिच्यामागे धावू लागलो. मला चुकवण्यासाठी तिनं काय केलं असेल! एका बाथरूममध्ये घुसून दरवाजा बंद करून घेतला. मी आपला बाहेर उभा राहून काठीनं दरवाजा ठोठावत राहिलो. तेवढ्यात तिथं मेट्रनबाई आल्या आणि त्यांनी माझ्या हातातली काठी हिसकावून घेतली. मॅगीला माझा दात पाडल्याची शिक्षा मिळाली. एक आठवडा लवकर झोपून जायची शिक्षा होती ती. ही फारच भयंकर शिक्षा होती कारण संध्याकाळचा चहा अन् खाणं-पिणं झाल्याबरोबर शिक्षा झालेल्या मुलाला किंवा मुलीला अंथरुणात घुसावं लागे. सगळी मुलं इकडून तिकडे पळत असायची, गंमत करत असायची आणि हे पाहूनही शिक्षा झालेल्या मुलाला किंवा मुलीला गुपचूप अंथरुणात पडून राहावं लागे. अतिशय कंटाळवाणी शिक्षा होती ही!

एकदा कावीळ झाल्यामुळे मला होममध्येच राहावं लागलं. बाकी सगळी मुलं शाळेत गेलेली होती. मीच तेवढा अंथरुणात पडून होतो. एक मुलगी माझ्या खोलीत आली. तिला गालगुंड झालं होतं म्हणे. ती चौदा एक वर्षांची असावी. ती मला म्हणाली, ''तुला तर पिवळा ताप आलाय! ह्या तापानं तू एखादे वेळी मरून जाशील.'' मग मी तिला झापलं, ''काहीतरी बडबड करू नकोस. मेट्रननी सांगितलंय की, मला कावीळ झालीये. त्यामुळे मी थोडासा पिवळा पडलोय इतकंच. काही दिवसांनी सगळं ठीक होईल.'' माझ्या बोलण्याकडं त्या बावळटीचं लक्षच नव्हतं.

एकदमच ती मला म्हणाली, "तू कधी मुलींची छाती बघितलीयेस?"

"नाही." मी मान हलवत म्हणालो.

"माझी पाहायचीये तुला?"

"हो!"

आणि तिनं तिचा ब्लाउज उघडून मला आपली छाती दाखवली. मुलीची अशी उघडी छाती मी पहिल्यांदाच पाहत होतो.

दर शनिवारी सकाळी आमचे फाटलेले कपडे शिवायला, पायमोज्यांची दुरुस्ती करायला एक बाई यायची. त्या म्हाताऱ्याशा बाईचे केस पांढरे होते. काम करता करता ती बायबलमधली गाणी म्हणत असे आणि आम्हां सगळ्यांना गोड गोड गोळ्या देत असे. ज्यांना ज्यांना ती गाणी म्हणायला आवडत, त्या सगळ्यांना ती आपल्याबरोबर गाऊ देई, पण मला ती गाणी कधीच म्हणावीशी वाटली नाहीत. तरीही ती मला त्या गोड गोळ्या देई.

शनिवारी दुपारी आपला पॉकेटमनी मिळविण्यासाठी आम्हांला ऑफिसबाहेर रांग लावून उभं राहावं लागे. ही रांग भली मोठी, लांबलचक असे. पॉकेटमनी मिळायला आम्हांला तासभर तरी थांबावं लागे. तो किती असे हे आमच्या वयावर अवलंबून असे. मला चार पेनी मिळत. त्यातल्या तीन पेनींच्या मी गोळ्या-बिस्किटं घेऊ शके; पण एक पेनी मला रविवार सकाळच्या चर्चच्या फंडासाठी वाचवून ठेवावी लागे. दानासाठी गोळा करण्यात येणारी ही पेनी चुकून आमच्या हातून खर्च झाली, तर आमचं काही खरं नसायचं. कारण ह्याकडे मेट्रनचं बारीक लक्ष असायचं. चर्चच्या माणसाला देण्याआधी होमकडून जमा झालेल्या फंडातली एकेक पेनी ती मोजून ठेवत असे.

आमच्या चिल्ड्रन्स होममध्ये बॉयलरमॅन हा बंबांची दुरुस्ती करणारा एक माणूस येत असे. थंड आणि गरम पाण्याचे सगळे पाइप्स नीट आहेत की नाहीत हे तो तपासून पाहत असे. शिवाय होममधल्या काही वस्तूंची मोडतोड झाली, तर तो त्यांचीही दुरुस्ती करत असे. तो एक लठ्ठ-मुठ्ठ, टकल्या माणूस होता. तो जाड भिंगांचा चष्मा घालायचा. वस्तू दुरुस्त करण्यासाठी त्याच्याकडं वेगवेगळ्या हत्यारांचा डबा नसे. त्याच्या हातात फक्त एक हातोडी असायची. त्या हातोडीनं तो टेलिव्हिजन सेटपासून ते गाडीच्या निखळलेल्या चाकापर्यंतच्या सगळ्या वस्तूंची दुरुस्ती करू शके. त्यानं एकदा मला सांगितलं होतं की, वस्तू नीट करण्यासाठी तिला हातोड्यानं हळूच दोन-तीनदा ठोकायचं की एकदाच जोरात ठोकायचं हे नीट कळायला पाहिजे. ह्या बॉयलरमनला थोडी-फार जादूही यायची. त्याच्या बॉयलर रूममध्ये गेल्यास तो नाण्यांचे आणि पत्त्यांचे खेळ करून दाखवत असे. त्यासाठी तो आपल्याबरोबर नेहमी काही नाणी आणि पत्त्यांचा एक डाव ठेवत असे.

एकदा आम्ही सगळे बसलो असताना तिथं एक नवा मुलगा आला. त्याचं नाक ठेचलं गेल्यासारखं दिसत होतं. जणूकाही कोणी तळणीची कढई त्याच्या नाकावर मारली होती.

"तुझं तोंड असं का आहे?" मी त्याला विचारलं.

"काय झालंय माझ्या तोंडाला? ठीकठाक तर आहे!" तो.

"कशानं झालंय असं?"

"कशानं काय झालंय?" त्यानं विचारलं. 'थोडा बुद्धू दिसतोय' मी मनातल्या मनात म्हटलं. मग मात्र मी त्याला काही विचारलं नाही.

नंतर मला कळलं की, तो मुलगा तसा बरा होता. फक्त त्याचे ओठ सशाच्या ओठांसारखे, थोडे फाटलेले होते. मी त्याला घेऊन माझ्या बहिणीला भेटायला जात होतो. मध्येच आम्हाला मेट्रन दिसल्या. त्यांनी मला सहज विचारलं, "काय रे, नवा मित्र दिसतोय तुझा सँडी!" त्यावर मी म्हणालो, "नाही. त्याच्याबरोबर नुसताच फिरतोय मी."

आम्ही होमच्या बाहेर आलो. माझी बहीण तिथं आम्हांला भेटली. त्याला पाहून माझ्या बहिणीनंही तोच प्रश्न केला, "तुझ्या तोंडाला काय झालंय?"

त्यानं परत तेच सांगितलं तिला. "काही झालेलं नाहीये माझ्या तोंडाला."

"मग असं का दिसतंय ते?"

"असं म्हणजे?" त्यानं विचारलं.

मी बहिणीकडं पाहून डोळे मिचकावले, "मॅगी, एकदम छान आहे त्याचा चेहरा." मग त्या मुलाकडं बघून मी म्हटलं, "पुढच्या वेळी तुला कोणी तुझ्या चेहऱ्याबद्दल विचारलं ना, तर म्हण, तुला काय करायचंय? गेलास उडत!"

लाल केसांचा मुलगा खडूनं भिंतीवर चित्र काढत होता. मी त्या मुलाला घेऊन त्याच्याकडं गेलो.

"तू ह्या नव्या मुलाला भेटलायस?" मी लालकेशाला विचारलं.

"अरे, असा का दिसतोय तुझा चेहरा? काही झालंय का तुला?" लालकेशानं विचारलं.

"गेलास उडत!" नवा मुलगा म्हणाला. ते ऐकून लालकेशानं त्याच्या पार्श्वभागावर असा गुद्दा हाणला म्हणताय! बिचारा कळवळत खाली बसला. त्या नव्या मुलाला रडत-रडत पळून जाताना पाहून माझी आणि माझ्या बहिणीची हसून-हसून पुरेवाट झाली.

रविवारी सकाळी आम्हांला चर्चला पाठवण्यात येई. आम्ही रांग करून उभे राहत असू आणि चर्चच्या पैसे गोळा करण्याच्या थाळीत टाकायला एकेक पेनी ठेवलीये ह्याची खात्री करून घेतल्यावर मेट्रन आम्हांला रांगेनं चर्चला जायला

सांगत असे. आम्ही रविवारी सगळ्यात चांगले कपडे घालत असू. स्कूनी चर्चचा मिनिस्टर गंमतशीर बोलायचा प्रयत्न करत असे. त्याचं अर्ध बोलणं तरी आम्हाला ऐकून घ्यावंच लागे. नंतर आम्हाला चर्चच्या रविवार शाळेत पाठवण्यात येई.

आम्हाला चर्चपेक्षा रविवार शाळा जास्त आवडायची. तिथं टीचर बायबलमधल्या मोझेस आणि दुसऱ्या शिष्यांच्या छान छान गोष्टी सांगत असे. माझा सगळ्यात आवडता माणूस होता सॅमसन. सॅमसन रागावला की, नुसत्या मुठीच्या दणक्यानं मोठमोठ्या इमारतींना पाडून टाके. दोन बायका आम्हाला ख्रिश्चन गाणी शिकवत. येशू ख्रिस्ताचं सगळ्यात चांगलं चित्र काढणाऱ्या मुलाला किंवा मुलीला त्या बक्षीसही देत.

रविवारचं दुपारचं जेवण पूर्ण आठवड्यातलं सगळ्यात चांगलं जेवण असे. त्या दिवशी मसाला लावलेलं, बैलाचं भाजलेलं मांस आणि मोड आलेली कडधान्यं खायला मिळत. काही मुलांना भाज्या खायला अजिबात आवडत नसे. 'ताटात पडलेल्या सगळ्या गोष्टी खाल्ल्याच पाहिजेत' असं मेट्रन त्यांना ओरडे. मला सगळं खायला आवडे. त्यामुळे मी खुशीनं सगळं खाऊन माझी थाळी साफ करून टाकत असे.

रविवारी दुपारी आम्ही सकाळी घातलेले चांगले कपडे काढून ठेवून नेहमीचे साधे कपडे घालत असू. मग आम्ही लेथम खोऱ्यात चालत जात असू. गावाजवळच्या ह्या मोकळ्या जागेत एक खळखळणारा झरा होता. अवतीभवती खूपच झाडं आणि लांबवर पसरलेलं हिरवंगार गवत होतं. इथं होमचे लोक आम्हाला वाट्टेल तसा आरडाओरडा करत धावू-पळू देत. आम्हीही इथं वारं प्यायलेल्या वासरासारखे चौखूर उधळत असू.

होमपासून शाळेपर्यंतचं अंतर पंधरा मिनिटांचं होतं, पण मला तिथं पोहोचायला जवळ-जवळ तासभर लागे. मी अगदी रमत-गमत, रेंगाळत, इकडं-तिकडं थांबत आरामात चालत असे आणि शाळेची घंटा झाली तरी तिथं न पोहोचण्याची खबरदारी घेत असे. माझ्या उशिरा शाळेत येण्याची तक्रार आल्यानंतर मेट्रन मला सगळ्या मुलांच्या आधी शाळेत पाठवायला लागल्या, पण अर्थातच त्यानं माझ्या शाळेत पोहोचण्यात काहीच फरक पडला नाही. मी तिथं यथावत् उशीराच पोहोचत असे.

का कोण जाणे, पण मी माझ्या क्लासटीचरला आवडू लागलो होतो. त्यांनी मला सांगितलं होतं की, मी वर्गात गप्प बसलो, शाळेतलं शिकवणं नीट लक्ष देऊन ऐकलं, तर त्या मला त्यांच्या घरी चहासाठी घेऊन जाण्याविषयी होमच्या मेट्रनना विचारतील.

आणि मग एके दिवशी एका मुलाच्या दप्तरातून कंपास वगैरेसारखी सामग्री

असलेला बॉक्स, ॲक्शन मॅन गायब झाला. त्याच्या शोधासाठी हेडमास्तरांनी शाळेत पोलिसाला बोलावलं. हा पोलीस नेमका तोच पोलीस निघाला. त्यानं मला न्हाव्याच्या दुकानामागं लागलेल्या आगीसाठी पकडलं होतं. मला शाळेत पाहून ही चोरीही मीच केलीये असं त्याला वाटलं. त्यानं मला चांगलं धारेवर धरलं. मी ह्या गोष्टी अशाच चालू ठेवल्या, तर तो मला चांगली शिक्षा करेल. माझा बाप चोर आहे आणि मीही त्याच्यासारखा चोर आहे, असं बडबडत त्यानं मला चोरीचा गुन्हा कबूल करायसाठी दमदाटी केली. मी गप्पच बसलेला पाहून त्यानं मला दम भरला, "बारीक लक्ष ठेवेन मी तुझ्यावर. कळलं? आणि परत काही गडबड केलीस, तर याद राख! मोठ्या मान्यताप्राप्त शाळेतच डांबेन तुला. त्या शाळेतल्या लोकांना तुझ्यासारख्या मुलांना कसं सरळ करायचं ते चांगलं माहीत असतं."

ह्या होममध्ये येऊन आम्हाला आता दीडेक वर्ष झालं होतं. एके दिवशी होममधल्या लोकांनी मला आणि मॅगीला 'शाळेत जाऊ नका' म्हणून सांगितलं. मेट्रननी येऊन सांगितलं की, वेल्फेअरनं आमच्या पालनपोषणासाठी आणखी एक दत्तक घर शोधलं होतं आणि आता आम्हाला तिथं पाठवण्यात येणार होतं. आम्हाला अशा रीतीनं अशा गोष्टी सांगितल्या जात की, आम्हाला त्या निमूटपणे ऐकाव्याच लागत आणि आमच्या मनात असो वा नसो, त्या ठिकाणी आम्हाला काही न बोलता जावंच लागे. माझी एवढीच इच्छा होती की, ह्या जागेपेक्षा ती जागा जास्त चांगली असावी.

"तुला चांगली झोप आली की नाही मुली?"

""हो, आली ना. खूप आरामशीर बिछाना आहे आई."

"बरं झालं. बरं, तयार होऊन ड्रॉइंग रूममध्ये ये. तुझ्यासाठी चहा करून ठेवलाय मी."

हेलन तयार होऊन ड्रॉइंग रूममध्ये फायरप्लेसपाशी आईजवळ येऊन बसली.

"चहा पी हेलन." आई मायेनं म्हणाली.

"मला चहा आवडत नाही. मला प्यायला साधारणत: दूधच देतात."

"चहा पिऊन तरी पाहा पोरी. सकाळच्या थंड वेळी चहा प्यायल्याने अंगात ऊब येते."

मग त्या असंच काहीबाही बोलत राहिल्या. मेरीनं हेलनला तिच्या भावंडांबद्दल सांगितलं.

"हेलन, तू जिथं जिथं राहिलीस तिथं तुला त्यांच्यापैकी कोणी दिसलं का गं?"

“नाही आई. मला कधी कोणी दिसलं नाही आणि खरंच सांगते, माझ्या अगदी शेजारी माझा भाऊ किंवा बहीण येऊन उभी राहिली, तरी मला ओळखू येणार नाही.”

“तुला डेव्ही नावाचा एक भाऊ होता. बिचारा काहीच दिवसांपूर्वी वारला.”

“वारला?”

“हो, त्या रोडजवळच्या एका जुन्या घरात विजेचा झटका लागून गेला गं तो!”

“किती वर्षांचा होता तो आई?”

“अठरा वर्षांचा होता. माझ्याजवळच राहत होता.”

“तुला खूप मोठा धक्का बसला असेल ना?”

“हो बाळ. ईस्टर्न सिमेट्रीमध्ये त्याचं दफन केलं. देव त्याच्या आत्म्याला शांती देवो!”

हेलननं हात-पाय-तोंड धुतले आणि मग त्या दोघी बाजारात गेल्या. घरी येताना एका पडीक जमिनीवर त्यांनी काही धटिंगणांना दारू पिऊन धिंगाणा घालताना, भांडताना पाहिलं. मेरीनं पटकन आपल्या मुलीचा हात पकडला आणि तिला घेऊन तिनं गडबडीनं रस्ता ओलांडला.

“आई, ते टिंकर आहेत का गं?”

“हो!”

“तुझ्या माहितीतले आहेत?”

“हो.”

“कोण आहेत ते आई?”

“आहेत कोणीतरी रानटी लोक. त्यांच्याकडं जास्त लक्ष देऊ नकोस मुली.”

त्यांचं असं बोलणं चाललेलं असताना एकदमच गदारोळ उठला. ती माणसं एकमेकांच्या उरावरच बसली. एकमेकांना लाथा-बुक्क्यांनी मारू लागली. हेलननं घाबरून जाऊन पहिल्यांदाच आपल्या आईचा हात पकडला.

“पोलिसांना कळव ना आई!”

“काही नको. काही झालं नाहीये त्यांना. त्यांच्याकडं लक्ष दिलं नाही की, झालं!” मेरी म्हणाली. त्या सगळ्यांमध्ये हेलनचे वडीलही होते हे मेरीनं मुद्दामच हेलनला सांगितलं नाही.

मिशन हाउसमध्ये शनिवारची रात्र फार गडबडीची असायची. तिथं आलेल्या लोकांना सूप वाढून देण्याच्या कामात हेलननं आपल्या आईला मदत केली. दाराजवळ काहीतरी बाचाबाची चालली होती. चर्चच्या मिनिस्टरबरोबर काही लोक वाद घालत होते.

“सूप घ्यायला आत येऊ का आम्ही?” त्यांच्यातल्या एकानं ओरडून विचारलं.

“नाही. अजिबात यायचं नाही तुम्ही आत आणि आता तुम्ही दरवाजातून हलला नाहीत ना, तर मला पोलिसांनाच बोलवावं लागेल.” मिनिस्टर ओरडले.

“आत का येत नाहीयेत ते आई?”

“अरे वा! छान आहे की ही पोरगी!” हेलनला पाहून टॉमी हेंडरसन म्हणाला.

“हो. माझी मुलगी आहे ती.” मेरी म्हणाली.

“तुझ्या नवऱ्यानं काय भांडण सुरू केलंय तिथं मेरी?”

“माझा नवरा नाहीये तिथं!” मेरी टॉमीकडं रागावून पाहत म्हणाली.

“ॲ! तो काय तिथं आहे! तर्र पिऊन आलाय आणि मिनिस्टरवर ओरडतोय.”

“टॉमी हेंडरसन, तुला सूप पाहिजेय की नाही?”

“हो, हो. दे ना!”

“मग ह्या वाडग्याकडं लक्ष दे.”

घरी परत आल्याबरोबर मेरीनं फायरप्लेसमधले कोळसे वर-खाली केले. त्यात आणखी थोडे कोळसे घातले. फायरप्लेसमधली आग छान ऊब देऊ लागली.

“कसं छान उबदार वाटतंय! मस्त दिसतोय जाळ.”

“का? तू राहतेयस त्या होममध्ये नाहीये अशी फायरप्लेस?”

“नाही ना! पण ज्या घरात लहानाची मोठी झाले त्या दत्तक घरात होती एक. आता मी राहते तिथं फक्त पाइप्स आहेत अणि ते नेहमी गारढोण असतात.”

“इकडं फायरप्लेसपाशी घेऊन ये तुझी खुर्ची. हं. आता आणखी सांग बरं मला तुझ्याबद्दल. तुला काय आवडतं? तुला काय व्हायचंय?”

मग हेलननं तिला सांगितलं की, तिला पॉप गाणी, उडत्या चालीची गाणी ऐकायला खूप आवडतात, पण होममधल्या सगळ्या रेकॉर्ड्स ओरखडे पडलेल्या, खराब झालेल्या होत्या. त्यामुळे तिला हल्ली गाणी ऐकायलाच मिळत नव्हती. ह्यावर आईच्या मायेनं मेरी तिला म्हणाली की, ह्यापुढं ती मुद्दाम तिच्यासाठी थोडे पैसे साठवत जाईल, म्हणजे तिला तिच्या आवडीच्या थोड्या-फार रेकॉर्ड्स विकत घेता येतील.

“त्यांनी मला तुझ्यापासून दूर का केलं होतं आई?”

“अगं, आपण तंबूत राहत होतो आणि वेल्फेअरचं मत होतं की, मुलांनी घरातच वाढलं पाहिजे.”

“तूपण तंबूत वाढली होतीस ना आई?”

“होय बाळ.”

“मग तू लहान असताना वेल्फेअर तुला दूर नाही घेऊन गेलं?”

“नाही.”

"का बरं?"

"त्या काळी सगळं फार वेगळं होतं. पहिल्या महायुद्धानंतरचा काळ होता तो. त्या वेळी लहान मुलांना तंबूतून दूर घेऊन जाऊन घरात ठेवून वाढवावं हे वेल्फेअरला सुचलं नव्हतं."

"माझ्या वडलांनीही युद्धात भाग घेतला होता?"

"हो. फक्त पंधरा दिवसांपुरता. मग त्यांना कंटाळा आला आणि ते टेकड्यांमध्ये पळून गेले."

"खरंच?"

"दुसऱ्या महायुद्धासाठी सरकारला ते पाहिजे होते."

"हो?"

"पण ते तर टेकड्यांमध्ये जाऊन लपून बसले होते. मग मला आणि तुझ्या आजीला तिथं जाऊन त्यांना अन्न पुरवावं लागे."

"आणि दारूपण द्यावी लागायची का आई?" हेलननं हसत हसत विचारलं.

"हो. तुझ्या वडलांना चांगल्या प्रतीची दारू लागे, पण ते टेकड्यांमध्ये राहत असताना त्यांना फारशी चांगली दारू मिळत नसे."

"तू दारू पितेस आई?"

"नाही, मी दारूच्या थेंबालाही शिवत नाही. मी खरी ख्रिश्चन आहे."

"पण आधी पीत होतीस का तू?"

"हो."

"त्यामुळेच तुझी सगळी मुलं तुझ्यापासून हिरावली गेली का?"

"अगं, टिंकर लोकांची मुलं त्यांच्यापासून हिरावून न्यायला त्यांना फारसं काही कारण लागायचं नाही."

"म्हणजे म्हणायचंय तरी काय तुला आई?"

"अगं त्याचं असं आहे की, तुम्ही मुख्य समाजापेक्षा वेगळे असलात... म्हणजे असं बघ, सगळे लोक घरात राहतायत आणि तुम्ही तंबूत राहताय, तर तुमची मुलं हिरावून न्यायला वेल्फेअरला एवढं कारण पुरेसं होतं."

"फार भयंकर आहे हे आई!"

"हो; पण ते तसंच आहे. आपण वेगळे लोक होतो. त्यांचं म्हणणं होतं की, आपण सगळे तंबूत राहणं सोडून देऊन बाकीच्या लोकांसारखं घर करून राहावं. टिंकर्सचं मन मानेल तसं हिंडणं-फिरणं त्यांना अजिबात आवडत नव्हतं. त्यांना आपली जीवनपद्धती बदलून टाकायची होती. त्यांना वाटलं की, आमच्या लहान-लहान मुलांना घेऊन जाऊन त्यांना वेगळ्या पद्धतीनं वाढवलं, तर ती आपल्या कुटुंबाबद्दलच्या, त्यांच्या जीवनपद्धतीबद्दलच्या सगळ्या गोष्टी हळूहळू विसरून

जातील. त्यांना आपल्या वेगळेपणाला संपवून टाकायचं होतं.''

''आपल्याला पार संपवून टाकायचं होतं?''

''हो आणि तो हिटलर नावाचा माणूस युद्ध जिंकला असता ना, तर आपली परिस्थिती ह्याहूनही जास्त वाईट झाली असती.''

''ह्याहून जास्त वाईट?''

''हो. त्यानं आपल्यासारख्या खूप लोकांना एका बंद खोलीत कोंडून तिथं विषारी धूर सोडला असता.''

''म्हणजे आपल्याला मारून टाकलं असतं?''

''हो. नक्कीच.''

''त्याला तसं करू द्यायला नको आई.''

''त्याला तसं करू दिलं गेलं नाही. वेल्फेअरलाही तसं करू दिलं नाही. म्हणूनच त्यांनी आमच्या लहान-लहान मुलांना उचलून न्यायला सुरुवात केली. त्यांना लोकांच्या घरात, नाहीतर होममध्ये ठेवायला सुरुवात केली.''

''तुला किती मुलं होती एकूण?''

''सगळी मिळून एक डझन, बारा जण होते.''

''खूपच मुलं होती की तुला आई!''

''हो. अगदी पहिला एक मुलगा होता, पण तो दोन आठवड्यांतच मरून गेला. मग झाला तुझा भाऊ डेव्ही. तो विजेचा शॉक लागून मेला. म्हणजे तुला खूपच भावा-बहिणींना भेटायचंय अजून.''

मध्ये थोडा वेळ दोघी गप्पच बसल्या. मग हेलननं हळूच विचारलं, ''माझी आठवण येत नव्हती कधी तुला आई? मी तुझ्याजवळ नसल्यानं तुला वाईट नव्हतं वाटत?''

''काय विचारतेयस हे मुली? तुला घेऊन गेल्यानंतर जीव कासावीस झाला माझा. सारखा तुझा चेहरा डोळ्यांसमोर यायचा. एवढंच नाही, तर माझ्याकडून हिरावून नेलेल्या एकेका लेकराच्या आठवणीनं मी झुरत असायची.''

दोघी जणी हेलावून गेल्या. मग थोड्या हसल्या. हेलननं आपल्या भावा-बहिणींच्या बाबतीत आणखी काही प्रश्न विचारले. मग आपल्या आईचा हात हातात घेऊन ती हळुवारपणे म्हणाली, ''मला आवडलीस तू आई. तुझ्याकडं कायमचं राहायला यायची परवानगी मागेन मी वेल्फेअरला.''

मेरी चुकचुकत म्हणाली, ''मनाशी फार मोठ्या आशा बाळगू नकोस तू मुली. वेल्फेअरमधली सगळी माणसं उलट्या काळजाची आहेत.''

''त्यांनी मला तुझ्याकडं राहायची परवानगी दिली नाही, तर मी पळूनच येईन.''

मेरी समाधानानं हसून म्हणाली, ''नक्कीच पळून येशील तू. पण बाईसाहेब,

झोपायची वेळ झाली बरं आता!''

भर दुपारी हेन्रीनं दार बडवून त्यांना झोपेतून उठवलं.

''काय पाहिजेय तुला हेन्री?''

''अजून झोपली होतीस तू मेरी?''

''हो. आणि हे बघ, तुला अजून पैसे पाहिजे असतील, तर सांगून ठेवते, माझ्याजवळ एक दिडकीही नाहीये.''

''थोडे तरी नक्कीच असतील तुझ्याकडं. माझा घसा पार कोरडा पडलाय बघ. थोडं जरी प्यायला मिळालं ना....''

''हेन्री रीड, तू माझ्या घरातून निघून गेला नाहीस, ना तर मी तुझ्या घशाचा पुरता बंदोबस्त करेन बघ.''

''फक्त दहा शिलिंग दे मेरी. लग्गेच निघून जातो.''

''सांगितलं ना एकदा हेन्री, माझ्याकडं अजिबात पैसे नाहीयेत.''

''थोडे तरी असतीलच कुठंतरी. शोध ना जरा!''

मेरी पर्ससाठी स्वयंपाकघरात गेली. ती बाहेर येईपर्यंत हेन्री दरवाजातून ड्रॉइंग रूममध्ये पोहोचला होता.

''तू कधीतरी मारून टाकणार आहेस बघ मला.'' त्याच्या हातात पाच शिलिंग कोंबत मेरी म्हणाली. हेन्री पैसे घेऊन निघून जाणार एवढ्यात हेलन तिथं आलीच.

''आई, हे आहेत का माझे वडील?''

''हो, पण त्यांच्याकडं काही लक्ष देऊ नकोस.''

''कितवी मुलगी आहेस तू?'' हेन्री.

''आपल्या मुलीलासुद्धा ओळखू शकत नाहीस हेन्री रीड? ती हेलन आहे. शनिवार-रविवारच्या सुटीसाठी आलीये ती. आजच निघून जाईल ती होमला.''

''असं? मेरी, दहा शिलिंग दे ना.'' त्याला हेलनबद्दल काहीच प्रेम नव्हतं. त्याचं सगळं लक्ष दारूसाठी पैसे उकळण्याकडं होतं.

''हेन्री, माझ्याकडं अगदी पैसे नाहीयेत आता. आता तू जातोस की...''

''हेलन, तुला होममध्ये पॉकेटमनी मिळतो की नाही?'' आता त्यानं आपला मोर्चा हेलनकडं वळवला.

''तिच्या नको मागं लागूस आता.'' मेरी चिडून म्हणाली.

''मग तूच दे ना आणखी थोडे पैसे. नंतर क्षणभरही थांबणार नाही मी.''

मेरीनं परत एकदा पर्समध्ये हात घातला आणि त्याच्या हातात आणखी पंधरा पेनी ठेवल्या.

''आता आणखी नको मागूस हेन्री. मला पोरीसाठी गाण्याच्या रेकॉर्ड्स विकत घ्यायच्यात.''

''रेकॉर्ड्स? तुला कशाला पाहिजेत रेकॉर्ड्स? तुझ्याकडं रेकॉर्ड प्लेअरपण नाही.''

''ऐकू आलं नाही का तुला नीट? मी हेलनसाठी रेकॉर्ड्स आणणार आहे म्हटलं.''

तेवढ्यात हेन्रीनं चपळाईनं झडप घालून मेरीच्या हातून पर्स हिसकावून घेतली.

''रेकॉर्डस् म्हणे! हुंह!''

एव्हाना मेरीचा हातही त्याच्या हातातल्या पर्सपर्यंत पोहचला होता. तिचा हात झटकून टाकून त्यानं तिच्या चेहऱ्यावर ठोसा लगावला आणि तिचं बखोटचं पकडलं. हे सगळं पाहून हेलन पार घाबरून गेली. तिनं दरवाजातून बाहेर उडी मारली. पोलिसाला घेऊन ती परत येईपर्यंत तिचे वडील निघून गेले होते आणि पूर्ण घर अस्ताव्यस्त झालं होतं.

''त्याला गजाआड करू का?'' पोलिसानं विचारलं.

''नको. काही झालं नाहीये मला.''- मेरी.

हेलननं कपड्याचा बोळा ओला करून आईच्या सुजलेल्या चेहऱ्याला लावला.

''काय केलंय बघ त्यानं घराचं!'' मेरी कण्हत म्हणाली.

''नको वाईट वाटून घेऊस आई.''

''पेनी-पेनी वाचवून घेतलेलं घरातलं सामान, कष्टानं विकत घेतलेल्या डिशेस... नालायकानं खिडक्यांच्या काचापण फोडून टाकल्या.''

''म्हणत असशील, तर आता डांबतो त्याला तुरुंगात.'' पोलीस परत एकदा म्हणाला.

''फार त्रास देतो तो मला; पण त्याबद्दल काहीच करू शकत नाही मी.'' मेरी हताशपणे उद्गारली.

तेवढ्यात वेल्फेअरच्या बाई हेलनला घेऊन जायला आल्या. त्या पोलिसाबरोबर काहीतरी बोलल्या.

''परत नाही पाठवणार त्या तुला इथं हेलन.'' सुस्कारा टाकून मेरी कुजबुजली.

''आता मला कोणी अडवू शकणार नाही आई.'' हेलननं आईला धीर दिला.

''हेलन, इकडं ये बघू.''

हेलनचा हात धरून ठेवत मेरी उसासली, ''फार वाईट झालं बघ हे हेलन.''

''हेलन,'' वेल्फेअर बाईंचा सूर चढला होता.

''तू जा आता त्यांच्याबरोबर हेलन.''

''पण तुला असं सोडून कसं....''

''मला काय झालंय? मी ठीक आहे.'' चेहऱ्यावर उसनं हसू आणून मेरी म्हणाली.

"तुझा चेहरा कसा झालाय आई!"

"ठीक होईल तो. काही काळजी करू नकोस तू माझी."

"चल हेलन. आता निघायला पाहिजे आपल्याला." वेल्फेअर बाईंचा संयम आता संपुष्टात आला होता.

मेरीनं हेलनच्या हातात बळेच एक दहा शिलिंगची नोट कोंबली. "त्याच्या रेकॉर्ड्स घेऊन ये हेलन."

"आई, नक्की येईन मी तुला परत भेटायला."

"बरं बाळ!"

"तुझ्यापासून दूर नाही ठेवू शकत ते आता मला." मेरीकडे वळून बघत बघत हेलन त्या बाईंबरोबर निघून गेली.

ग्रीनबँक्स चिल्ड्रन्स होममधून नव्या दत्तक घरी येऊन आम्हाला एक आठवडा होत आला होता. तुम्ही कधी जिराफ पाहिला असेल, तर तुम्हाला ह्या नव्या घरातल्या माणसाच्या उंचीचा अंदाज येईल. हिटलरसारख्या मिशा असणारा हा माणूस फारच उंच आणि रोड होता आणि त्याची बायको चांगली लठ्ठ होती. तिचे केस नेहमी बनमध्ये चापूनचोपून बसवलेले असत. हे दोघं नवरा-बायको आम्हाला एका आठवड्यातच वैतागून गेले होते.

"हे करू नको. ते करू नको. माझे दागिने आहेत बघ तिथं. तोंड पुसून घे. शिव्या द्यायचं थांबव." तिच्या जिभेचा पट्टा सारखा चालू असे. तिचं बोलणं ऐकून ऐकून आमचे कान अगदी किटून जात. विणायच्या सुया हातात घेऊन ती सारखी आमच्या मागे-मागे असे आणि काही ना काही सूचना देत राहत असे.

इथं कधी खूप खायला मिळायचं आणि कधी काहीच मिळायचं नाही. गंमत म्हणजे इथं स्वयंपाक तो माणूसच करायचा; तेसुद्धा तिला काही खावंसं वाटलं तर. तिची आणखी एक सवय होती. ती म्हणते ती कापऱ्या आवाजात त्याला सारखं काहीतरी सांगत असायची.

"कशाला हे झेंगट गळ्यात घेतलं आपण!" ती म्हणायची आणि तो तिच्या म्हणण्याला मान हलवायचा. "इतक्या मुलांना घरं पाहिजे असतात, पण आपल्या नशिबी हीच वाह्यात कार्टी होती. एखाद्या दिवशी ह्यांच्या उच्छादानं माझं डोकं फिरून जाईल."

तो मला सारखा गप्प बसायला सांगायचा. माझ्या गळ्याभोवती पेपरचा फास केल्यासारखं करून मला ओढत घेऊन जायचा. दोघांच्या डोळ्यांवर हेऽऽ जाड जाड भिंगांचे चष्मे होते. माझी बहीण म्हणायची, आपण ग्रीनबँक्स होममध्येच बरे होतो. ह्या घरात आम्हां दोघांना एकाच पलंगावर झोपायला लागायचं. माझी बहीण

रात्री बिछान्यात लघवी करायची आणि मग माझं डोकं त्या वासानं भणाणून जायचं.

आमचं हे दत्तक घर किर्कल्डीमध्ये होतं. एका रस्त्यावरच्या बऱ्याच घरांमधलं हे एक घर होतं. त्यामुळे जवळपास खेळायला खूप मुलं होती.

"खिडकीतून कधीही डोकावून बघितलं, तर तुमच्यापैकी एकही दिसत नाही मला. कुठं धडपडायला जाता?" ती बाई सारखी बडबडायची.

एकदा आम्ही दोघं खेळायला बाहेर गेलेलो होतो तेव्हा मॅगी मला म्हणाली, तो माणूस आहे ना, तो सारखा माझ्या ढुंगणाला हात लावत असतो.

"माझ्या ढुंगणाला नाही कधी हात लावत." मी म्हटलं.

"कारण तू मुलगा आहेस." मॅगी म्हणाली.

तिथं एक पांगळा मुलगा होता. त्याच्या दोन्ही पायांना कॅलिपर्स, पट्ट्या बांधलेल्या असायच्या. माझ्याच वयाचा होता तो. तो माझ्याशी बोलायला, दोस्ती करायला माझ्यामागं लंगडत लंगडत यायचा. मॅगी म्हणाली, "तो पांगळा आहे ना, त्यामुळे तो कोण्णाला आवडत नाही. कोण्णी खेळत नाही त्याच्याशी. तूही फारसं लक्ष देऊ नकोस त्याच्याकडं."

एके दिवशी किर्कल्डीच्या रस्त्यांवरून चक्कर मारता मारता आम्ही एका जत्रेत पोहचलो. तिथं खेळायला भरपूर खेळ होते. फिरते हत्ती-घोडे, मेरी गो राउंड, कोलंबस.... जत्रेत खूप मुलं जमली होती. आरडाओरडा करत, गोंधळ घालत ती इकडून तिकडं धावत होती.

"तुला नारळाचा खेळ खेळायचाय?" एका माणसानं मॅगीला विचारलं.

"नारळ? कसला नारळ?"

"नेम धरायचा आणि ह्या तीन रबरी बॉलनी त्या तिथं टांगून ठेवलेल्या नारळांपैकी एखादा नारळ खाली पाडायचा."

"आणि मग तो तुम्हाला मिळतो?"

"हो. तुम्ही नेम धरून खाली पाडाल तो नारळ तुमचा."

"बरं. द्या बरं तो बॉल मला."

"थांब, थांब बाळ. एक पेनी पडते ह्या खेळाला. आहे का तुझ्याजवळ पेनी?"

"नाही." मॅगी म्हणाली.

"च् च्! मग नाही खेळता येणार तुला हा खेळ."

"स्साला!" मी तोंडातल्या तोंडात पुटपुटलो.

आम्ही तिथून निघून जाणार इतक्यात एका माणसानं माझ्या बहिणीच्या हातात एक पेनी ठेवली आणि तिला बॉलने नारळावर नेम धरायला सांगितला. तिनं तिन्ही बॉलनी नेम धरला, पण एकही नारळ खाली पडला नाही. मग त्या माणसानं नेम धरून पाहिला अन् पहिल्याच बॉलला एक नारळ खाली पाडला. उरलेल्या दोन

बॉलनी त्यानं नेम धरलाच नाही. ते दोन बॉल त्यानं मला नेम धरायला दिले. मी दोन्ही बॉल मारले, पण मॅगीप्रमाणेच माझेही नेम वाया गेले. त्या माणसानं मग तो पडलेला नारळ मॅगीला देऊन टाकला.

''काय करायचं ह्या नारळाचं?'' तिनं त्या माणसाला विचारलं.

''खाऊन टाकायचा.''

''कसा खायचा?''

''आधी तो उघडावा लागेल.''

''म्हणजे फोडायचा म्हणा ना!''

''हो. फोडावा लागेल.''

तो नारळ मॅगीनं दोन-चारदा जमिनीवर आपटून पाहिला, पण तो फुटता फुटेना.

''नंतर फोड तो नारळ.'' तो माणूस म्हणाला.

तो माणूस गंमतशीरच होता. आम्ही काय म्हणू ते ते करत होता. आम्हाला पाहिजे ते खेळ खेळायला पैसे देत होता. पाहिजे तितक्या वेळा आम्हांला खेळू देत होता. तो नारळ हातात घेऊन चालून चालून मॅगी कंटाळून गेली. शेवटी तिनं तो नारळ मला देऊन टाकला.

त्या जत्रेत मला आणि मॅगीला खूप मजा येत होती. आम्ही वर-खाली जाणाऱ्या, गोल-गोल फिरणाऱ्या, आडवं-तिडवं नेणाऱ्या वेगवेगळ्या चक्रांमध्ये बसलो. ह्या सगळ्या खेळांचे पैसे आमच्याबरोबर असणाऱ्या त्या माणसानंच भरले. आम्ही असेच गमती-जमतीत फिरत असताना एका पोलिसानं आम्हाला आणि त्या माणसाला अडवलं.

''ह्या मुलांबरोबर काय करतोयस तू मायकेल?''

''काही नाही. त्यांना थोडी मजा करू देतोय.'' तो माणूस म्हणाला.

''मला वाटतं खूप झाली मजा आता. ए मुलांनो, आता थेट घरी जा. समजलं? इथं जत्रेत रेंगाळताना दिसलात ना, तर काही खरं नाही तुमचं! आणि तूही ऐकून ठेव रे!''

पोलिसाची तंबी ऐकून तो माणूस लगेच तिथून चालता झाला.

''काय नाव आहे रे तुझं?''

''सँडी!''

''सँडी?''

''सँडी रीड.''

''वय काय आहे तुझं?''

''जवळ जवळ सात वर्षं.''

''आणि तुझं नाव काय आहे गं?''

''मॅगी.''

''मॅगी?''

''मॅगी रीड.''

''भाऊ-बहीण आहात का तुम्ही?''

''हो!''

''मग राहता कुठं तुम्ही?''

''नक्की नाही सांगता यायचं!''

''म्हणजे? तुम्ही कुठं राहता हे तुम्हाला माहीत नाही?''

''नुकतेच आलो आहोत आम्ही इथं!''

''म्हणजे आम्हाला एका दत्तक कुटुंबात राहायला पाठवलंय.''

''ओह! आणि त्या दत्तक कुटुंबाचं घर कुठंय हे तुम्हाला आठवत नाहीये.''

''खरंच आठवत नाहीय.''

''बरं!'' तो पोलीस म्हणाला. ''मग माझ्याबरोबर चला तुम्ही दोघं. मी तुम्हाला तुमचं दत्तक कुटुंब आणि त्यांचं घर शोधायला मदत करतो.''

ह्या लोकांकडं येऊन आम्हांला काहीच आठवडे झाले होते, पण आता आम्हाला सगळंच संपल्यासारखं वाटत होतं. घरातून बेपत्ता होऊन आमचं जत्रेला जाणं आणि पोलिसानं घरी आणून पोहचवणं हे आमच्या दत्तक आई-वडलांच्या सहनशक्तीपलीकडचं होतं.

''ह्यांच्या काळजीनं मेंदूचा पार भुगा होऊन गेलाय बघा माझ्या! ही पोट्टी मी सांगितलेली एक गोष्ट करत नाहीत आणि शिव्या तर इतक्या देतात म्हणता! मला माहीत आहे, त्यांना मी अजिबात आवडत नाही. माझा नवराही त्यांना आवडत नाही. मग अशा स्थितीत त्यांना इथं ठेवून घेण्यात काय अर्थ आहे? त्यांना परत चिल्ड्रन्स होममध्ये घेऊन जा.'' आमची दत्तक आई वेल्फेअरजवळ वैतागून बोलत होती.

वेल्फेअरकडे आम्हांला परत चिल्ड्रन्स होममध्ये घेऊन जाण्याशिवाय दुसरा कोणताच पर्याय नव्हता; पण आता आम्हाला जिराफ आणि त्याच्या वैतागवाण्या बायकोकडं राहावं लागणार नव्हतं, ह्याचा मला आनंदच झाला होता.

ग्रीनबँक्सला आम्ही परत आलो त्या रात्री आम्ही सगळ्या मुलांना आफ्रिकेतल्या मुलांबद्दलचा एक स्लाइड शो दाखवण्यात आला. त्या मुलांची भयंकर उपासमार होत होती. आम्हांला मिळायचं तसं त्यांना काहीच खायला मिळत नव्हतं. ते बघून आमच्या मेट्रनबाई म्हणाल्या, ''बघा, आपण किती नशीबवान आहोत! चिल्ड्रन्स होममध्ये असल्यामुळे आपल्याला खायला चांगलं अन्न मिळतं. रोज झोपायला उबदार बिछाना मिळतो. त्या आफ्रिकन मुलांना निर्वासितांच्या छावणीत, शरणार्थींच्या

शिबिरात राहावं लागतं. तंबूच्या बाहेर झोपावं लागतं. सगळ्यांना पुरेसे तंबूही नसतात. त्यामुळे कितीतरी मुलांना मातीच्या झोपड्यांमध्ये राहावं लागतं. पावसात थोडंसं भिजलात तरी तुम्ही कुरकुरायला लागता, पण आफ्रिकेच्या काळ्या मुलांना उन्हा-तान्हात उघड्या आकाशाखाली राहावं लागतं."

मेट्रननं आम्हांला हेही सांगितलं की, चर्चमध्ये गोळा करण्यात येणाऱ्या पैशातला काही भाग आफ्रिकेत पाठवला जातो आणि मिशनरी लोक तिथं अन्नधान्यही वाटतात.

त्या मुलांना पाहून आमच्यातला एक मुलगा म्हणाला, "आफ्रिकेतली मुलं आमच्यापेक्षा लठ्ठ आहेत." त्यावर मेट्रनबाई म्हणाल्या, "त्यांची पोटं भुकेनं फुगलीयत म्हणून ती मुलं लठ्ठ दिसताहेत.

मी आणि माझी बहीण एकटे होतो तेव्हा ती मला म्हणाली, "आपण आपल्या आई-वडलांकडे होतो तेव्हा तंबूतच झोपायचो, पण आपल्याला खायला घालायला आपल्या तंबूबाहेर कोणी मिशनरी नसायचे." ती मला हेही म्हणाली की, त्या आफ्रिकन मुलांचा मी एवढा काही विचार करू नये.

ग्रीनबँक्समध्ये काही नवीन चेहरे दिसत होते. जुन्या मुलांना त्यांच्या दत्तक आई-वडलांकडे तरी पाठवलं होतं, नाहीतर त्यांच्या स्वत:च्या आई-वडलांकडे तरी ते गेले होते. लालकेशा मुलगा मात्र अजूनही होममध्ये होता. एका दुपारी मी चित्र काढत असताना तो माझ्याजवळ आला.

"काय काढतोयस?" त्यानं विचारलं.

"चित्र!"

"मला माहीत आहे तू चित्र काढतोयस ते. पण कशाचं चित्र काढतोयस?"

"आंधळा आहेस की काय तू? दिसत नाहीये, मी एका जंगलाचं चित्र काढतोय ते? ही बघ जंगलातली झाडं. हे आहे एक शेत, पीक डोलतंय शेतात आणि वर आहे आकाश."

"माझ्या टेबलावर घेऊन ये तुझं चित्र." लालकेशानं फर्मावलं.

मग रंगात ब्रश बुडवून त्यानं शेत हिरव्या रंगात रंगवलं. झाडांना वेगवेगळे रंग दिले. खूप वेळ देऊन छान रंगवलं त्यानं चित्र. त्यानं आकाशाला निळा रंग दिला; पण मी मध्येच नाक खुपसून त्याला म्हटलं, "आकाश उन्हाळ्याच्या संध्याकाळसारखं लालसर कर आणि झाडांनाही जरा वेगळे रंग दे." माझ्या ह्या आगाऊ मागण्या ऐकून तो चिडला. मग वैतागून जाऊन त्यानं ब्रश खाली ठेवला आणि तो मला म्हणाला, "जा. आणखी एखादं चित्र काढ आणि तू स्वत:च रंगव ते."

एकदा होममध्ये एक नवीन मुलगा आला. तो सारखा उशीवर आपलं डोकं आपटत असे आणि लहान बाळासारखा घशातून घर्र-घर्र आवाज काढत पूर्ण रात्रभर

त्याचं हेच चालू राहत असे. त्या रात्रीही तो तसाच आवाज काढत होता. मी आणि आणखी काही मुलांनी त्याला गप्प करायचा प्रयत्न केला, पण काहीच उपयोग झाला नाही. रात्री त्याला काही वाईट-साईट स्वप्नं पडली की काय कोण जाणे! मध्येच तो कुत्र्यासारखा भुंकू लागायचा. मी सकाळी उठल्याबरोबर मेट्रनकडे त्याच्याबद्दल तक्रार केली, पण तिनं मला त्याच्याकडे दुर्लक्ष करायला किंवा कानात बोट घालून ठेवायला सांगितलं. ती म्हणाली, "असं केलंस, तर तुला त्याचं ओरडणं ऐकू येणार नाही आणि चांगली झोप येईल."

उन्हाळ्याच्या सुटीसाठी आम्हाला सेंट अँड्र्यूजमध्ये घेऊन जात. किंकेल ब्रेमध्ये मोकळी जागा असलेल्या एका माणसाकडून सुटीत राहण्यासाठी होम काही तंबू विकत घेत असे. ह्या ठिकाणाहून समुद्राचं फार छान दृश्य दिसे. किनाऱ्यालगतची जहाजं खूप मोठी दिसत, पण दूरवरची जहाजं मात्र अगदी लहान दिसत.

इथून सेंट अँड्र्यूजचा उपसागर दिसे. ग्लासगो, पर्थ, इव्हरनसकडून इथं लोक जहाजानं येत. वेगवेगळ्या गावांमधूनही इथं बरेच लोक येत.

आम्ही सगळी मुलं रोज बीचवर जायचो. तिथं जायला मला खूप आवडायचं, पण तिथं जाताना आम्हाला पायात प्लास्टिकचे सँडल्स घालावे लागत. ते मात्र मला मुळीच आवडायचे नाहीत. आम्ही समुद्रात पाय आपटून चालत असू, नाहीतर खडकांमध्ये साठलेल्या पाण्यात तरंगणाऱ्या खेकड्यांकडं पाहत बसत असू. आमचं नशीब चांगलं असलं, तर आम्ही पाण्यात टाकलेल्या जाळ्यांमध्ये एखादा मासापण अडकायचा. बीचवर खूप मुलं असायची. कुत्री हिंडायची. सगळे जण आपली उन्हाळ्याची सुटी मजेत घालवायचे. कितीतरी गोष्टी होत्या तिथं करायला! सुटीतला हा बदल आम्हांला फार आवडे.

मी सँडविच घ्यायला मेट्रनकडे जायचो, तेव्हा तिला सांगायचो, "प्लास्टिकचे सँडल फार टोचताहेत. मी ते काढून ठेवू का?" तेव्हा ती म्हणायची, "अरे, तू उघड्या पायानं बीचवर हिंडलास, तर एखादा काचेचा तुकडा किंवा आणखी काही तरी पायात घुसून तुझ्या पायाला जखम होईल, म्हणून सँडल्स पायात राहू देत."

सँडविचेस खाल्ल्यानंतर आम्ही आइसक्रीमच्या गाडीभोवती गराडा घालत असू. सगळ्यात आधी लहान-लहान मुलांना आइसक्रीम मिळे. मोठ्या मुलांना आइसक्रीमच्या कोनसाठी खूप वाट पाहावी लागे. माझ्या बहिणीला तिचा आइसक्रीम कोन मिळेपर्यंत मी माझ्या आइसक्रीमचा चट्टा-मट्टा केलेला असे. ग्रीनबँक्सच्या सगळ्या मुलांना आइसक्रीम मिळायला तब्बल एक तास लागे.

"उद्या याल तुम्ही परत?"

"हो. एक आठवडाभर आहोत आम्ही इथं." मेट्रन आइसक्रीमवाल्याला सांगायच्या.

''वा! मग मी रोज वाट पाहेन तुमची इथं!'' तो म्हणायचा.

मेट्रन काही निवडक मुलांचं टोळकं आपल्याबरोबर ठेवत असे. ह्या निवडक मुलांच्या टोळक्यात अर्थात माझाही नंबर होताच. रात्री गॅसचे दिवे लावले जात. त्यांचा प्रकाश इलेक्ट्रिक लाइटप्रमाणेच असायचा, पण मेट्रन म्हणायची की, तिला त्या प्रकाशात वाचता येत नाही. त्यामुळे त्या दिव्यांचा काहीच उपयोग नाही. खाणं-पिणं झाल्यावर आम्हाला झोपायला पाठवण्यात येई. इथंही झोपायच्या वेळचा तोच नियम असे. बिछान्यात शिरल्यावर बोलायची सक्त मनाई होती.

एक दिवस आमची सहल दुंडीला जात असे. तिथं खेळण्याच्या दुकानात आम्हाला हवं ते खेळणं विकत घेऊन देत. मग चहा-फराळासाठी आम्हांला एका खूप चांगल्या हॉटेलात घेऊन जात. संध्याकाळी एका थिएटरला घेऊन जात. तिथल्या जागा आमच्यासाठी आधीच राखून ठेवलेल्या असत. तिथं दाखवलं जाणारं नाटक मेट्रनला फार आवडायचं. ह्या वर्षीच्या नाटकाचं नाव होतं, 'टॉम आणि जॅकबरोबरची एक संध्याकाळ' हे नाटक अलेक्झांडर बंधू करत.

आम्ही सर्वांत पुढच्या रांगेत बसायचो. दुसरी अर्धी-अधिक रांगही आमच्याच मुलांनी अडवलेली असायची. स्टेजवर काय गंमत होतेय ह्याची आम्ही आतुरतेने वाट बघत असायचो. तो शो मला अजूनही स्पष्ट आठवतोय.

स्टेजवर पहिल्यांदा एक बाई आणि एक माणूस आले. ते काही-बाही बोलत होते. गंमतजंमत करून आम्हांला हसवू पाहत होते, पण मला तरी काही हसू आलं नाही. त्यांच्या बोलण्याची हावभावांची काही गंमत वाटली नाही. मी तसं स्पष्ट सांगितलं मेट्रनना. तर मेट्रन म्हणाल्या, ''अलेक्झांडर बंधू ह्याच्यापेक्षा खूप गंमत करतात.''

दुसऱ्यांदा लाइट गेले. मेट्रननी आम्हां सगळ्यांना एकदम गप्प राहायला सांगितलं. आम्ही सगळे गप्प असताना एक मुलगा जोरात पादला. मग कसलं आम्हांला गप्प राहावतंय? हसता-हसता पुरेवाट झाली आमची. आमच्या आरड्या-ओरड्याचा आणि हसण्याचा मेट्रनना खूप राग आला. ''तुम्हाला असाच गोंधळ घालायचा असेल, तर सरळ सेंट अँड्र्यूजला घेऊन जाते.' त्यांनी दम दिला. तेव्हा आम्ही चिडीचूप झालो. तेवढ्यात हळूच पडदा वर गेला आणि स्टेजवर उभे होते अलेक्झांडर बंधू! आमचा स्कॉटलंडचा परंपरागत पोशाख, छोटा स्कर्ट-किल्ट घालून स्टेजवरची मुलं आता काय गंमत करताहेत हे पाहायला मी नीट मागं टेकून बसलो. ते खरंच खूप छान करत होते तो कार्यक्रम! आधी आलेल्या जोडगोळीपेक्षा ह्या जोडगोळीने खूपच छान विनोद सांगितले. शिवाय ते म्हणत होते त्यातली निम्मी गाणी मला माहीत होती. त्या गाण्यांवर आमच्या मेट्रन होममध्ये पियानो वाजवत अन् त्या अलेक्झांडर भावांनी जेव्हा म्हातारीच्या आवाजात गाणी म्हटली

ना, तेव्हा तर आमची हसून हसून मुरकुंडी वळली.

अर्धा-अधिक कार्यक्रम झाल्यावर दोघांपैकी एक अलेक्झांडर स्टेजवरून उतरून चालत माझ्याकडे आला.

"काय नाव आहे रे तुझं?" त्यांन विचारलं.

"सँडी रीड." मी म्हटलं.

"सँडी? अरे, हे तर अलेक्झांडरचं छोटं नाव आहे." तो म्हणाला.

"हो!"

"म्हणजे तू आम्हां अलेक्झांडरचा आणखी एक भाऊ झालास." तो जोरात ओरडून म्हणाला आणि मग त्यानं मला त्यांच्या कार्यक्रमात मदत करण्यासाठी स्टेजवर यायला सांगितलं.

मी स्टेजवर चढलो. आमची सगळी मुलं आणि चिल्ड्रन होममध्ये काम करणारे लोक कुठं आहेत ते पाहायचा मी खूप प्रयत्न केला, पण माझ्या डोळ्यांवर स्पॉट लाइटचा झोत पडत असल्याने खालचं काहीएक दिसत नव्हतं.

"सँडी, तुला माहीत आहे, मी कोण आहे?"

अलेक्झांडर भावांपैकी एकानं मला विचारलं.

"टॉम?"

"नाही, नाही. टॉम तर तो तिथं आहे." त्यानं हसत हसत दुसऱ्या मुलाकडे हात केला."मी जॅक आहे."

टॉमनं येऊन माझ्याशी हस्तांदोलन केलं आणि ते पाहून प्रेक्षक खो खो हसू लागले.

"बरं सँडी, मला हे सांग की, तू किल्ट, हा असा छोटा स्कर्ट कधी घातला आहेस?"

"नाही. कधी नाही घातला."

"काय? तू स्कॉटस्मन असूनही कधी किल्ट घातलेला नाहीस?" असं म्हणत टॉमनं माझ्या कमरेभोवती एक लोकरीचा कपडा गुंडाळला तेव्हा प्रेक्षक पुन्हा जोरजोरात खिदळू लागले.

"बरं. आता तूही किल्ट घातलेला आहेस. आता फक्त एक गाणं म्हणायचंय तुला. तुला एखादं छानसं स्कॉटिश गाणं येतं?"

"हो. येत ना!"

"तुला ह्या सगळ्यांना आपलं गाणं ऐकवावं वाटतंय?"

"हो. वाटतंय ना!"

"ठीक आहे. तर मग आता आमच्या सँडी रीडसाठी जोरदार टाळ्या होऊन जाऊ द्यात!" टॉम ओरडून म्हणाला आणि खाली टाळ्यांचा कडकडाट झाला. मग

मी माझं गाणं म्हटलं.

'छत्रीच्या दांड्यासारख्या लांबलचक टांगांचा
स्किनी मलिंकी गेला पिक्चर पाहायला
पण मिळेना मुळीच सीट त्याला बसायला
पिक्चर झालं सुरू अन् स्किनी लागला पादायला....'

गाणं गाण्यात मी पूर्ण रंगून गेलो होतो. तेवढ्यात कुठल्यातरी माणसानं येऊन मला खसकन एका बाजूला ओढलं. पटकन माझ्या कमरेभोवती गुंडाळलेला लोकरीचा कपडा ओढून घेतला आणि मला आपल्या जागेवर जाऊन बसायला सांगितलं. स्टेजवर टॉम आणि जॅक माझ्याशिवाय कार्यक्रम करत राहिले. शेवटी त्यांनी आपला सर्वांत चांगला कार्यक्रम केला. आम्हां चिल्ड्रन्स होमच्या मुलांकडं तोंड करत त्यांनी आपलं शेवटचं गाणं, 'मी कुणाचंच मूल नाही' म्हटलं तेव्हा स्पॉटलाइट फक्त त्या दोघांवरच होता.

* * *

''कोण मेरी? तू आहेस होय?''

''हो. मीच आहे सँडी. पायांचे तुकडे पडलेयत बघ!''

''म्हणजे, तू दुंडीपासून चालत आलीयेस?''

''हो!''

''फारच लांब चालत आलीयेस गं!''

''कशी आहेस मेरी?'' पेगीनं हसून मेरीला विचारलं.

''तशी ठीक आहे गं, पण थोडंसं थकायला झालंय!''

''तुझा नवरा किर्कल्डीला आहे म्हणे!'' सँडी

''हो! आता इतक्यात तो मला तोंड दाखवणार नाही. त्या माणसानं माझ्या घराचे तीन तेरा केले बघ!''

''काही अर्थ नाही त्याच्यात. स्वत:त नाही धमक आणि तुलाही नीट जगू देत नाही. नालायक कुठला!''

मेरी खाली बसली. सँडीनं चुलीत थोड्या काटक्या घातल्या. भसकन जाळ झाला. पेगीनं चहा करून मेरीला एका मगमध्ये दिला. पेगीकडं दोनच मग होते त्यामुळे सँडीनं आपला चहा जॅमच्या एका रुंद बाटलीत घेतला.

मग मेरीनं त्यांना तिच्याकडं हेलन आल्याचं सांगितलं. हेन्रीनं येऊन गोंधळ घालून सगळं बिघडवून टाकण्याआधी त्या दोघींच्या कशा छान गप्पा झाल्या होत्या, त्या कशा आनंदात वेळ घालवत होत्या तेही सगळं सांगितलं. त्यांनीही

तिचं बोलणं प्रेमानं, नीट लक्ष देऊन ऐकलं. पेगी म्हणाली, ''तुझं डोकं ना, तुझ्या मुलांच्या काळजीनं आणि डेव्हीच्या मरणाच्या दु:खानं पोखरून निघालंय!''

''खरंय!'' सँडीही सुस्कारा टाकत म्हणाला.

सँडी, पेगी आणि मेरी तंबूत बसून सुखदु:खाच्या गोष्टी करत असताना इकडं किर्कल्डीला माझा भाऊ हेन्री आनंदानं बेभान झाला होता.

नेम धरून गोट्या मारण्याच्या जुगारात हेन्री फार पटाईत होता. त्या दिवशी त्या खेळात त्यानं नोटांचं एक मोठं बंडल जिंकलं होतं.

''किती नोटा आहेत त्यात हेन्री?'' त्याच्या मित्रानं, बिलीनं विचारलं.

''दोनशे पौंडांच्यावर असतील.''

''तुझा नेम एकदाही हुकला नाही. शाबाश पठ्ठ्या!''

''मला माहीत होतं मीच जिंकणार आहे हे. आता माझा खेळातला विजय साजरा करू या.''

हेन्री आणि त्याचा मित्र हेन्रीच्या खटारा गाडीत बसून किर्कल्डीला आले. तिथं ते एका दारूच्या बारमध्ये घुसले. त्यांचा तो दिवस भन्नाट गेला. व्हिस्कीसाठी ऑर्डर देताना हेन्री म्हणाला,''आपली आजची रात्र ही आजच्या दिवसासारखीच भन्नाट गेली पाहिजे.''

तेवढ्यात एक म्हतारा खाण कामगार तिथं आला. तो हेन्रीला म्हणाला,''हेन्री, तुझं नशीब जोरावर होतं म्हणे आज!''

''हो. का? तुला दारू पाहिजेय का?''

''बाकी तुझ्यासारखा दिलदार तूच हेन्री! मला व्हिस्की प्यायला आवडेल तुमच्याबरोबर!''

हेन्रीनं व्हिस्कीसाठी ऑर्डर दिल्यावर म्हातारा म्हणतो कसा, ''एक-दोन दिवसांपूर्वी इथं बारमध्ये एक माणूस आला होता. त्याच्याबरोबर शर्यतीत पळणारा एक कुत्रा होता.''

''हो का?''

''हं! माझ्या पूर्ण आयुष्यात मी इतका छान ग्रे हाऊंड कुत्रा पाहिला नव्हता. हा माणूस बिअर पिण्यात गर्क झालेला असताना त्याचा कुत्रा बारच्या मागं गेला आणि त्यानं तिथं ट्रेमध्ये ठेवलेले टोस्टचे सगळे तुकडे गट्टम केले.''

''काय हा अधाशीपणा?''

''हो ना! पण पुढचं ऐक ना! तो कुत्रा त्या दिवशीच्या शर्यतीत भाग घेणार होता आणि सगळ्या किर्कल्डी शहरानं त्याच्यावर पैसे लावलेले होते.''

''तूसुद्धा लावले होतेस?''

"हो. मीसुद्धा लावले होते. तो सगळ्यात जोरात धावायचा त्यामुळे तो शर्यतीत नक्की जिंकेल अशी सगळ्यांना खात्री होती."

"मग शेवटी काय झालं?"

"पण शर्यतीच्या वेळी काय झालं, सुरुवातीच्या रेषेपासून तो निघालाच खूप उशिरा. पोटात पडलेल्या टोस्टमुळे तो जोरात धावूही शकला नाही. त्यामुळे शेवटच्या रेषेशी तो सगळ्यात शेवटी पोहोचला."

"स्साल‌ं कुत्तरडं!"

"हो ना! आणि त्यामुळे माझे सगळे पैसे संपले."

"खूप पैसे लावले असशील ना तू त्या कुत्र्यावर?"

"मग काय! माझ्याकडं होते-नव्हते ते सगळे पैसे लावले होते मी त्या कुत्र्यावर!"

"आणि खूपच लोक त्याच्यावर लावलेले पैसे हरले असतील!"

"हो तर!"

"आणि त्या कुत्र्यानं टोस्ट खाल्ले हे कोणीही पाहिलं नसेल!"

"फक्त मी पाहिलं होतं!"

"आणखी तीन व्हिस्की दे बारमॅन!"

"हेन्री रीड, काय खानदानी माणूस आहेस रे तू!"

"हो, पण आता ही व्हिस्की घे आणि चालता हो इथून. आणि तुझी ही कुत्र्याची गोष्ट आणखी कोणालातरी ऐकव."

बार बंद झाला होता. हेन्री आणि बिल दोघंही आता चांगले टाइट झाले होते. बाहेर आले तेव्हा दोघांचाही चालताना झोक जात होता.

खिशात गाडीची किल्ली चाचपून बघत हेन्री म्हणाला, "मी चालवतो गाडी."

"आधी किल्ली तर मिळू दे. आणि हेन्री, गाडी मी चालवतो आज. तुला काही म्हणता काही सुधरत नाहीये."

"का ऽऽ ही तरी काय बोलतोयस बिली! दारू तर तुला जास्त चढलीये."

शेवटी हेन्रीच मोटर चालवू लागला, पण सँडीच्या तंबूपासून निम्म्या अंतरावर असतानाच मोटार खड्ड्यात पडली.

"बघ, मी म्हटलं ना, आज मला चालवू दे म्हणून!" बिली म्हणाला तशी हेन्रीनं गाडीची किल्ली बिलीच्या हातात दिली. मग खूप खटपट करून त्यांनी गाडी कशीतरी रस्त्यावर आणली. हेन्रीला झोपेनं घेरलं होतं. तो झोपी गेला. बिलीला सँडीचा तंबू कुठंय ते नीट माहीत नव्हतं. त्यामुळे तिथं कसं जायचं हे विचारण्यासाठी तो हेन्रीला परत-परत उठवून विचारत होता आणि काहीतरी उत्तर देऊन हेन्री परत परत झोपून जात होता. ह्या सगळ्या गोंधळात बिलीची नजर क्षणमात्र रस्त्यावरून

हलली आणि दुसऱ्याच क्षणी गाडी एक झाडावर आदळली आणि ती पार मोडून पडली. कोणत्याही परिस्थितीत ती गाडी आता सुरू होणार नव्हती हे लक्षात येताच दोघंही धडपडत गाडीच्या बाहेर आले आणि चालायला लागले.

दुसऱ्या दिवशीची सकाळ फार छान होती. मेरी आणि पेगी उठण्याआधीच सँडीनं चूल पेटवून ठेवली होती; पण जंगलाजवळ पोलिसांची कार पाहताच त्यांचा उत्साह विरून गेला.

''पोलीस आलेत.'' सँडी जोरात ओरडला.

''ते आपल्या तंबूकडं येतायत का?'' पेगीनं विचारलं.

''हो!''

''कशासाठी बरं येत असतील ते इकडं?'' म्हणत मेरी उठली आणि पेगी व ती सँडीजवळ येऊन उभ्या राहिल्या.

''कसा काय आहेस सँडी?'' पोलिसानं विचारलं.

''ठीक आहे मी कॉन्स्टेबल. इकडं कसं काय येणं केलंत?''

''मला तुझा भाचा हवाय.''

''कोणता भाचा? तसे मला खूपच भाचे आहेत.''

''तो हेन्री. तुझा तो सारखा मोटारीतून फिरणारा भाचा''

''तो तर माझा मुलगा आहे.'' मेरी आश्चर्यानं म्हणाली.

''तू त्याची आई आहेस?''

''हो!''

''झाडावर मोटर आदळून पळून गेलाय तो. त्यालाच पकडायचंय मला.''

''त्याला काही झालं तर नाहीये ना?''

''काही झालेलं नाही त्याला. आरामात चालत निघून गेलाय कुठंतरी; पण मला त्याला काही प्रश्न विचारायचे आहेत.''

मेरी तंबूत निघून गेली. तिच्यामागोमाग पेगीही तंबूत आली.

''असाच निष्काळजीपण करत राहिला, तर तुझ्या मुलाचं काही खरं नाही.''

''हो ना! त्याच्याशी ह्या बाबतीत बोलायलाच हवं मला.''

उन्हाळ्याच्या सुट्टीनंतर समुद्रकाठच्या मिशनसाठी तयार व्हायला लागायचं. मेट्रन मला सारखं बजावून सांगायची की, जरा नीट वागायला शीक. नाहीतर ते मिशनचे लोक आले, तर मी तुला त्यांच्यासमोर येऊच द्यायची नाही आणि तसं झालं, तर तू शाळेत मागं राहशील आणि ते तुलाही आवडणार नाही आणि मलाही.

अलीकडे माझं माझ्या बहिणीशी थोडं बिनसलेलं होतं. त्यामुळे ती तरी माझा

गळा पकडून मारायची, नाहीतर मी तिचा गळा पकडून तिला मारायचो. अर्थात मी तिचा गळा कमीच पकडायचो, तीच माझा गळा जास्त पकडायची. त्याचं असं होतं की, तिनं एक पांढरा ससा पाळला होता. त्याला ती बाहेर एका पिंजऱ्यात ठेवत असे. ससा आल्यापासून ती माझ्याकडं तितकंसं लक्ष देत नव्हती. तिचं सगळं लक्ष त्या सशाकडे लागलेलं असायचं. मी आपला असाच इकडं-तिकडं भटकत असायचो. "तू दुसऱ्या एखाद्या मुलाबरोबर खेळत जा ना!" ती म्हणायची; पण मला खरंतर त्यांच्याशी खेळायला फारसं आवडायचंच नाही. मला तिच्याबरोबरच खेळायचं असे.

एकदा मी बाहेर उभा राहून त्या ससुटल्याकडं पाहत होतो. त्याच्याकडं बघता बघता मी मनाशी पक्कं ठरवलं की, आता एकतर मी तरी राहीन, नाहीतर तो ससा तरी. मी पिंजऱ्याचं दार उघडून त्याची मान पकडली आणि भिंतीवर वाकून त्याला भिंतीपलीकडच्या हिरवळीवर फेकून दिलं. "जा. लांब निघून जा कुठंतरी." मी भिंतीवरून ओरडलो, पण तो वेडपट तिथंच बसून गवत खात राहिला. त्याच्या बाजूनं माझ्याच वयाचा एक मुलगा आला. माझ्याकडं बघून त्यानं विचारलं, "काय रे, तुझा ससा पाहिजेय का तुला?" मी चिडून त्याच्याकडं पाहत म्हटलं, "तुला रे काय करायचंय? तू जा आपल्या वाटेनं!" पण तो तिथंच त्या सशांकडे बघत उभा राहिला. मी त्याला पुन: पुन्हा निघून जायला सांगत होतो आणि तो त्या जागेपासून हलता हलत नव्हता. माझं ओरडणं खूप वेळ ऐकून घेतल्यावर तो ओरडला, "तू वाईट मुलांच्या होममधला मुलगा आहेस." त्यावर मीही जोरात ओरडलो, "बरोबर ओळखलंस. वाईट मुलांच्या होममधला सगळ्यात वाईट मुलगा आहे मी. आणि आता जर तू तिथून गेला नाहीस ना, तर इथून उडी घेऊन तुझ्या ढुंगणावर लाथ मारेन." तो माझ्याशी आणखी उद्धटपणानं वागू लागला. मग मात्र माझ्या डोक्यात तिडीकच उठली. मी त्याच्याकडं चांगले दोन-चार दगड भिरकावले. नंतर तो रडत रडत तिथून निघून गेला.

तो मुलगा गेल्यावर माझं लक्ष परत सशाकडं गेलं. ते बावळट अजून गवत कुरतडतच होतं. मी भिंतीवरून त्या बाजूला उडी मारली. त्याची मान पकडून मी तो रस्ता ओलांडला. दुसऱ्या बाजूनं झपाझप चालायला लागलो. खरंतर आम्हाला असं बाहेर फिरता येत नव्हतं. बाहेर फिरताना दिसलो, तर आम्हाला शिक्षा होऊ शकत होती, पण मी त्याबद्दल विचारही न करता त्या सशाला काखोटीला मारून पुढं-पुढं चालतच राहिलो. आणखी एक रस्ता ओलांडल्यावर शेवटी मी त्याला तिथल्या एका बागेत फेकून दिलं. त्या बागेतही हिरवंगार, लुसलुशीत गवत होतं.

सशाला बागेत सोडून मी त्या रस्त्यावरून असाच चालत राहिलो. माझ्या शेजारूनच एक स्त्री गेली. मला असं होमबाहेर हिंडताना पाहून तिनं दरडावलं,

"काय रे, मेट्रनना कळवू का?" पण मी तिची धमकी कानांआड केली आणि चालतच राहिलो. चालता चालता बाहेर आणखी काय करता येईल ह्याचा विचार माझ्या मनात सुरू होता.

आता मी स्टेशनवर आलो होतो. एखादी ट्रेन दिसतेय का इकडं माझं लक्ष होतं. गेटमधून आत जाऊन मी रेल्वेचे रूळ ओलांडले. एके ठिकाणी एक मोठं रेल्वे यार्ड होतं. मागंही एकदा मी असाचा हिंडत हिंडत इथवर आलो होतो. मला माहीत होतं की, इथं बऱ्याच गोष्टी करता येण्यासारख्या होत्या.

रेल्वेतले लोक चहा घेत तिथं दुधाच्या रिकाम्या बाटल्यांचा एक हारा होता. मी त्यातली एकेक बाटली घेऊन भिंतीवर फोडू लागलो. फट, फट काचेचे तुकडे इकडे-तिकडे, सगळीकडे उडत होते. ते पाहून मला खूप मजा वाटत होती. एका माणसानं येऊन मला ती तोड-फोड बंद करायला सांगितली."ए पोरा, काय चाललंय तुझं? तोड-फोड थांबव आणि नीघ बरं इथून!" पण मी त्याच्या बोलण्याकडं लक्षच दिलं नाही. उलट भिंतीच्या अगदी जवळ जाऊन जोरात बाटली फोडली. काचेचा एक तुकडा भिंतीवरून उलटला आणि माझ्या गुडघ्याच्या खाली येऊन आदळला. मोठी जखम झाली मला. मांसाचा तुकडा बाहेर येऊन लोंबकळू लागला.

गुडघ्यातून भळाभळा रक्त वाहू लागलं. पायमोजा रक्तानं चिंब भिजला. 'आता आपल्याला होमला परत गेलंच पाहिजे.' मी स्वत:शीच म्हटलं. मी लंगडत लंगडत परत रेल्वे लाइनवर आलो. तिथं एका बाईनं आणि माणसानं मला थांबवून विचारलं, "अरे बाप रे! अरे झालंय काय तुझ्या गुडघ्याला?"

"केवढं रक्त येतंय ह्या मुलाच्या पायातनं!" ती बाई ओरडली, "अरे, हा तर ग्रीनबँक्स होममधला आहे. त्याला तिथंच नेलेलं बरं!"

मेट्रननं माझ्या जखमेला मलमपट्टी करण्यासाठी डॉक्टरला बोलावलं. त्यानं जखमेजवळ हीऽऽ मोठ्ठी सुई घुसवली. तेव्हा मला कमालीचं दुखलं. मग त्यानं सुई-दोऱ्यानं ती जखम नीट शिवून टाकली. मला एका जागी गप्प बसलेलं बघून मेट्रन म्हणाल्या, "बघितलंस, होमच्या बाहेर एकट्यानं गेलं की काय होतं ते! पुन्हा असं कधी नको करूस!"

पिंजऱ्यात ससा नाही हे दुसऱ्या दिवशी मॅगीच्या लक्षात आलं आणि ते पाहून ती भयंकर संतापली. पिंजऱ्याचं दार उघडं होतं, हे पाहून मेट्रनला वाटलं की, बाहेरच्या एखाद्या मुलानं येऊन सशाला चोरून नेलं असावं. मॅगी आणि मी एकटे असेपर्यंत खरं काय झालं होतं ह्याबद्दल मी चकार शब्द काढला नाही. नंतर मात्र मी तिला सांगून टाकलं की, सशाला मीच सोडून दिलं होतं. ते ऐकून तिला झालेला त्रास पाहून मला वाटलं की, उगीचच सोडून दिलं आपण त्याला; पण

त्याच वेळी माझ्या मनात हाही विचार आला की, 'जाऊ दे. काही वेळानं तिचं मन शांत होईल आणि ती माझ्याकडं जास्त लक्ष देईल.'

एका रात्री मेट्रन एका पोलिसाला घेऊन आमच्या खेळायच्या खोलीत आल्या. त्यांनी आम्हां सगळ्यांना एका रांगेत उभं केलं आणि तो पोलीस काय म्हणतोय ते नीट ऐकायला सांगितलं. ह्याच पोलिसानं मला न्हाव्याच्या दुकानामागच्या आगीच्या वेळी आणि शाळेत एक मुलाच्या दप्तरातला ॲक्शन मॅन चोरीला गेला तेव्हा पकडलं होतं. त्याला मी अजिबात आवडत नव्हतो. त्यानं आम्हाला सांगितलं की, होमच्या ऑफिसमधली खूप मोठी रक्कम चोरीला गेली होती आणि त्याच्या अंदाजाप्रमाणे हे काम होममधल्याच कोणाचंतरी होतं.

"हे काम नक्की ह्या खोलीत असलेल्या कोणाचंतरी आहे. अन् याद राखा, मी ह्या प्रकरणाचा छडा लावल्याशिवाय राहाणार नाही."

त्यानं आम्हां सगळ्यांना आपापले खिसे उलटे करायला सांगितले. कोणाच्याच खिशात पैसे मिळाले नाहीत आणि त्याचा तपास तेवढ्यावरच थांबला; पण माझ्याकडं पाहून तो म्हणाला, "ह्या मुलाला चांगला ओळखतो मी. आणि इथल्या कोणी ते पैसे चोरले असतील, तर ते ह्यानेच." मग माझ्या छातीवर बोट रोखून तो म्हणाला, "लक्षात ठेव, माझं बारीक लक्ष आहे तुझ्यावर. जरासा आगाऊपणा केलास, तरी बघ, येतोच तुझी खबर घ्यायला!" माझ्यासमोर स्वत:चा रुबाब दाखवून तो पोलीस निघून गेला आणि ती चोरी कोणी केली होती हे कोडं उलगडलंच नाही.

त्या घटनेनंतर काही दिवसांनी मला मेट्रन म्हणाल्या, "सँडी, तुला कोणत्यातरी क्लबमध्ये घालायला पाहिजे." मग मला त्यांनी लाइफबॉय क्लबसाठी निवडलं. एका मंगळवारी रात्री त्या मला आपल्या व्हॅनमधून एका झोपडीत घेऊन गेल्या. तिथं एक माणूस हा क्लब चालवत होता. मला तिथं सोडून त्या परत होमला निघून गेल्या.

त्या निघून गेल्यावर तो माणूस, कॅप्टन माझ्याजवळ आला आणि म्हणाला, "ह्या दोरीला कशी गाठ मारायची ते आता तुला शिकवतो."

"बरं कॅप्टन." मी.

"मी सांगतोय ती गाठ खलाशाला उपयोगी पडते."

"बरं कॅप्टन."

"बरं, मला हे सांग सँडी की, ह्याआधी तू कधी गाठ मारली आहेस?"

"होय कॅप्टन." माझ्या बुटांच्या लेसकडं बोट दाखवून मी म्हटलं.

"तशा गाठीबद्दल सांगत नाही मी. ही वेगळ्या प्रकारची गाठ आहे."

''बरं कॅप्टन.''

''प्रत्येक वेळी मला कॅप्टन म्हणू नकोस. माझं नाव आहे मिस्टर बेनेट.''

''बरं मिस्टर बेनेट.''

''ही एक दोरी आहे.''

''होय मिस्टर बेनेट.''

''आता मी ह्या दोरीला कशी गाठ मारतो ते नीट पाहा.''

''बरं मिस्टर बेनेट.''

''मला सारखं 'मिस्टर बेनेट', 'मिस्टर बेनेट' म्हणणं थांबवशील का?''

''मग मी काय म्हणून हाक मारू तुम्हाला?''

''बरं. मी नंतर कधीतरी शिकवेन तुला ही गाठ.''

आतापर्यंत त्यांना माझा वैताग आला होता. खलाशाची गाठ शिकवायला ते दुसऱ्या मुलाकडं वळले.

काही मुलं छानछान गाठी मारू शकत होती आणि त्यासाठी त्यांना बिल्ले मिळाले होते. मी एका मुलाला विचारलं, ''तुझ्या जॅकेटवर शिवलेत तसे बिल्ले मिळवण्यासाठी काय करावं लागतं?'' त्यानं मला सांगितलं की, त्यासाठी छानपैकी गाठी मारायला शिकावं लागतं. मग ते सर आपली परीक्षा घेतात आणि त्या परीक्षेत पास झालं, तर आपल्याला त्या-त्या गाठीसाठी असणारा बिल्ला मिळतो. त्या सगळ्यांच्या डोक्यांवर खलाशाची हॅट होती. मलापण तशी हॅट पाहिजे होती.

''मिस्टर बेनेट,'' मी त्या सरांना हाक मारली.

''काय पाहिजेय तुला मुला?''

''माझ्या डोक्याच्या मापाची खलाशाची हॅट आहे तुमच्याजवळ?''

''ती हॅट तुला विकत घ्यावी लागेल बाळ.''

''काय किंमत आहे तिची?''

''किमतीचा फार विचार करू नकोस. तू लाइफबॉयमध्ये टिकून राहिलास, तर मेट्रन तुला ती हॅट घेऊन देतील.''

''तुमच्याकडे एखादी जास्तीची हॅट आहे का? मी घालून तरी पाहतो.'' मी त्यांना म्हटलं तशी ते म्हणाले, ''बरं, पाहतो एखादी आहे का!''

मी परत त्या आधीच्या मुलाकडं आलो. तो मला वेगळ्या प्रकारची गाठ कशी घालायची हे सांगू लागला. मी ती गाठ मारण्यात मग्न असताना सर माझ्यासाठी एक हॅट घेऊन आले, पण ती हॅट माझ्या डोक्याच्या मानाने खूपच मोठी होती. ज्या मुलाची ती हॅट होती त्याचं डोकं माझ्यापेक्षा खूपच मोठं असणार.

लाइफबॉय क्लबला मी आणखी काही वेळा गेलो, पण मला लवकरच त्याचा कंटाळा आला. मग मी मेट्रनना सांगितलं की, जिथं करायला खूपकाही असेल,

असा क्लब मला पाहिजे.

बाहेर काय होत होतं ते मला माहीत नाही, पण चिल्ड्रन्स होममध्ये खूपच मुलं येऊ लागली होती. रोज नवीन चेहरे दिसत होते; आणि एखाद्याचं नशीब वाईट असलं, तर त्याला झोपायच्या खोलीत असा जोडीदार मिळायचा की, जो डुकराच्या डुरकण्यासारखा घोरायचा. इतकी सगळी मुलं आणि त्यांची बाचाबाची, भांडणं, कुरबुरी, खाणं-पिणं सांभाळता सांभाळता मेट्रनचा जीव मेटाकुटीला यायचा.

चर्चच्या रविवार शाळेची सहल क्रेगटन पार्कला जाणार होती. आम्हाला तिथं घेऊन जायला एक मोठी पिवळी बस आली. तिथं रविवार शाळेची आणखीही मुलं येणार होती. बसमध्ये चढताना होमच्या लोकांनी आमच्या हातात कागदी बावटे दिले. खिडकीत बसलेली मुलं बसमधून जाताना ते बावटे हलवीत होती. बस सुरू झाल्यापासून आम्ही गाणी गात होतो. आरडा-ओरड, गोंधळ, आनंदीआनंद, पण पार्कमध्ये पोहचेपर्यंत मेट्रन आणि इतर कर्मचाऱ्यांचं डोकं उठलेलं होतं.

करण्याजोग्या खूप-खूप गोष्टी होत्या. गोल्फचा बॉल गोल्फसाठी बनवलेल्या छोट्या-छोट्या खड्ड्यात घालायचा खेळ होता. त्यासाठी सगळ्यात आधी तिथल्या माणसानं माझ्या हातात गोल्फची रॅकेट आणि बॉल दिला. बॉल देतानाच त्यानं ताकीद दिली की, दिलेला बॉल हरवला, तर त्यासाठी होमला दंड भरावा लागेल.

हा खेळ खूपच मुलं खेळत होती. त्यामुळे एका भोकात बॉल गेल्यानंतर तो काढून दुसऱ्या भोकात घालण्यासाठी खूपच वाट पाहावी लागत होती. इतकी वाट पाहायचा मला कंटाळा आला. मग मी दुसरं काही खेळायला मिळतंय का ह्याचा शोध घेऊ लागलो. ह्या पार्कमध्ये गोल्फचा आणखी एक खेळ होता. त्याचं नाव होतं क्रेझी गोल्फ. सरळ-सरळ भोकात बॉल घालण्यापेक्षा हा खेळ शंभरपटीने चांगला होता. ह्या खेळात दगडी माणूस, कॉंक्रीट स्किटल वगैरे गोष्टींजवळून बॉल न्यावा लागायचा. तिथून ढकलत, ढकलत तो एका देवमाशाच्या पुतळ्यापर्यंत न्यावा लागे आणि मग तो बॉल देवमाशाच्या उघड्या तोंडात फेकावा लागे. देवमाशाच्या आतून फिरत फिरत त्याच्या मागील बाजूनं तो बॉल बाहेर येत असे. आम्हाला तिथं जाऊन तो बॉल पकडावा लागे.

एकदा मी नेम साधून देवमाशाच्या तोंडात बॉल फेकला. तितक्यात एक मोठा मुलगा येऊन मला म्हणाला, "लवकर घाल रे बॉल."

"गप्प बस रे!" मीही चिडून म्हटलं.

"काय म्हणालास मला?" म्हणत त्या मुलाने जरा जोरात धक्का देऊन खाली पाडलं. ते पाहून पार्कमधल्या माणसानं त्याला जोरात झापलं, "ए, त्या लहान मुलावर दादागिरी करायची नाही. त्याला खेळू दे त्याचा खेळ शांतपणे. नाहीतर

तुलाच गोल्फच्या ग्राउंडच्या बाहेर व्हावं लागेल.''

एकदा का हा देवमाशाचा खेळ संपला की, पुढचं सगळं सोपं होतं. त्या माणसाला गोल्फच्या गोष्टी दिल्यावर मी पुढं कोणता खेळ आहे हे बघायला धावलो. हे पार्क एक चांगल्यापैकी पार्क होतं. तिथं एक छोटंसं शेत होतं, डुकरं होती, शेळ्या-मेंढ्या होत्या, एक म्हातारं गाढव होतं. ते गाढव फक्त उभं राहून इकडं-तिकडं टकामका पाहत होतं. मी पुढं गेलो, तर एक जाळीचा पिंजरा लागला. त्या खोलीसारख्या मोठ्या पिंजऱ्यात वेगवेगळ्या प्रकारचे पक्षी होते. मी एकदम 'प्रेटी पॉली' अशी हाक ऐकली. वळून पाहिलं तर काय, तिथं एका दांडीवर एक पोपट होता.

''ती हाक ऐकलीस तू?'' मी एका मुलाला विचारलं.

''हो.''

''त्या पक्ष्यानं मारली होती ती!''

मी आणि तो मुलगा त्या पोपटाकडं बघू लागलो. मी पोपटाला काहीतरी म्हणायला सांगितलं तेव्हा मेट्रन म्हणाल्या, ''पोपट सगळ्यांचंच म्हणणं ऐकत नाहीत आणि त्यांची इच्छा असेल तेव्हाच माणसासारखं बोलतात.'' मी दुसऱ्या पक्ष्यांकडं लक्ष वळवलं तेव्हा मात्र तो पोपट परत बोलायला लागला आणि ह्या वेळी त्यानं असे काही शब्द म्हटले की, मेट्रन रागानं लालेलाल झाल्या. त्यांनी आम्हांला चटकन पुढं जायला सांगितलं आणि आमची ती गंमत संपली.

पिकनिकच्या वेळी मोठ-मोठ्या लॉंड्री बास्केट्समधून अन्न आणलं जायचं. त्या वेळी होमच्या लोकांना फक्त होममधल्या मुलांनाच नाही, तर संडे स्कूलमधल्या सगळ्या मुलांना अन्न पुरवावं लागे. शिवाय जे संडे स्कूलला यायचा विचार करत त्यांनाही खायला द्यावं लागे. त्यामुळेच होमच्या कर्मचाऱ्यांना पिकनिकसाठी खूप खूप सँडविचेस आणि फळांचा कित्येक गॅलन रस आणावा लागे.

मी माझं सँडविच खात असताना एका मुलीने माझ्याकडं पाहिलं.

''काय पाहतेयस तू इतकं?'' मी अखेर विचारलंच तिला. ती म्हणाली, ''तोंड बंद कर होम बॉय!''

त्यावर चिडून मी तिच्या फ्रॉकवर ज्यूस सांडला आणि तिनं भडकून मला लाथ मारली. ह्याचा बदला कसा घ्यावा ह्याचा मी विचार करतच होतो, तितक्यात मेट्रननं माझा कान पकडून मला कानशिलात लगावली. गाल चोळत चोळत मी पाहिलं, तर ती मुलगी मला वाकुल्या दाखवत हसत होती.

पिकनिक संपताना आम्हाला ट्रॅक्टरनं ओढल्या जाणाऱ्या डब्यांमध्ये बसवून बागभर फिरवण्यात आलं. तिथं सगळ्यात पहिला मीच पोहोचलो. पहिल्या डब्यात चढून मी ड्रायव्हरला ट्रॅक्टर सुरू करायला सांगितला, पण तो म्हणाला, ''सगळ्या

डब्यांमध्ये मुलं येईपर्यंत मला वाट पाहावी लागेल. सगळी मुलं आल्यावरच मी ट्रॅक्टर सुरू करेन.'' मग मी डब्यातून बाहेर येऊन मेट्रनना सगळ्या मुलांना पाठवायची घाई करू लागलो. तशी मेट्रननी मला सांगितलं, ''तू गाडीत जा आणि गप्प बसून राहा.'' शेवटी खूप वेळानं एकदाची ती ट्रॅक्टरगाडी सुरू झाली आणि आतापर्यंत न पाहिलेल्या कितीतरी गोष्टी आमच्या पाहण्यात आल्या. मला सगळ्यात जास्त आवडलं ते तिथलं तळं आणि तळ्याच्या पाण्यावर तरंगणाऱ्या बोटी! आम्ही सगळे ट्रॅक्टरगाडीतून तिथंच उतरलो.

आम्ही तळ्याच्या काठी बोटीत जाण्यासाठी लावलेल्या रांगेत उभे राहिलो. बोटीत जाण्यासाठी हीऽऽ मैलभर लांब रांग होती. किनाऱ्यावर आलेल्या बोटीतून लोकांना उतरताना पाहून मी पटकन एका बोटीत उडी मारली.

''ए मुला, जा त्या रांगेत उभा राहा आधी.'' त्या बोटीचा नावाडी माझ्यावर ओरडला.

जिच्या अंगावर मी ज्यूस सांडला होता ती माझ्याकडं पाहून फिदीफिदी हसत होती. गोल्फच्या मैदानात ज्या धटिंगणानं मला लाथ मारली होती, तोही माझी फजिती पाहून दात दाखवत होता. मेट्रननं मला बोलावून घेतलं आणि सांगितलं की, बोट मी नाही, तर चर्चमधला एक माणूस वल्हवणार होता. शेवटी आम्ही बोटीवर जायची वेळ एकदाची आली. मेट्रनला बोटीत चढण्यासाठी कोण त्रास झाला! शेवटी चर्चमधल्या त्या माणसाला त्यांचा हात धरून त्यांना मदत करावी लागली. त्या बोटीत आल्याबरोबर बोट हिंदकळू लागली. तसं मी त्यांना ओरडून सांगितलं, ''मॅडम, खाली ढुंगण टेकून बसा.'' तशी रागानं माझ्याकडं बघत त्या म्हणाल्या, ''तू आपली भाषा सुधारली नाहीस ना, तर परत काठावर पाठवेन आणि मग तुला बोटीत बसायला मिळतंय का पाहा!'' मेट्रनची ही ताकीद ऐकून मी थोडा वेळ अगदी गप्प बसलो. आम्ही बसलो होतो त्या बोटीला दोन वल्ह्यांनी वल्हवायला लागत होतं. वल्ही चालवणं सुरुवातीला त्या माणसाला खूप जड गेलं, पण हळूहळू ते त्याला जमायला लागलं. तळ्याच्या कुठल्या अंगाला बोट न्यावी ते मी त्याला सांगितलं. काही वेळ गेल्यावर मी त्याला एक वल्हं मी वल्हवू का म्हणून विचारलं आणि त्यानं मोठ्या खुशीनं माझ्या हातात एक वल्हं दिलं. एव्हाना त्याचा चेहरा घामानं डंवरला होता.

''अजून किती वेळ नाव वल्हवायची?'' मी चर्चच्या त्या माणसाला विचारलं. ''अर्धा तास.'' तो म्हणाला; पण त्याबद्दल मेट्रनचं मत वेगळंच होतं. त्या म्हणाल्या, ''दहा मिनिटांचं बोटिंग बास झालं.'' बोटीत बसायचा हा आमचा पहिलाच अनुभव असल्याने तेवढा वेळ आम्हाला पुरेसा आहे असं त्या म्हणाल्या. मी त्यांना लाइफबॉयमध्ये होतो ह्याची आठवण करून दिली, पण त्यांच्यावर

काहीएक परिणाम झाला नाही. आम्हाला आम्ही परततोय हे कळायच्या आधीच आम्ही परत कोरड्या जमिनीवर होतो.

बागेमध्ये जे जे काही करण्यासारखं होतं ते सगळं आम्ही करून घेतलं आणि मग आमची ती बागेतली पिकनिक संपली. सगळी मुलं बसमध्ये चढली आणि आमचा परतीचा प्रवास सुरू झाला.

सी साइड मिशन आमच्या होममध्ये आलं तेव्हा आठवडाभर मी अगदी चांगल्या मुलासारखं वागलो; पण तसं चांगलं वागणं मला फारच जड जात होतं. एकूणच होममध्ये राहण्याचे आमचे दिवस जसजसे वाढत चालले होते तसतसा माझ्या वागणुकीतला बेफामपणा वाढत चालला होता, पण सी साइड मिशनच्या ह्या भेटीमुळे मी तात्पुरता ढेपाळलो होतो.

मिशनचं काम कधी सुरू होतंय, ह्याची वाट पाहत आम्ही सगळे चर्चच्या बाहेर उभे होतो. तिथं फक्त होममधलीच नाही, तर शहरातलीही निम्मी-अधिक मुलं होती. सुट्टीसाठी शहरात आलेल्या मुलांमुळे मुलांची संख्या आणखीनच वाढली होती. मिशनचं काम करायला तिथं काही लोक आले होते. आमच्याकडून कोण काम करून घेणार होते तेही आम्हाला लवकरच समजलं. दोन मुलं आमच्यासमोर येऊन ओरडली, ''हॅलो, मुला-मुलींनो!'' आम्हीही जोरात ''हॅलो!'' म्हणून प्रत्युत्तर दिलं आणि मिशनचं काम सुरू झालं.

''माझं नाव क्लॅरन्स आहे आणि मी शांत मांजर आहे.'' एका मुलानं ओरडून सांगितलं. त्यावर दुसऱ्या मुलानं आणखी जोरात ओरडून सांगितलं, ''आणि मी हंफ्री आहे. मी भांडकुदळ कुत्रा आहे.''

मग सगळ्या मुलांना दोन ग्रुपमध्ये विभागलं गेलं. माझ्या ग्रुपचा नेता होता, क्लॅरन्स. त्यामुळे मी शांत मांजर होतो. क्लॅरन्सनं आम्हाला सांगितलं की, आम्ही सगळे मार्चिंग करत बीचकडे जाणार होतो आणि मार्चिंग करताना आम्ही जोरजोरात गाणं म्हणणार होतो. त्यावरून आम्ही किती खूश होतो ते लोकांना कळणार होतं. तुम्ही इतक्या जोरात गाणं म्हटलं पाहिजे की, ते मेथिलमध्ये, पिटनवीसमध्ये, अॅन्स्ट्रथरमध्ये, इतकंच काय सेंट अँड्र्यूजमध्ये ऐकायला जायला हवं.'' क्लॅरन्स म्हणाला. मग त्यानं आम्हाला एक गाणं शिकवलं. ते गाणं असं होतं,

''मागं जाऊ, मागं जाऊ, हंफ्रीच्या मागं जाऊ,
त्याला आम्ही बदडू, त्याची मान पिरगाळून टाकू,
अन् मग जाऊ क्लॅरन्सच्या मागं जाऊ!''

हंफ्रीनं त्याच्या ग्रुपला गाणं शिकवलं.

"मागं जाऊ, मागं जाऊ, क्लॅरन्सच्या मागं जाऊ,
त्याला आम्ही बदडू, त्याची मान पिरगाळून टाकू,
अन् मग जाऊ हंफ्रीच्या मागं जाऊ!"

ही गाणी म्हणत म्हणत आम्ही शिस्तीनं बीचवर, समुद्रकिनाऱ्यावर जाऊ लागलो. शांत मांजरांचा गट रस्त्याच्या एका बाजूने जात होता आणि भांडकुंदळ कुत्र्यांचा गट दुसऱ्या बाजूने. आम्ही क्लॅरन्स आणि हंफ्रींच्या मागे गळा फाडफाडून गाणी गात जात होतो.

बीचवर गेल्यावर भांडकुदळ कुत्र्यांमधील एक माझ्याशी उद्धटपणानं वागू लागला. मला म्हणू लागला की शांत मांजरं घाणेरडी आहेत, तू भांडकुदळ कुत्रा होऊन जा. मग मीही त्या भांडकुदळ कुत्र्याबरोबर हमरीतुमरीवर आलो. शेवटी चिडून जाऊन मी त्याला जोरदार ठोसा लगावला. लगेच हंफ्रीनं ग्रीनबँक्सच्या कर्मचाऱ्याकडे माझ्याबद्दल तक्रार केली. मी ह्या सी साइड मिशनच्या कार्यक्रमात भाग घ्यायच्या लायकीचा नाही असं सांगून त्यानं माझी रवानगी होमकडे केली.

मी होममध्ये परत आलो तेव्हा मेट्रनच्या रागाचा पारा खूपच चढला होता. त्या चढ्या आवाजात मला रागावू लागल्या, "अरे, तुम्ही मुलं ह्या होमची प्रतिनिधी आहात. तुमच्याबरोबर मी चोवीस तास सगळीकडं राहू शकते का? मी सांगते तसं तुम्ही वागायला नको का? लोकांना वाटलं पाहिजे की नाही की, होमची मुलं चांगली मुलं आहेत? पण तुझ्या बाबतीत ना, हे अजिबात शक्य नाही. होमला लागलेला कलंक आहेस बघ तू!" असं म्हणून त्या मला ऑफिसमध्ये घेऊन गेल्या आणि आपल्या टेबलाच्या कप्प्यात ठेवलेला कातडी चाबूक काढून त्यांनी माझ्या दोन्ही हातांवर तो तीनदा जोरात मारला. अशी सणसणून कळ आली म्हणता!

"तू लहान बाळासारखं वागायला लागलास ना, तर आम्हालाही तुझ्याशी तसंच वागायला लागेल." असं म्हणून त्या मला लहान मुलांच्या नर्सरीत घेऊन गेल्या. तिथली मुलं आरामात दुपारची झोप काढत होती. तिथल्या एका कॉटकडे बोट दाखवून त्या म्हणाल्या, "जा, तिथं जा आणि ह्या मुलांसारखा गुपचूप झोपून जा." नंतर लहान मुलं शी-शू करतात तशी एक पॉटी आणून त्या म्हणाल्या, "आणि शी-शूही तू ह्याच्यातच करायची. लहान मुलांसारखी." मग त्या छोट्या कॉटकडं बोट दाखवून त्या म्हणाल्या, "तुझ्या वागणुकीत काही सुधारणाा दिसेपर्यंत तुला त्या कॉटवरच झोपावं लागेल." मग मला खेळायच्या खोलीत घेऊन जात त्या म्हणाल्या, "आणि बाकीची मुलं इथं येईपर्यंत तू ह्या खूर्चीत हूं का चूं न करता गप्प बसून राहायचं. समजलं?"

त्यांनी मला चहाच्या वेळेसही लहान मुलांबरोबरच बसायला लावलं आणि

प्लॅस्टिकच्या प्लेटमध्ये लहान मुलांना खायला देतात त्याच गोष्ट दिल्या होत्या. त्या गोष्टी खायसाठी मला चमचाही प्लास्टिकचाच देण्यात आला होता. मला आठवतंय की, छोट्या मुलांना खायला दिलेल्या त्या गोष्टी तशा बऱ्या होत्या. समाधान एवढंच होतं की, मला निदान काहीतरी खायला तरी मिळत होतं. काही मुलांना तर ह्याहूनही भयंकर शिक्षा मिळायच्या. उपाशीपोटी ठेवायची शिक्षा सरसकट सगळ्यांना दिली जायची, पण काही मुलांना तर कित्येक दिवस उपाशीपोटी राहावं लागायचं. जेवायच्या वेळी त्यांना फक्त एक कपभर दूध मिळायचं, पण तरीही त्यांना आम्हां सगळ्यांबरोबर डायनिंग रूममध्ये येऊन बसावं लागे. आम्ही खात असताना त्यांच्यासमोर रिकामी प्लेट ठेवण्यात येई आणि त्यांना हात बांधून गुपचूप बसून राहावं लागे. ती रिकामी प्लेट त्यांच्यासमोर ठेवण्यातही एक खास हेतू होता. सगळे खात असताना तुम्हाला न खाण्याची शिक्षा मिळालेली आहे हे त्यांच्या मनावर बिंबवण्यासाठीच त्यांच्यासमोर ती रिकामी प्लेट ठेवली जाई.

चहानंतर मेट्रन मला परत नर्सरी ब्लॉकमध्ये घेऊन गेल्या. "तुला शू करायची असली, तर त्या पॉटीमध्येच केली पाहिजेस तू आणि नंतर पॉटी स्वच्छ, चकचकीत करून ठेवली पाहिजेस." त्यांनी मला बजावून सांगितलं.

"आणि मला शी करायची असेल तर?" मी विचारलं. त्याचं उत्तर त्यांनी मला थोबाडीत देऊन दिलं. "तुला नंबर टू करायची असली, तरी ह्या पॉटीतच करायला पाहिजेस." त्या ओरडल्या. माझ्याच्यानं ते होत नव्हतं. त्यामुळे मी कितीतरी दिवस शी केलीच नाही, पण मग एके दिवशी माझ्या पोटात कळा यायला लागल्या. शी केल्यावाचून राहावेना; पण तेव्हासुद्धा मला ती मेट्रनसमोर पॉटीतच करावी लागली.

शाळा नाही, बरोबरचे मित्र नाहीत, अशा अवस्थेत मला रात्रंदिवस नर्सरी ब्लॉकमध्येच राहावं लागत होतं. फक्त जेवायच्या वेळी मला डायनिंग हॉलमध्ये जायची परवानगी होती. मला फक्त लहान मुलांना देण्यात येणाऱ्या गोष्टीच वाढल्या जात होत्या. त्यामुळे मला झोपच यायची नाही. मी कॉटवर तळमळत पडलेला असे. माझी बहीण रात्रीच्या वेळी नर्सरीत येऊन मला एखादं बिस्किट किंवा ब्रेडचा तुकडा देऊन जाई, पण हे करताना ती पकडली गेली असती, तर तिला खूप मोठी शिक्षा होऊ शकत होती. त्यामुळे तिला फार सावध राहून हे काम करावं लागे.

रात्री झोपायच्या आधी मी कॉटवरून उठून नर्सरीच्या खिडकीत जाऊन उभा राही. तिथून मी अंगणापलीकडच्या मुलींच्या डॉर्मिटरीकडे पाहत राही. शेवटी मॅगी तिथल्या खिडकीत उभी राहून मला हात दाखवे आणि मग मी तिला हात दाखवून आपल्या कॉटकडे वळे. दर रात्री मॅगीचा हलणारा हात पाहिल्यावर मला ती शिक्षा

सहन करण्याचं बळ येई. दोन आठवड्यांनंतर मला परत नेहमीचं जेवण मिळायला लागलं. आमच्या डॉर्मिटरीतल्या कॉटवर झोपायचीही परवानगी मिळाली. तो पंधरवडा मला फार जड गेला होता आणि तसा पंधरवडा परत आयुष्यात यावा असं मला मुळीच वाटत नव्हतं.

स्टेशनजवळ एक खूप म्हातारी बाई राहत असे. तिचे दोन्ही पाय निकामी झालेले होते त्यामुळे तिला फार हालचाल करता येत नव्हती. चालतानासुद्धा ती दोन्ही बाजूंना दोन काठ्या आधारासाठी घेत असे. एकदा ती काठ्या टेकत टेकत तिच्या घराच्या पुढच्या दाराशी आली. मला पाहताच ओरडली, ''ए मुला, जरा पळत दुकानात जा आणि मी सांगते त्या वस्तू घेऊन ये बरं!''

तिनं सांगितलेलं सामान मी घेऊन आलो तशी ती म्हणाली,''चल, थोडं फायरप्लेसजवळ बसू या.''

''तुमच्या घरात मांजराच्या शूचा घाणेरडा वास येतोय.'' मी नाक मुरडत म्हटलं.

त्यावर ती म्हणाली,''हळूहळू सवय होईल तुला त्याची.''

''हळूहळू सवय होईल? म्हणजे म्हणणं तरी काय आहे तुमचं?'' मी आश्चर्य दाखवत विचारलं.

''म्हणजे दुकानात जाऊन वस्तू आणण्यासाठी मला तुझी रोज मदत घ्यावी लागेल. म्हणजेच तुला इथं खूपदा यावं लागेल आणि इथल्या गोष्टींची सवय होईल.''

खुर्चीतलं मांजर हलवत मी तिच्याकडं पाहून विचारलं, ''तुमच्या पायांवर काय आहे ते?''

''ते होय? अरे, आजीचं कापड.''

''हात लावून पाहू मी?''

''नको.'' ती हसत म्हणाली,''तू हात नाही लावू शकणार त्याला. अरे, पूर्ण दिवस आगीजवळ बसून राहिल्यानं झालेल्या भाजल्याच्या खुणा आहेत त्या.''

''तुला ते आजीचं कापड होत असेल, तर दिवसभर आगीशी का बसून राहतेस तू?''

''कारण हे घर गारढोण आहे. बरं, तुझं नाव सांग बरं!''

''सँडी!''

''सँडी?''

''सँडी रीड!''

''अरे, मी सँडी स्मिथ आहे आणि तू सँडी रीड! वा! तू मला सँडी म्हणून हाक मारू शकतोस.''

"बरं सँडी!"

"सँडी, शाळा आवडते तुला?"

"फारशी नाही सँडी!"

"तुझ्या टीचरचं नाव काय आहे?"

"मिसेस मार्टिन सँडी!"

"मला माहीत आहे ती. स्कूनी रोडवर राहते. चांगली बाई आहे."

"कधीतरी ती मला तिच्या घरी चहासाठी नेणार आहे सँडी!"

"खरंच?"

"हो सँडी."

"तुला तुमचं होम आवडतं?"

"नाही."

"का बरं?"

"माहीत नाही, पण मला नाही आवडत ते."

"तुला आई-वडील आहेत का?"

"हो!"

"कुठं आहेत ते?"

"माहीत नाही."

"तुला भाऊ-बहिणी आहेत का सँडी?"

"हो. एक बहीण आहे."

"मोठी का छोटी?"

"मोठी बहीण."

"काय नाव आहे तिचं?"

"मॅगी. मॅगी रीड!"

"तीसुद्धा राहते तुझ्याबरोबर होममध्ये?"

"हो!"

मध्येच घड्याळाकडं पाहून ती म्हातारी म्हणाली,"शाळेत जा आता तू. नाहीतर उशीर होईल तुला."

"बरं!"

"तू सकाळी इकडनं जाशील तेव्हा माझ्याकडं येऊन मला काय हवं-नको ते पाहत जा."

"बरं!"

"कधी-कधी माझे पाय इतके दुखतात की, मला दारापर्यंतसुद्धा येववत नाही."

''बरं!''

''तू दरवाजावर ठकठक न करता थेट आत येत जा.''

''बरं!''

मी तिथून निघताना तिनं माझ्या हातात तीन पेनींचं नाणं ठेवलं. मी शाळेत पोहोचलो तेव्हा मला नेहमीपेक्षा खूप उशीर झालेला होता. मला होमचा खूप कंटाळा आलेला होता आणि शाळेचाही. त्यामुळे मिसेस मार्टिननी मला उशीर होण्याचं कारण विचारलं तेव्हा मी गप्पच राहिलो. शिक्षा म्हणून तिनं मला खेळाच्या तासाला मैदानात जाऊ दिलं नाही. माझी चुळबुळ चालूच होती.

''मिसेस मार्टिन, बाहेर जाऊ मी?''

''नको.''

''का नको जाऊ?''

''तू उशिरा का आलास शाळेला?''

''मी एका बाईचं काम करून दिलं!''

''आणि म्हणून तुला उशीर झाला?''

''हो!''

''सकाळच्या वेळी लोकांची कामं करायला वेळ नसतो तुझ्याकडं सँडी. शाळा जास्त महत्त्वाची आहे तुझ्यासाठी. काही करून तू इथं वेळेवर यायला पाहिजेस.''

''पण त्या बाईला दुकानात नाही जाता येत.''

''का बरं?''

''कारण तिचे पाय लुळे पडलेत.''

''कोण आहे ही बाई सँडी?''

''सँडी. ती दोन काठ्या घेऊन चालते.''

''सँडी स्मिथ?''

''हो.''

''तिचं घर स्टेशनशेजारी आहे. हो ना?''

''हो!''

''मला माहीत आहे ती सँडी.''

''हो? ती पण म्हणत होती, ती तुम्हाला ओळखते म्हणून.''

''बरं! आता ह्यापुढं तिनं तुला सकाळी काही कामं करायला सांगितली, तर तुला ती झटपट करावी लागतील आणि शाळेची घंटा होण्यापूर्वी क्रीडांगणात यायला हवं.''

''बरं!''

''लक्षात ठेवशील मी काय म्हटलं ते?''

"हो. आता जाऊ मी बाहेर खेळायला मिसेस मार्टिन?''

"नाही. ह्या वेळी तुला धडा मिळावा म्हणून तुला इथंच थांबायला सांगणार आहे मी सँडी, पण इथं बसून तू काय करू शकतोस तेही सांगते मी तुला.''

"काय करू मी मॅडम?''

"थोड्या रंगीत पेन्सिली आणि एखादा पेपर घेऊन ये आणि एखादं चित्र काढ.''

मी आपल्या दोन्ही काठ्यांवर भार घालून उभ्या असलेल्या सँडीचं चित्र काढलं.

"ती सँडी आहे का?'' माझ्या टीचरनं विचारलं.

"हो. शाळा सुटल्यावर तिला नेऊन देणार आहे मी.''

"वा! फार छान, पण चित्राखाली तुझं नावही लिही सँडी.

"हो. लिहीन मी माझं नाव, म्हणजे ते कोणी काढलंय ते तिला कळेल.''

"फारच छान! सँडीला नक्की आवडेल तुझं चित्र.''

"हो.''

"चित्राखाली तुझं नाव पाहून सँडीला तुझं अक्षर किती चांगल आहे तेही कळेल.''

"हो!'' म्हणून मी माझं नाव त्या कागदावर लिहिलं. कागदाची घडी करून ते चित्र मी माझ्या खिशात टाकलं.

"मिसेस मार्टिन, तुम्ही मला तुमच्या घरी चहासाठी कधी नेणार आहात?''

"मी मेट्रनना टेलीफोन केला होता. त्या म्हणाल्या की, चहासाठी मी तुला होममधून बाहेर नेत आहे, ह्या अर्थाचं एक पत्र लिहून द्यावं लागेल मला.''

"आणि तरी तुम्ही मला तुमच्या घरी घेऊन जाणार आहात?''

"हो. नक्की घेऊन जाणार आहे मी सँडी.''

"केव्हा लिहिणार आहात तुम्ही तसं पत्र?''

"लवकर लिहीन सँडी.''

"तुम्हाला जे काही करायचंय ते लवकर करा. कारण मी लवकरच पळून जाणार आहे.''

मिसेस मार्टिन म्हणाल्या, "सँडी, तुझी ही पळून जायची आयडिया काही बरी नाही. कारण होममधल्या लोकांनाही तुझी काळजी वाटेल आणि मलाही.''

पण होममधून पळून जाण्याचा माझा विचार मात्र पक्का होता. मला सगळ्या म्हणजे सगळ्या गोष्टींचा पार कंटाळा आला होता. शेवटी एका रात्री मी होम सोडून पळून गेलो.

रात्रीच्या मिट्ट काळोखात मी कंपाउंड वॉलवर चढून गेलो. माझ्या मागे मागे आणखी एक मुलगा आला होता. तोच तो ओठफाट्या मुलगा. आमच्याजवळ एक घडीचा तंबू होता आणि एक ब्लँकेट. होममधून बाहेर आल्यावर आम्ही लेथम ग्लेन

खोऱ्याकडं निघालो; पण तेवढ्यात मला मेट्रनची व्हॅन दिसली. मग दिशा बदलून मी बीचला जायचं ठरवलं. तिथं समुद्राजवळच्या भिंतीच्या आडोशाला आम्ही आपला तंबू उभारला. सर्व स्थिरस्थावर झाल्यावर आम्ही गप्पा मारू लागलो. "तू का आलास रे होममध्ये?" मी त्याला विचारलं. ह्यावर तो म्हणाला, "माझी आई वारली. माझ्या वडलांना मला सांभाळणं जमेना म्हणून त्यांनी मला होममध्ये टाकलं."

त्यानेही मला माझ्या लोकांबद्दल विचारलं. मी म्हटलं, "मला काही माहीत नाही त्यांच्याबद्दल, पण माझ्या बहिणीला त्यांच्याबद्दल बरंचकाही माहीत आहे. आपण पकडलो गेलो तर तिला विचार. ती सांगेल सगळं. काही वेळानं त्याला झोप लागली आणि मग मलाही झोप लागली."

मध्यरात्री येऊन दोन पोलिसांनी आम्हांला झोपेतून जागं केलं आणि ते आम्हाला घेऊन होममध्ये आले. मेट्रन आणि होमचे कर्मचारी रात्रीच्या कपड्यात आमची वाट पाहत होते. पोलीस त्यांच्याशी काहीतरी बोलले आणि मेट्रनच्या ऑफिसात निघून गेले.

आम्ही दोघं तिथंच लाकडी बाकावर बसलो होतो.

"आता काय होईल रे आपलं?" ओठफाट्यानं थरथरत विचारलं.

"चामड्याच्या पट्ट्यानं मार आणि आणखीही बरंचकाही मिळेल आपल्याला." मी विचार करत म्हटलं. ते ऐकून त्याच्या डोळ्यांतून घळाघळा पाणी वाहू लागलं.

पोलीस निघून गेल्यावर आम्हां दोघांना ऑफिसमध्ये बोलावण्यात आलं. मग मेट्रन मॅडमने आम्हांला उपदेशाचा एक मोठा डोस पाजला. पोलिसांना आमच्या शोधात कसं भटकावं लागलं, होममधले लोक कसे काळजीत बुडून गेले होते वगैरे वगैरे. आम्ही सुखरूप होममध्ये परत आल्याशिवाय त्यांना कसं चैन पडत नव्हतं. आम्ही सुखरूप परत येईपर्यंत त्यांना आणि बाकीच्या लोकांना झोपायला कसं जाता आलं नाही हे सगळं त्यांनी अगदी सविस्तर सांगितलं. त्या म्हणाल्या, "इथून पळून जायचा बेत तूच आखलेला असावा." त्यांच्या म्हणण्याला दुजोरा देत ओठफाट्या म्हणाला, "हो. ह्यानंच मला माझ्याबरोबर येतोस का म्हणून विचारलं." पण ओठफाट्याच्या बोलण्यानं खूश होण्याऐवजी मेट्रन ओरडल्या, "तू गप्प बस. आणि एक शब्द काढू नकोस तोंडातनं!"

माझ्यावर नाराज होऊन मेट्रन म्हणाल्या, "फार वाईट मुलगा आहेस तू! तुझ्याबद्दल मला वेल्फेअरच्या लोकांशी बोलावंच लागेल आणि तू असाच वाईट वागत राहिलास ना, तर मग तुला मॅगीपासून खूप लांब पाठवलं जाईल अन् ती जागा इतकी दूर असेल की, तुला मॅगीला कधी भेटताही येणार नाही." आमच्या हातांवर चामड्याच्या पट्ट्याचे सहा-सहा फटके बसले आणि मग मेट्रननी आम्हांला झोपायला पाठवलं.

दुसऱ्या दिवशी सकाळी-सकाळीच आम्हांला परत बोलावण्यात आलं. परत आम्हां दोघांना मेट्रनच्या ऑफिसबाहेरच्या बाकड्यावर बसावं लागलं. काय चाललं होतं तेच मला कळेनासं झालं होतं. तिथं परत पोलीस आले, तेव्हा माझी खात्री झाली की, माझी ताबडतोब दुसऱ्या ठिकाणी रवानगी होणार होती आणि ह्यापुढं माझा आणि मॅगीचा सगळा संबंध संपून जाणार होता. पोलिसांची गाडी आम्हांला घेऊन परत बीचवर आली. एव्हाना समुद्राला भरती आलेली होती आणि समुद्राचं पाणी त्या भिंतीच्या अर्ध्यावर आलेलं होतं. "बघा जरा हे पाणी. काल रात्री आम्ही येऊन तुम्हाला घेऊन गेलो नसतो, तर तुम्ही आतापर्यंत समुद्रात बुडून मरून गेला असतात." भरतीच्या पाण्याकडं बघत आमच्याबरोबरचा पोलीस उद्गारला आणि त्यानं आम्हां दोघांच्याही दोन थोबाडीत दिल्या. नंतर आम्हांला न्याहारीसाठी होममध्ये नेण्यात आलं आणि मग आम्हांला शाळेत पाठवण्यात आलं.

मेरी दुकानात गेली आणि हेन्री तिची वाट बघत बाहेर उभा राहिला.

"बऱ्याच दिवसांनी येतेयस तू मेरी!" दुकानातली बाई म्हणाली.

"हो!"

"तू दुंडीमध्ये आहेस आणि तिथं एक घरही केलंयस म्हणून कोणीतरी म्हणत होतं."

"हो. केलं होतं खरं घर, पण आता ते सगळं संपलं. मी परत रस्त्यावर आलेय."

खिडकीतून बाहेर पाहत ती बाई म्हणाली, "हेन्री वाट पाहतोय वाटतं तुझी."

"हो."

"पर्थच्या तुरुंगात होता म्हणे तो काही दिवस!"

"हो!"

"तो तुरुंगातून बाहेर आल्यावर तू परत त्याच्याबरोबर राहायला लागलीयेस वाटतं?"

"हो!"

"डेव्हीबद्दल कळलं मला. फार वाईट झालं मेरी!"

"हं! काय करायचं!"

"फार भोगलंयस तू मेरी. ह्यापुढं तरी तुला काही वाईट पाहायला लागू नये."

"हं!"

"लवकर आटोपतेस का मेरी?" रस्त्यावरून हेन्री ओरडला.

"कशी घाई करतोय बघ तो नालायक! काय देऊ तुला मेरी?"

"दारूची एक बाटली."

''त्याच्यासाठी?''

''हो!''

''तू नाही ना पीत आता?''

''नाही. लवकर देतेस का ती बाटली? नाहीतर आरडाओरड करत तो दुकानात शिरेल.''

दारूची बाटली घेऊन ती दोघं पोस्ट ऑफिसजवळ जाऊन बसली. लवकरच सँडी आणि पेगीही तिथं आले.

''थोडी चव मिळेल का मला हेन्री?'' सँडीने विचारले

''हो, घे ना!'' म्हणून हेन्रीनं बाटली सँडीच्या हातात दिली.

''सँडी, आपल्याला लेवनला जायचंय, लक्षात आहे ना?'' पेगी म्हणाली.

''हो, हो! फार वेळ नाही लावणार मी इथं! '' सँडी म्हणाला.

''मेरी, दारूचा थेंब पोटात पडला की, तुझा भाऊ कसा बदलतो, हे माहीत आहे ना तुला?''

''हो, खूप चांगलं माहीत आहे मला. पेगी, त्याचं दारू ढोसणं थांबव. नाहीतर आजच्या दिवसात काही तुम्ही लेवनला जाऊन पोहोचणार नाही.''

''मागच्या आठवड्यात कुठं गायब झाला होतात तुम्ही मेरी? अजिबात दिसला नाहीत.''

''आम्ही थॉर्नटनला गेलो होतो. तिथं ह्याच्या नातेवाइकांबरोबर तंबू उभारला होता.''

''भयंकर पितात ते लोक. तिथून इथं आल्यावर तुला बरं वाटत असेल ना मेरी?''

''हं!''

''तुमचा तंबू कुठंय? थॉर्नटनलाच तर नाही सोडून आलात?''

''हो तिथंच सोडून आलोय. पण माझ्या भावानं, डेव्हीनं सांगितलंय की, तो इथं आणून पोचता करेन म्हणून. आम्ही सँडी आणि तुझ्याबरोबर असू, म्हणून सांगितलंय त्यांना.'' हेन्री म्हणाला.

''मेरी, सध्या तुम्ही आमच्याबरोबरच राहा. तंबू घेऊन यायला त्याला किती दिवस लागतील कोणास ठाऊक! त्याचा स्वभाव माहीतच आहे आपल्याला.''

''हं!''

''बरं! तयार आहेस ना तू सँडी? आपल्याला लेवनला जायचंय म्हटलं!''

''थांब गं जरा पेगी. खूप वेळ आहे अजून आपल्याकडे. अर्धी बाटली पिऊन कधी कोणाचं समाधान होतं का? मला स्वत:साठी एक बाटली विकत घ्यायला लागेल.''

''मेरी, आता काही खरं नाही गं बाई!''

''पेगी, नुसती चव घेऊन त्यांचं समाधान होतंय होय?''

''जा. एक बाटली घेऊन ये बरं पेगी दुकानातून.'' सँडी म्हणाला.

दोघी बायकांनी जाऊन आणखी दारू आणली. तेवढ्यात सँडी आणि हेन्रीपाशी येऊन पोलिसांची गाडी थांबली.

''ए, तुम्हाला दारू ढोसायची असेल ना, तर शेतात किंवा जंगलात जाऊन ढोसा. इथं रस्त्यावर पिऊन उच्छाद मांडू नका.'' गाडीतले पोलीस गुरकावले.

''बरं साहेब. तसंच करू आम्ही. पेगी, चार बाटल्या घेऊन ये गं.''

''बघ, त्याच्या बॅगपाइप्स सोडवून आणण्यासाठी ठेवले होते हे पैसे. आता ते सगळे दारूत उडवणार.''

''काय करायचं बाई!''

''अगं, त्याला दारू प्यायची हुक्की येते ना, तेव्हा तो थोडक्या पैशांसाठी आपले बॅगपाइप्स एका माणसाकडं गहाण ठेवतो. आज जाऊन मी ते सोडवून आणणार होते, पण आता हेन्रीबरोबर प्यायला सुरुवात केलीये त्यानं. म्हणजे आज साठवलेला सगळा पैसा दारूत जाणार.''

त्या दोघी दुकानातून बाहेर आल्या आणि पेगीनं सँडीच्या हातात दारूच्या बाटल्या दिल्या.

''शहराच्या बाहेर जाऊन दारू पिण्याइतकाही धीर नाहीये का तुला?'' तिनं नवऱ्याला विचारलं.

''नाही. आम्ही इथं बसूनच पिणार आहोत!''

''त्या पोलिसानं काय सांगितलं ते ऐकलयंस ना तू सँडी? तुझी उचलबांगडी करून तुला तुरुंगात टाकतील आणि ह्या हेन्रीचंही तेच होईल, तेव्हा कळेल तुम्हाला.''

''तो हॉर्न वाजवणारा पोलीस काय म्हणाला तिकडं मी अजिबात लक्ष देणार नाही.''

''ठीक आहे. मग आम्हीही इथं राहणार नाही तुमच्याबरोबर. तुमच्याबरोबर तुरुंगात जायची हौस नाही आम्हाला.''

''तुम्हाला काय करायचंय ते करा.''

''नक्कीच करू. चल गं मेरी, त्या दोघांना काय करायचं ते करू दे. आपण इथून निघून जाऊ या.''

त्या दोघीच असताना मेरी म्हणाली,''लेवनमध्ये एक होम आहे. तिथं जाऊन चौकशी करणार होते मी पेगी.''

''तुझ्या मुलांची चौकशी?''

"हो."

"फाइफ जिल्ह्यातल्या सगळ्या होम्समध्ये जाऊन तू चौकशी करून आलीयेस मेरी. ह्याआधी नाही गेलीस तू ह्या होममध्ये?"

"गेलेय, पण...."

"मग परत एकदा तिथंच जाण्यात काही एक अर्थ नाही मेरी. आणि तू अगदी बरोबर ठिकाणी गेलीस, तरी तुझी मुलं तिथं आहेत की नाहीत ह्याचा ते पत्ता लागू देणार नाहीत."

"ह्या होमचं नाव आहे ग्रीनबँक्स होम."

"मला माहीत आहे ते कुठं आहे ते. रेल्वे स्टेशनच्या अगदी जवळ आहे."

"हो. तिथंच आहे ते. आणखी एक प्रयत्न करून पाहणार आहे मी पेगी."

"आत्ता जाणार आहेस तू तिथं मेरी?"

"हो!"

"मग मी येते तुझ्याबरोबर. ती दोघं दारू ढोसत असताना मी इथं राहण्यात तरी काय अर्थ आहे?"

त्या दोघी ग्रीनबँक्स होमजवळ जाऊन पोहचल्यावर पेगी म्हणाली,"मेरी, तू आत जाऊन चौकशी करून ये. तोपर्यंत मी इथं गेटजवळ थांबून तुझी वाट पाहते."

"पेगी, इथं असतील का गं माझी मुलं?"

"मेरी, तू आत जाऊन विचारून येईपर्यंत कसं कळणार आहे ते आपल्याला?"

"हो. खरंय तुझं म्हणणं. गेटपाशी जाऊन पाहून येते मी."

"बरं. मी इथंच तुझी वाट बघत उभी राहते. तुला नशिबाची साथ मिळो मेरी!"

मेरीनं ड्राइव्हवरून, मोटार जाण्याच्या रस्त्यावरून चालत जाऊन होमची बेल दाबली. होममध्ये काम करणाऱ्या एका माणसानं दाराशी येऊन विचारलं,"कोण आहात तुम्ही? काय पाहिजेय तुम्हाला?"

"माझं नाव आहे मेरी रीड. माझी मुलं इथं, तुमच्या होममध्ये आहेत का ह्याची माहिती हवी होती मला."

"काय नावं आहेत तुमच्या मुलांची?"

"सँडी आणि मॅगी रीड."

"इथंच थांबा तुम्ही. मी मेट्रनना घेऊन येतो." तो माणूस म्हणाला.

"बरं!"

थोड्याच वेळात तिथं मेट्रन आल्या.

"कोण आहात तुम्ही?"

"मेरी रीड."

"काय पाहिजेय तुम्हाला?"

''माझी मुलं तुमच्या होममध्ये आहेत का ते विचारायचं होतं मला.''

''काय नावं आहेत त्यांची?''

''सँडी आणि मॅगी रीड.''

''ती दोघं होय?

''हो. इथं आहेत ती?'' मेट्रनच्या चेहऱ्यावरचा भाव पाहून एव्हाना मेरीचा चेहरा फुलून आला होता.

''हो. इथं होती ती मुलं, पण आता नाहीत. ती दोन दिवसांपूर्वी दुसरीकडं निघून गेलीत.''

''निघून गेली? म्हणायचंच तरी काय तुम्हाला?''

''म्हणजे वेल्फेअरनं त्यांच्यासाठी एक नवीन दत्तक कुटुंब शोधलंय. त्यामुळे त्यांना तिथं पाठवण्यात आलंय!''

''पाठवण्यात आलंय? पण कुठं पाठवण्यात आलंय? हे नवीन लोक राहतात कुठं?''

''त्या माहितीसाठी तुम्हाला वेल्फेअरला भेटावं लागेल. मी नाही देऊ शकत ती माहिती. मिसेस रीड, ह्या बाबतीत तुम्हाल वेल्फेअरबरोबर बोलावं लागेल.''

''पण तुम्ही मेट्रन आहात इथल्या. ती दोघं कुठं गेलीयेत ते तुम्हाला नक्की माहीत असणार.''

''हे बघा मिसेस रीड, त्यांना कुठं पाठवण्यात आलंय हे मला माहीत असलं, तरी मी ते सांगू शकत नाही तुम्हाला. आपल्या मुलांबद्दलची काही माहिती हवी असेल, तर तुम्हाला वेल्फेअरकडेच जावं लागेल.''

''मी सारखी वेल्फेअरमध्येच असते मॅडम. कधीकधी दिवसच्या दिवस घालवलेत मी काउंटी बिल्डिंग्जमध्ये, पण मला काही म्हणता काही सांगत नाहीत ते लोक. तुम्हाला माहीत असेल, तर सांगा ना मॅडम!''

''मी नाही सांगू शकत मिसेस रीड आणि हे बघा, मला खूप कामं आहेत. मला बऱ्याच मुलांची काळजी घ्यायची असते. आता तुम्ही इथून निघून गेलेलं बरं!''

''मॅडम, ती दिसायला कशी आहेत?''

''कोण?''

''सँडी आणि मॅगी?''

''अं? त्यांच्या वयाच्या कोणत्याही मुलांसारखीच आहेत ती!''

''तरी पण, कशी दिसतात हो ती? शाळेतली त्यांची प्रगती कशी आहे? मॅगी आता खूप मोठी झाली असेल. आणि सँडी कसा आहे?''

''हे बघा मिसेस रीड, मला खूप कामं असतात. खरंच जायला हवं मला आता.''

“तुमच्याकडं त्यांचे काही फोटोग्राफ आहेत का? एखादा देऊ शकाल मला? होममध्ये नक्कीच फोटो काढले जात असतील. एखादा तरी असेलच ना तुमच्याजवळ?”

“मिसेस रीड, ह्या सगळ्या गोष्टींसाठी तुम्हाला वेल्फेअरकडं जावं लागेल.”

“जळलं मेलं ते वेल्फेअर! माझी मुलं तुम्हाला माहीत आहेत. सांगा ना, कशी आहेत ती?”

“मिसेस रीड, तुमच्या मुलांना आता एक छान, नवं कुटुंब मिळालंय. ते कुटुंब त्यांची नीट काळजी घेईल. त्यांना काय पाहिजे ते देईल.”

“खरं आहे, पण मी त्यांची आई आहे हो!”

“मिसेस रीड, मला माहीत आहे, तुम्ही त्यांची आई आहात हे; पण तुम्हाला नाही वाटत, तुमची मुलं तुम्हाला पाहून बिथरली असती म्हणून?”

“माझी मुलं, मला, त्यांच्या स्वत:च्या आईला पाहून बिथरली असती? काहीतरीच काय बोलताहात तुम्ही मॅडम!”

“अहो, तुम्हाला पाहून त्यांना भीती वाटली असती आणि मग त्यांच्या शाळेच्या अभ्यासात ती तेवढी चांगली नसती राहिली. तुम्हाला पाहून कदाचित ती अभ्यासात घसरलीही असते.”

“अगदी खोटं आहे तुमचं म्हणणं.”

“असं म्हणता?”

“हो. उलट मला पाहून माझ्या मुलांना खूप आनंद झाला असता. मॅगीला मी आठवतही असेन.”

“पण सँडीनं तुम्हाला कधीच पाहिलेलं नाही. आपल्या आईला पहिल्यांदाच पाहून त्याला केवढा धक्का बसला असता!”

“मला नाही वाटत असं!”

“मिसेस रीड, आपल्या मुलांना जीवनात पुढं यायची संधी द्या. पुढं जाऊ द्या त्यांना.”

“मी माझ्या मुलांना तसंच जाऊ देणार नाही. त्यांना परत मिळवण्यासाठी चाललेली माझी धडपड मी कधीच थांबवणार नाही.”

होमचा दरवाजा बंद झाला आणि मेरी पेगीकडे परत आली.

“काय झालं मेरी?”

“इथं नाहीत ती पेगी.”

“काय म्हणतेस?”

“म्हणजे माझी मुलं इथं होती, पण काही दिवसांपूर्वी त्यांना इथून दुसरीकडं पाठवण्यात आलं आहे.”

“खरंच?”

“हो. थोडे दिवस अगोदर आले असते, तर मला माझ्या मुलांना पाहता आलं असतं.”

“त्यांना कुठं पाठवलंय ते सांगितलं त्यांनी?”

भिंतीचा आधार घेत बसत मेरी म्हणाली, “त्यांनी एवढंच सांगितलं की, त्यांना एक नवीन दत्तक कुटुंब मिळालेलं आहे.”

“मेरी, तू ठीक तर आहेस ना? थोडीशी आजारी असल्यासारखी वाटतेयस.”

“नाही. ठीक आहे मी.”

“खूप मोठा धक्का बसलेला दिसतोय तुला. फूटपाथवर बसून थोडी विश्रांती घे.”

“नाही. मी ठीक आहे; पण इथून लवकरात लवकर दूर निघून जायचंय मला. क्षणभरही थांबायचं नाही.”

मेरी आणि पेगी चालू लागल्या खऱ्या, पण मेरीची तब्येत ठीक नसल्याचं पेगीच्या लक्षात आलं.

“मेरी, कशीतरीच दिसतेयस तू. तुला नक्की काही होत नाहीये ना?”

“तसं मला काही होत नाहीये, पण थकलेय थोडी.”

“इथं थांब तू. ह्या घराचा दरवाजा वाजवते. थोडं पाणी मिळतंय का प्यायला ते पाहाते.” असं म्हणून पेगीनं दरवाजावर टकटक केली, पण आतून काहीच उत्तर आलं नाही. थोडा वेळ वाट पाहून पेगी म्हणाली, “बहुतेक इथं कोणी राहत नसावं. पुढच्या घराचा दरवाजा ठोठवावा लागेल.”

तितक्यात आतून कोणीतरी जोरात ओरडलं, “कोण आहे? काय पाहिजेय? मला दरवाजापर्यंत यायला थोडा वेळ लागतो. काठ्या टेकत टेकत यावं लागतं मला.”

“अं! माझ्या मैत्रिणीची तब्येत थोडीशी बिघडलीये. तिच्यासाठी थोडं पाणी हवं होतं!”

थोड्या वेळानं आतली बाई काठ्या टेकत टेकत दाराशी आली. रस्त्यावर उभ्या असलेल्या मेरीकडं पाहून म्हणाली, “थोडी विचित्र दिसतेय तुमची मैत्रीण. इकडं घेऊन या तिला.”

“खरंच घेऊन येऊ?”

“हो, हो. तिला आत घेऊन या.”

मेरीला बसायला जागा करून देण्यासाठी त्या बाईनं खुर्चीवरच्या मांजरीला खाली जमिनीवर ठेवलं.

“स्वयंपाकघरात जा आणि तुमच्या मैत्रिणीसाठी पाणी घेऊन या.”

पेगी पाणी घेऊन आली. मेरीजवळ बसायला जागा करून घेण्यासाठी तिनं आणखी काही मांजरांना हलवलं.

"तुम्ही टिंक आहात का?"

"मेरी, पाणी पी थोडं."

"पेगी, मला खरंच पाहिजेय पाणी. मला घेरी आल्यासारखं वाटत होतं."

"तुम्ही दोघी टिंक आहात का?"

"बरं वाटेल तुला आता." पेगी

"तुमच्या शरीराला राना-वनाचा वास आहे. तुम्ही टिंकच असणार. कुठं आहेत तुमचे तंबू?"

"अपर लार्गोमध्ये." पेगीनं सांगितलं.

"तिथं पोहोचायला तुम्हाला बरंच चालावं लागेल."

"हं!"

"तुमचं नाव काय आहे?"

"पेगी!"

"आणि त्यांचं?"

"मेरी!"

"मी सँडी स्मिथ आहे. तुम्ही मला सँडी म्हणू शकता."

"मेरी माझी नणंद आहे. तिला रस्त्यातच कसंतरी व्हायला लागलं, म्हणून...."

"मेरी, बरं वाटतंय आता थोडं?" सँडीनं विचारलं.

"हो. आम्हाला तुम्ही घरात घेतलंत. मोठेच उपकार आहेत तुमचे आमच्यावर."

"त्याचं काय हो एवढं मोठंसं! मी कधी त्या बाजूला आले, तर तुमच्या तंबूत येईन. झालं?"

"हो. या ना. तुमचं स्वागतच होईल. फार कमी लोक आम्हाला घरात घेतात." पेगी म्हणाली.

"तुम्हाला चहा हवाय का?"

"हो. मिळाला तर फार बरं होईल."

"आणि मेरी, तुम्हाला हवाय चहा? मला वाटतं, चहानं आणखी हुशारी येईल तुम्हाला."

"हो. मलाही तसंच वाटतंय."

"पेगी, चहा बनवाल आपल्यासाठी? मला पायानं तितकंसं नीट चालता येत नाही बघा!"

"काही हरकत नाही सँडी. तुम्ही बसा. मी करेन चहा."

"बरं. थोडं बरं वाटतंय का आता मेरी? काय झालं होतं तरी तुम्हाला?"

"थोडं कसंसंच होत होतं."

"चहाच्या कपानं तरतरी येईल तुम्हाला."

''कडाक्याच्या थंडीत तंबूत राहायचं म्हणजे फार त्रास होत असेल नाही तुम्हाला? धुकं, बर्फ, बोचरा वारा! बाप रे! काय अवस्था होत असेल तुमची! हे माझं जुनं घर थंडीत पार गारठतं. थंडी फारच वाढली, तर बाहेर खिडक्यांच्या तावदानांवर बर्फाचे थर साठतात. तुमच्या त्या छोट्या-छोट्या तंबूंमध्ये तुम्हाला फारच गारठायला होत असेल.''

''तसा फारसा काही त्रास होत नाही आम्हाला थंडीचा. आमच्या तंबूत सारखी चूल पेटलेली असते. तुमच्या ह्या छोट्या-छोट्या घरांपेक्षा आमचे तंबू जास्त उबदार असतात सँडी.''

''असेलही बाई! थंडीच्या दिवसांत मी तर सारखी कोळसे घालत असते फायरप्लेसमध्ये. घालावेच लागतात. माझ्या शेजारचा माणूस नसता, तर माझी पार कुल्फी होऊन गेली असती आतापर्यंत. मला स्वत:ला कोळशाची बादली उचलता येत नाही, पण माझा शेजारी माझ्यासाठी पाहिजे तितका कोळसा घेऊन येतो.

''फारच चांगला दिसतोय तुमचा शेजारी.''

''हो. माझं नशीब चांगलंय म्हणून मला असा शेजारी मिळालाय. नाहीतर आपल्याला बहुतेकदा आपल्यासाठी काही म्हणजे काही न करणारी माणसंच भेटतात.''

''अगदी खरंय तुमचं म्हणणं सँडी.''

''मेरी, मला वाटतं, तुमचाही अनुभव असाच आहे.''

''हो ना!''

''सँडी, दूध आहे का कुठं?'' पेगीनं स्वयंपाकघरातून विचारलं.

''च्! दुधाबद्दल विसरूनच गेले बघा मी. एक लहान मुलगा मला दुकानातून वस्तू आणून देतो, पण गेल्या काही दिवसांत तो फिरकलाच नाहीय इकडं. कुठं धडपडलाय कोण जाणे! मला काही पाहिजे का ते विचारायला रोज सकाळी यायचा बघा तो.''

''मुलांचं असंच असतं सँडी!'' पेगी म्हणाली, ''आता असतात, आता नाहीशी होतात.'' ते ऐकून मेरीनं खिन्न नजरेनं तिच्याकडं पाहिलं, तशी पेगी पटकन म्हणाली, ''मेरी, तसं नव्हतं गं म्हणायचं मला मेरी.''

''दुधाशिवायचा चहा चालेल मला.'' सँडी म्हणाली.

''मीसुद्धा कित्येकदा नुसती चहाची पानं उकळूनच चहा करून पिते.'' पेगीनं पुस्ती जोडली.

''माझंसुद्धा तसंच आहे.'' मेरीनं पेगीला दुजोरा दिला.

''तुम्ही कशासाठी आला होता इथं?''

''मेरीला वाटलं होतं की, तिच्या मुलांना पाहता येईल तिला इथं!''

"मुलांना पाहता येईल?"

"हो. त्यांना वेल्फेअर लहानपणीच घेऊन गेले होते. आम्हांला वाटलं होतं की, ती इथल्या होममध्ये असतील."

"ग्रीनबँक्स? ह्या रस्त्यावर आहे ते होम?"

"हं!"

"ह्या प्रदेशातली सगळी होम्स पालथी घातली तिनं, पण अजूनपर्यंत मुलांचा पत्ता लागलेला नाही. अगदी आता-आतापर्यंत ती ह्या ग्रीनबँक्स होममध्ये होती म्हणे! पण मेट्रन म्हणाल्या की, आता त्यांना दुसरीकडं कुठंतरी पाठवण्यात आलं आहे."

"खूप मुलं दिसतात मला तिथली. बिच्चारी! नावं काय आहेत तुमच्या मुलांची मेरी?"

"सँडी आणि मॅगी रीड."

"सँडी?"

"हो."

"तो छोटासा सँडी रीड?"

"हो." सँडीच्या आवाजातला ओळखीचा भाव ऐकून मेरीचा चेहरा खुलला. "तुम्ही ओळखता त्याला? त्याला तुम्ही पाहिलंय कधी सँडी?"

"अहो, पाहिलंय म्हणून काय विचारता? जवळजवळ रोजच पाहत होते मी त्याला! त्या लहान मुलाबद्दल सांगत होते ना मी आत्ता, मला दुकानातून वस्तू आणून द्यायचा तो? तोच हा सँडी होता."

"कसा आहे गं तो सँडी?"

"लहानसा, छानसा मुलगा आहे तो."

"तुझी तब्येत तर ठीक आहे ना मेरी?" पेगीनं काळजीच्या सुरात विचारलं.

"हो, हो. ठीक आहे मी."

"आनंदाचा सुखद धक्का आहे हा तिला सँडी. जेव्हापासून तिची मुलं हिरावून घेतली गेली, तेव्हापासून तिच्या नजरेसच पडलेली नाहीत ती."

"केव्हा घेऊन गेलं होतं त्यांना वेल्फेअर?"

"सँडी तर अगदी कुक्कुलं बाळ होता. अंगावर दूध प्यायचा तो." पेगीनं माहिती पुरवली.

"च् च्! फार वाईट वाटलं मला हे ऐकून. पण मेरी, सँडी आता छान वाढलाय."

"मॅगीलापण पाहिलंयत तुम्ही?"

"तिला नाही पाहिलं मी. इथून खूप मुलं जातात. त्या सगळ्यांची नावं नसतात

माहीत मला. फक्त सँडीच काय तो मला माहीत आहे. तेसुद्धा तो मला दुकानातल्या वस्तू आणून द्यायचा म्हणून.''

"तिच्याजवळ आपल्या मुलांचा एखादा फोटोसुद्धा नाहीये.'' पेगी हळहळत म्हणाली.

"खरंच! फारच वाईट आहे हे! आपल्या मुलांचा एखादा फोटोपण जवळ नसणं ह्यासारखी दु:खाची दुसरी गोष्ट नाही.''

"त्यांची आठवण आली नाही, असा एक दिवसही जात नाही माझा सँडी!''

"थांब हं जरा!'' म्हणत सँडी मोठ्या कष्टानं उठली आणि लंगडत लंगडत कपाटाकडं गेली. दोन-तीन ट्रंक्समध्ये खाली-वर करून तिनं शेवटी एक घडी केलेला कागद बाहेर काढला आणि मेरीच्या हातात दिला.

"काय आहे हे?'' मेरीनं गोंधळून विचारलं.

"उघडून पाहा!''

"हे तर तुमचं चित्र आहे सँडी! तुम्ही दोन्ही काठ्यांच्या आधारानं उभ्या आहात. फारच छान, छोटंसं चित्र आहे हे! तुमच्या नातवानं काढलंय का?''

"नाही नाही. जरा खालचं नाव तरी पाहा मेरी!''

"सँडी. सँडी?''

"हो. बरोबर. तुमच्या मुलानं, सँडीनं काढलंय हे चित्र. तुमचा स्वत:चा मुलगा सँडी.''

"डोळे पूस मेरी.'' सँडीनं तिला डोळे पुसायला रुमाल दिला.

"आपल्या मुलानं काढलेलं चित्र डोळ्यांतल्या आसवांनी खराब करायचंय का तुम्हाला?''

"थँक यू! तुमचं हे चित्र दाखवल्याबद्दल थँक यू!''

"माझं चित्र नाहीये ते.'' सँडी मेरीच्या खांद्यावर हात ठेवत म्हणाली, "आतापासून हे चित्र तुमचं झालं!''

"आणखी किती दिवस राहणार आहोत आपण इथं मॅगी?''

"मला नाही माहीत सँडी.''

"मॅगी, आणखी किती दिवस आपल्याला इथं राहावं लागणार आहे?''

"मला माहीत नाही रे!''

"आपण त्यांना आवडतो असं वाटतं तुला मॅगी?''

"काय माहीत!''

"नाही. तरीपण तुला काय वाटतं?''

"मला कल्पना नाही बाबा.''

“होमपेक्षा ही जागा चांगली ठरेलसं वाटतं तुला?”

“कदाचित. ग्रीनबँक्सचाही खूप कंटाळा आला होता मला.”

“मॅगी, ते आपल्याला शाळेत घालतीलसं वाटतं तुला?”

“हो, घालतील की!”

“कोणत्या शाळेत?”

“ते कसं माहीत असेल मला?”

“तो माणूस आवडला तुला मॅगी?”

“तो कसा आहे हेसुद्धा मला माहीत नाहीये.”

“आणि ती बाई! ती आवडली तुला?”

“गप्प बसशील का तू आता जरा?”

“मी फक्त विचारतोय गं. तुला आवडली का ती?”

“मला नाही माहीत. आता सकाळी विचार ना तुझे प्रश्न!”

“सकाळी विचारू?”

“हो. आता डोळे मिटून झोपून जा.”

“खूप लहान आहे ही खोली. नाही?”

“हो. लहान, पण जास्त चांगली.”

“ते कसं काय?”

“काय कसं काय?”

“नाही. ही खोली जास्त चांगली कशी आहे?”

“कारण ती फार लहान आहे. झालं? आता गप्प बसशील?”

“मॅगी!”

“काय आता?”

“आपण दोघं एका खोलीत आहोत म्हणून मला इथं छान वाटतंय.”

“त्यानं काय होतं?”

“एका खोलीत असलं की, आपण एकमेकांशी बोलू शकतो.”

“आता रात्रभर नाही बोलत बसायचं हं सँडी.”

“नाहीतर होममध्ये आपल्याला वेगवेगळ्या डॉर्मिटरीमध्ये झोपायला लागायचं.”

“हं!”

“न्याहरीत काय खायला मिळेलसं वाटतं तुला?”

“मला नाही माहीत.”

“सांग ना! काय मिळेल आपल्याला खायला?”

“मला कसं कळेल उद्या काय खायला मिळेल ते? आता गुपचूप झोपून जा बरं का सँडी!”

"मॅगी!"

"हं. आता काय?"

"आपण कुठं आहोत?"

"मला नाही माहीत."

"मग तू शोधून काढशील आपण कुठं आहोत ते?"

"हो. सकाळी पाहू या त्याबद्दल."

"गुड नाइट मॅगी!"

"गुड नाइट सँडी!"

त्या दिवशी आम्ही खूप मुलांबरोबर बागेत खेळत होतो. एका मुलीनं मॅगीला सहज आम्ही कुठून आलोयत ते विचारलं. मॅगीनं सांगितलं लेवनमधून. ते ऐकून ती मुलगी म्हणाली की, तिचे एक काका लेवनला राहत होते. ती कधी लेवनला गेली, तर ते बीचवर जात होते आणि तिथं काकांच्या कुत्र्याला मोकळं सोडत होते. हे ऐकून मी त्या मुलीला सांगितलं की, आम्ही लेवनमध्ये एका होममध्ये राहत होतो आणि तिथून पळून जाऊन मी बीचवर झोपलो होतो. मॅगी मला गप्प राहायची खूण करत होती, पण माझं तिच्याकडं लक्षच नव्हतं. ती मुलगी मात्र थोडी भोचकच वाटली. तिनं आम्हाला आम्ही होममध्ये का होतो हे विचारलं. हे ऐकून मॅगीचा पारा चढला.

"तुला काय करायचंय गं?" तिनं रागानं विचारलं.

"मी आपलं सहज विचारलं." ती मुलगी म्हणाली. "माझी मम्मी म्हणते की, होममधली मुलं वाईट असतात." आणखी एक मुलगा म्हणाला.

"मग नका खेळू तुम्ही आमच्याशी!" मॅगी किंचाळली.

ते ऐकून ती मुलं तिथून निघून गेली आणि मग मला मॅगीचा ओरडा खावा लागला.

"तू ना सँडी, नको तिथं आणि नको तेवढं तोंड उघडतोस. कशाला सांगितलंस त्यांना आपण होममधून आलोय म्हणून? आता बघ, कोण्णी खेळणार नाही आपल्याशी इथं. होममधल्या मुलांशी खेळायला कोण्णाला आवडत नाही."

मी म्हटलं, "आपण झोका घेणाऱ्या मुलांबरोबर खेळू." पण तिचं एकच म्हणणं होतं, "तू अगदी मठ्ठ आहेस. तुझ्या चुकीमुळं आपल्याशी कोणी खेळणार नाही आता."

तिचं तेच तेच बोलणं ऐकून मला वैताग आला. "गप्प बस बघू!" मी ओरडलो आणि त्याचं उत्तर म्हणून तिनं माझ्या कानशिलात लगावली.

ह्या नव्या घरातल्या बाईनं सांगितलं की, आम्ही तिला 'आंटी फ्लो' आणि

तिच्या नवऱ्याला अंकल बर्ट म्हणायचं. ग्लेनरॉथमध्ये त्यांचं छोटंसं, छानसं घर होतं आणि आम्ही राहत होतो, त्या भागाचं नाव होतं वुडसाइड. माझी खोली तयार होईपर्यंत मला आणि मॅगीला एकाच खोलीत झोपायचं होतं. वेल्फेअरनं दुसरा पलंग आणून देईपर्यंत आम्हां दोघांना एकाच पलंगावर झोपावं लागणार होतं.

ग्रीनबँक्सपेक्षा इथलं वातावरण एकदम वेगळं होतं. परत घरी राहायची सवय व्हायला आम्हाला थोडा वेळ लागणार होता. ग्रीनबँक्समध्ये खूप मुलं आणि त्यांची धावपळ, गडबडगोंधळ असे. आम्हाला तीच सवय होती, पण इथल्या बाईचं म्हणणं होतं की, ते सगळं आम्ही अजिबात करायचं नाही.

"तुमचं हळू आवाजातलं बोलणंही आम्हाला छान ऐकू येतं. त्यासाठी आरडाओरडा करायची काही एक गरज नाही." तिनं आम्हाला बजावून सांगितलं होतं.

इथं घरात इतकी शांतता असायची की, फळीवर ठेवलेल्या घड्याळाची टिकटिकही अगदी स्पष्ट ऐकू येत असे. ती बाई आम्हाला सारखं गप्प बसायला सांगत असे. कारण एवढ्या-तेवढ्या आवाजानंही तिला त्रास होत असे. आपल्या ताणलेल्या शिरा नीट करायला ती सारखी डॉक्टरकडे जात असे.

ह्या नवीन दत्तक घरात उबेसाठी फायरप्लेसमध्ये नेहमी आग पेटवलेली असे, पण त्यात ते लाकडं नाही, तर कोळसे जाळत. फायरप्लेसपासून काही अंतरावर एक वायर पसरलेली होती. सगळ्यांना त्या वायरच्या बाहेर राहावं लागे. ऊब मिळवण्यासाठीसुद्धा ती वायर ओलांडता यायची नाही.

"हं, लांब राहा. लांब राहा तुम्ही फायरप्लेसपासून. नाहीतर तुमचं अंग होरपळून जाईल." ती ओरडायची. तिनं भट्टीच्या वर, सुरक्षित अंतरावर, कपडे वाळत घालायची दोरी लावलेली होती. तिच्यावर तिचे पायजमे, झंपर, सॉक्स आणि आणखी कितीतरी कपडे वाळत घातलेले असायचे. त्याचं म्हणणं असायचं की, खरंतर कपडे बाहेर वाळत घालायला पाहिजेत, पण ती म्हणायची की, लोकांना तुमचे घाणेरडे कपडे पाहायला आवडत नाहीत. ह्यावर तो म्हणायचा की, धुऊन झाल्यावर ते कपडे स्वच्छच झालेले असतात.

ती दोघं नवरा-बायको फायरप्लेससमोर खुर्च्या टाकून बसलेली असत आणि आम्ही त्यांच्यापासून थोड्याशा अंतरावर, जमिनीवर बसून खेळत असू. "लांब राहून खेळलात, तर तुमच्यापर्यंत आगीच्या ठिणग्या पोहोचणार नाहीत." ती म्हणायची. आम्हाला खेळसुद्धा गुपचूप खेळावा लागे. थोडा जरी आवाज झाला, तरी तिला त्रास व्हायचा आणि मग शिक्षा म्हणून ती आम्हाला जेवायला न घालताच झोपायला पाठवून द्यायची.

शनिवारी आमची जबाबदारी त्याच्यावर टाकून ती बाजारहाट करायला जात

असे. त्याचे मित्र टेलिव्हिजन पाहायला येत. टी.व्ही.वर ते कुस्त्यांचा कार्यक्रम बघत. टी.व्ही. वरचा कार्यक्रम संपल्यावर ते मला आणि मॅगीला कुस्ती करायला लावत. मॅच जिंकणाऱ्याला अंकल बर्ट सहा पेन्सचं नाणं देत. काही जण मला प्रोत्साहन देत, तर काही जण मॅगीला. सहा पेन्सच्या एका नाण्यासाठी आम्ही एकमेकांशी झटापट करायला लागायचो. आगीपासून रक्षण करण्यासाठी ठेवलेली वायर बाजूला सारून आमच्या कुस्तीसाठी जागा करून दिली जाई. एकदा तर मी ढकलल्यानंतर मॅगीचं डोकं एकदम फायरप्लेसजवळ गेलं. भक्कन तिचे केस जळले. घाबरून जाऊन तिनं कुस्ती करणं थांबवलं. मग काय, कुस्तीचा निकाल माझ्याच बाजूनं लागला आणि सहा पेन्सचं नाणं माझं झालं.

ह्या माणसाच्या चेहऱ्यावर थोडे वांग होते. मी त्याबद्दल विचारलं तेव्हा तो म्हणाला की, ती त्याची जन्मखूण होती. हा माणूस अतिशय आळशी होता. घराच्या बाहेर कुठं जायचं म्हणजे त्याच्या जिवावर येई. त्यामुळे त्याला दुकानातून काही पाहिजे असलं, तर तो आम्हालाच दुकानात पाठवायचा. एकदा दुपारी त्याला त्याच्या पाइपसाठी तंबाखू पाहिजे होती. त्यासाठी त्यानं मॅगीच्या हातात दहा शिलिंगची नोट देऊन आम्हाला दुकानात पाठवलं. दुकानात आम्हाला बागेतूनच जावं लागे. बागेत नेहमीप्रमाणेच मुलांचा खेळ रंगला होता.

"चल! ते काय खेळताहेत ते पाहायला आपण जाऊ या." मॅगी म्हणाली.

ज्या मुलीनं आम्हाला होमबद्दल विचारलं होतं, तीही तिथंच खेळत होती. तिला पाहून मॅगीनं मुद्दामच खिशातून ती दहा शिलिंगची नोट काढून तिला दिसेल अशी हातात ठेवली.

"काय आहे गं ते तुझ्या हातात?" त्या मुलीनं कुतूहलानं विचारलं.

"माझा पॉकेटमनी आहे तो." मॅगी ऐटीत म्हणाली.

"पाहू, किती आहे तुझा पॉकेटमनी?"

"दहा शिलिंग." सगळ्यांना दिसेल अशा रीतीनं नोट हलवत मॅगी म्हणाली.

"एवढा आहे तुझा पॉकेटमनी?"

"हो."

"मला तर फक्त एक शिलिंग मिळतो. तुला कसा मिळतो इतका?"

"कारण आमच्या दत्तक आई-वडलांना आम्ही खूप आवडतो. त्यांनी तर मला हेही सांगितलंय की, तुला दर आठवड्याला एवढा पॉकेटमनी मिळेल."

"आणि तुला रे किती मिळतो?" तिनं माझ्याकडं पाहून विचारलं.

"बारा पेन्स." मॅगीनं माझ्या वतीनं उत्तर दिलं.

"बारा पेन्स म्हणे! काहीतरी थापा नको मारूस. दाखव रे मला तुझा पॉकेटमनी."

"त्यानं सकाळीच खर्च केले त्याचे पैसे." मॅगी म्हणाली.

“माझा नाही विश्वास बसत तुझ्या बोलण्यावर. मला माहीत आहे तुम्हाला त्यांनी दुकानात पाठवलंय आणि दुकानातून काहीतरी वस्तू घेऊन येण्यासाठी तुम्हाला ही नोट दिलेली आहे.”

“ती मी माझ्यासाठी कशी खर्च करते ते पाहालच तुम्ही आता.” मॅगी म्हणाली. मी तिच्याकडं नुसता बघतच राहिलो.

“ठीक आहे. पाहीनच मी! चला रे, आपण सगळे जण तिच्याबरोबर दुकानात जाऊ या आणि ती ते दहा शिलिंग्ज कशासाठी खर्च करतेय, ते पाहूच या.”

आणि मग आम्ही दोघं पुढेपुढे आणि मुलांचा तो घोळका मागे मागे असे आम्ही दुकानात गेलो.

“आता काय करणार तू?” मी दबक्या आवाजात मॅगीला विचारलं, पण तिनं लक्षच दिलं नाही माझ्याकडं.

दुकानात गेल्यावर मॅगीनं स्वत:साठी काही गोष्टी खरेदी केल्या. त्या मुलीनंही तिच्यासाठी काहीतरी घ्यायला लावलं मॅगीला आणि काय होतंय हे कळण्याआधीच सगळ्यांनीच एक पेनी, अर्ध्या पेनीच्या ट्रेमध्ये हात घालून काही ना काही हातात घेतलं. तो गोंधळ पाहून त्या सगळ्या गोष्टींसाठी तुझ्याकडे पुरेसे पैसे आहेत ना म्हणून दुकानदारानं मॅगीला विचारलं. मॅगीनं आपल्या हातातली दहा शिलिंगची नोट दुकानदारापुढं फडफडवली, तशी त्यानं सगळ्यांना पाहिजे त्या गोळ्या, चॉकलेटं घ्यायला परवानगी दिली. सगळ्यात शेवटी मी ट्रेमधून थोड्या गोळ्या घेतल्या. सगळा हिशेब झाल्यावर मॅगीनं दुकानदाराच्या हातात ती दहा शिलिंगची नोट दिली तशी दुकानदार म्हणाला, “हे बघ, तुला आणखी थोडे पैसे तरी द्यावे लागतील, नाहीतर घेतलेल्या काही वस्तू परत कराव्या लागतील.”

दुकानदाराचं बोलणं ऐकल्यावर मॅगीनं स्वत:साठी घेतलेली सर्व चॉकलेटं परत ट्रेमध्ये ठेवली. त्या माणसानं परत हिशेब करून सांगितलं, “एवढ्यानं नाही होणार. तुला आणखी थोड्या गोळ्या परत कराव्या लागतील.” मॅगीनं माझ्याकडं पाहिलं, तशी मी दुकानदारानं पुढं केलेल्या हातात माझ्या हातातल्या गोळ्या ठेवून दिल्या. आता हिशेब पुरा झाला होता. आम्ही सगळ्या मुलांच्या बरोबर दुकानातून बाहेर पडलो.

बागेत आल्यावर मी मुलांबरोबर खेळत होतो आणि मॅगी मुलींबरोबर. सगळे जण गोळ्या चघळत मजेत आमच्याबरोबर खेळत होते. आम्हां दोघांना त्यांनी आपल्या मित्रमंडळात सहभागी करून घेतलं होतं. थोडा वेळ खेळून झाल्यावर काही मुलं दुसरीकडं कुठंतरी निघून गेली. काही मुलांना घरच्यांनी मधल्या वेळच्या खाण्यासाठी बोलावलं. आता बागेत फक्त आम्ही दोघंच उरलो होतो. मॅगी आणि मी.

''काय सांगणार आहेस त्याला तू आता?'' मी मॅगीला विचारलं.

''काही नाही. माझ्या हातून नोट हरवली म्हणून सांगेन.''

''तुला वाटतंय, तो तुझ्यावर विश्वास ठेवेल म्हणून?''

''हो. ठेवेलही. त्याचा फारसा प्रश्न नाहीये.''

''आणि ती बाई. तिचं काय?''

''ते पैसे काही तिचे नव्हते. दहा शिलिंगची नोट त्यानं दिली होती मला.''

''खरं आहे गं, पण तिचं काय झालं हे ती विचारेलच.''

''तू काळजी करणं थांबवशील का? अरे, ती कदाचित परत आलीही नसेल अजून.''

घर आल्यावर मी मॅगीला पुढं जाऊ दिलं.

''किती वेळ लावलात? आणि तंबाखू कुठं आहे माझी?''

तीसुद्धा तिथंच बसली होती तिच्या खुर्चीत. लोकरीच्या सुया हातात घेऊन ती काहीतरी विणत होती.चष्म्याच्या वरून तिनं आमच्याकडं रोखून पाहिलं.

''अं ऽ ऽ त्याचं असं झालं ऽ ऽ''

''कसं झालं?'' त्यानं विचारलं.

''माझ्याकडून ती नोट हरवली.''

''काय म्हणालीस? नोट हरवलीस तू?''

''हो.''

''दहा शिलिंगची नोट?''

''हो.''

''कुठं हरवलीस?''

''वाटेत पडली कुठंतरी.''

''खोटं बोलतेयस तू.''

''नाही. खरं खरं सांगतेय मी. कुठंतरी पडली ती.''

''तू चोरलीयेस ती.'' ती ओरडली.

''मी कधीच चोरी केलेली नाही. आताही केलेली नाही.''

''खोटं नको बोलूस. चोरी केलीयेस म्हणून कबूल कर.''

''नाही. मी चोरी केलेली नाही.''

''दहा शिलिंगची नोट देण्याएवढा विश्वास का ठेवलास तू तिच्यावर बर्ट?''

''ह्याआधीही माझं सामान आणायला खूपदा गेलीये ती.''

''बिलंदर चोर आहे ती आणि तूच मूर्खपणा केलायस. तिच्या हातात दहा शिलिंगची नोट दिलीस तू. काय म्हणावं तरी तुझ्या मूर्खपणाला? ती तुझ्या डोळ्यांदेखत चोरी करेल आणि तुला पत्ताही लागायचा नाही.''

"फ्लो, मला नाही वाटत तिनं ती नोट चोरली असेल म्हणून. तिच्याकडून खरंच हरवली असेल ती नोट."

पण तिच्यावर नवऱ्याच्या बोलण्याचा काही परिणाम झाला नाही. तिनं मॅगीजवळ येऊन तिचे केसच पकडले.

"चोरटी कुठली! मुकाट्यानं आपला गुन्हा कबूल कर."

"मी चोरली नाहीये ती नोट. ती नोट हरवलीये. बाहेर जाऊन पाहते परत मिळतेय का ते."

"तुला ती मिळणारच नाही. कारण तू खर्चून टाकलीयस ती." आणि मग तिनं सरळ मॅगीच्या थोबाडीत मारली. एकदा नाही, दोनदा नाही, खूपदा मारलं तिनं मॅगीला.

"जा. निघून जा वर आता. माझ्या नजरेसमोरून निघून जा दूर."

मॅगी बिचारी वर निघून गेली. आता त्यांच्या तावडीत मीच एकटा उरलो होतो.

"काय रे, खर्चून टाकले ना तुझ्या बहिणीनं दहा शिलिंग?" डोळ्यांतून आग पाखडीत तिनं मला विचारलं.

"नाही. खरंच हरवली तिच्या हातून ती नोट." मी म्हणालो.

"आणखी एक खोटारडा!" आणि तिनं माझ्याही जोरात थोबाडीत मारली.

"त्याला मारून काही फायदा आहे का? तिनं पैसे खर्च केले असतील, तर तो तिचा दोष आहे, ह्याचा नाही."

"तूपण निघून जा माडीवर." ती माझ्या अंगावर खेकसली.

मी मॅगीबरोबर खोलीत असताना ती म्हणाली, "मी जाते आणि तिला सांगून टाकते की, खरंच मी खर्च केलेत ते दहा शिलिंग."

"कशाला जाऊन सांगतेयस?"

"म्हणजे सोक्षमोक्ष लागून जाईल ह्या गोष्टीचा."

"पण ती फारच संतापलेली आहे."

"हो. तरीही मी जाऊन तिला सांगते की, पैसे मी खर्च केलेत; माझ्या भावानं नाही."

"माझ्याबद्दल ती काय विचार करतेय, ह्याची मला मुळीच पर्वा नाही."

"तू स्वत:चं तोंड न उघडता गप्प बैस. मला निस्तरू दे हे प्रकरण माझ्या पद्धतीनं."

फ्लो आमच्या खोलीत आली, तेव्हा तिच्या हातात शाळेतल्या मास्तरणीचा पट्टा होता. तिनं आम्हां दोघांनाही सहा-सहा फटके मारले. एवढंच नाही, तर ती असंही म्हणाली, "मी हे सगळं वेल्फेअरला सांगणार आहे. आणि सांगून ठेवते, तुमच्या खोलीतून आज थोडाही आवाज येता कामा नये."

दोन दिवसांनी खरंच वेल्फेअर बाई तिथं आल्या. त्या खिडकीजवळच्या टेबलाशी बसल्या होत्या. आँटी फ्लोबरोबर त्यांनी चहा-बिस्किटं घेतली. फ्लो त्यांच्यापुढं आमच्या गाऱ्हाण्यांचा पाढा वाचत होती. आमचं वागणं कसं वाईट आहे, आम्ही पैसे कसे चोरलेत, आम्ही दोघं किती खोटारडे आणि लबाड आहोत वगैरे वगैरे. शेवटी तर तिनं स्पष्टच सांगितलं की, तिला आमच्याबरोबर जुळवून घेणं शक्य नाही. ती म्हणत होती की, आमच्या तोंडून येणाऱ्या शिव्यांनी ती अगदी हादरून गेलीये. मुलांच्या तोंडी अशा शिव्या असणं हे फार फार भयंकर, तिच्या कल्पनेच्याही पलीकडचं होतं. सरतेशेवटी निराशेनं हात झटकून ती म्हणाली, "ही मुलं इथं राहिली, तर माझी तब्येत पार ढासळून जाईल." वेल्फेअरबाईंनी तिचं सगळं बोलणं शांतपणे ऐकून घेतलं मग त्या म्हणाल्या, "ह्या मुलांना गाडीतून फिरायला नेते मी आणि सगळं समजावून सांगते. तुम्ही काही काळजी करू नका."

आम्हाला घरापासून दूर नेऊन वेल्फेअरबाईंनी सांगितलं, "हे बघा मुलांनो, दत्तक कुटुंबात राहायची तुम्हाला दिलेली ही शेवटची संधी आहे. तिचा तुम्ही चांगला उपयोग करून घेतला पाहिजे. इथं काही गडबड केलीत ना, तर तुमच्या बाबतीत काही करता येणार नाही आम्हाला. मग मोठं होईपर्यंत तुम्हाला चिल्ड्रन्स होममध्येच राहावं लागेल. हे बघा, तुमच्या भल्यासाठीच सांगतेय मी की, आपल्या हातून झालेल्या चुकांसाठी तुम्ही फ्लो आंटींची माफी मागा. एवढंच नाही, तर ह्यापुढं तुम्ही कधीही वाईट वागणर नाही, खोटं बोलणार नाही, चोरी करणार नाही असं वचनही द्यावं लागेल तुम्हाला." शिव्या देण्याच्या सवयीबद्दल वेल्फेअरबाईंनी माझी खूप खरडपट्टी काढली. मला बजावून सांगितलं की, ह्यापुढं माझ्या तोंडात एकही शिवी येता कामा नये. आम्ही नेहमी छानच वागलं पाहिजे, असं सांगून त्यांनी आम्हांला समज दिली की, आम्ही फ्लो आंटींच्या तब्येतीचा विचार करून नीट वागलो, तर हे घर आमच्यासाठी खूप चांगलं ठरेल.

नव्या शाळेतली मुलं मॅगीला खूप त्रास देत होती. एकदा तर ती तिला सतावत सतावत थेट घरापर्यंत आली. त्यांना पाहून आंटी फ्लो खूप संतापल्या.

"थांबा! आता शाळेत येऊन तुमच्या हेडमास्टरनाच भेटते ह्याबद्दल." आंटींनी त्या मुला-मुलींना धमकावलं.

त्यांनी आपली धमकी खरी केली. दुसऱ्याच दिवशी त्या शाळेत गेल्या. मॅगीला छळणाऱ्या मुलींना हेडमास्तरांनी आपल्या ऑफिसात बोलावलं. "काय चाललंय ते काही न लपवता सांग." हेडमास्तरनी मॅगीला सांगितलं; पण त्या मुली तिथं असताना मॅगीला काहीएक सांगायचं नव्हतं, त्यामुळे हेडमास्तरना वाटलं की,

मॅगीचीच तक्रार खोटी आहे. ''ती काही सांगत नाही, कारण तीच ह्या मुलींना छळतेय.'' हेडमास्तरांनी निवाडा केला.

आम्ही दोघं अजूनही एकाच पलंगावर झोपत होतो. मला मॅगीच्या रोज रोज बिछान्यात लघवी करण्याचा वैताग आला होता. फ्लो आंटी तिला डॉक्टरकडं घेऊन गेल्या. डॉक्टरनी तिचं बिछान्यात लघवी करणं थांबवण्यासाठी बऱ्याच गोळ्या दिल्या, पण त्यांचा मॅगीच्या बाबतीत काही उपयोग झाला नाही.

एके दिवशी ती मला म्हणाली, ''मी नाही जाणार शाळेत.''

''का बरं?''

''कारण मला नाही आवडत शाळेत जायला.''

''मग करणार तरी काय आहेस तू?''

''शाळेची वेळ संपेपर्यंत मी अशीच इकडं-तिकडं हिंडत राहीन.''

''कुठं जाशील तू?''

''जंगलात.''

''मग मीपण येतो तुझ्याबरोबर.''

''यायचं तर ये.''

त्या दिवशी आम्ही रस्त्यावरून हिंडत हिंडत शहराच्या बाहेर आलो. मी शॉर्ट्स घातलेल्या होत्या आणि तिनं स्कर्ट आणि सॉक्स. आम्ही लहानशा रस्त्यावरून पुढं गेलो आणि तिथं एका फाटकावर चढून पलीकडे गेलो. फाटकाच्या त्या बाजूला एक कुरण होतं. तिथं गायी आपल्या रवंथ करत उभ्या होत्या. त्यांनी आमच्याकडं लक्षच दिलं नाही. मॅगी पुढं पुढं चालली होती आणि तिच्या मागं धडपडत मी.

''हळू चाल ना मॅगी.'' मी चिरकलो.

''लवकर, लवकर चल ना!'' ती वळून न पाहता म्हणाली.

''मॅगी,''

''काय?''

''माझे पाय शेणात पडलेत.''

''नीट खाली पाहून चालावं सँडी.''

''माझे बूट शेणानं लडबडलेयत. सॉक्सही खराब झालेत.''

''गवतावर घास तुझे बूट!''

मी खाली बसलो. मग तीही वळून माझ्याकडं आली. मग तिथं गायीही आल्या. त्यांनी आमचा वास घेतला. आमच्याकडं शिंगं रोखून पाहिलं, पण आम्ही चालायला लागल्यावर त्या आमच्यापासून दूर निघून गेल्या. आता कुरण संपलं होतं. आम्ही खरंच जंगलात आलो होतो. मी आपला मॅगीच्या मागे मागे चालतच होतो.

"तुला माहीत आहे हे जंगल मॅगी?"

"नाही."

"आधी कधी आली नाहीयेस तू इथं?"

"नाही."

"मग आपण कुठं चाललोय हे तुला कसं कळतंय?"

"असंच."

"मग आपण जंगलात हरवूनही जाऊ."

"काहीतरी मूर्खासारखा बोलू नकोस."

"तुला इथलं काहीच माहीत नसेल, तर आपण हरवूनच जाऊ."

"सगळी जंगलं सारखीच असतात सँडी आणि जंगलात कधी कोणी हरवून जात नाही."

"आपण शाळेत नाही हे पाहून ते काय म्हणतील मॅगी?"

"काहीतरी म्हणू देत. मला नाही त्यांची पर्वा."

"मॅगी, कदाचित ते आपल्याला परत होममध्ये पाठवतील."

"कदाचित!"

"तुला भीती नाही वाटत अजिबात?"

"नाही."

"त्यांनी तुला होममध्ये पाठवलं आणि मला ह्या दत्तक कुटुंबात ठेवलं तर मॅगी?"

"असं काही करणार नाहीत ते सँडी."

"तुला कसं माहीत?"

"मला माहीत आहे."

"तुला खात्री आहे?"

"हो!'

"मग मलाही पर्वा नाही कशाची."

आम्ही झऱ्याकाठच्या एका मोकळ्या जागेत आलो. मॅगीनं खिशातून एक काडेपेटी काढली.

"कुठून मिळाली तुला ही काडेपेटी?"

"त्याच्या पाकिटात. आता थोड्या काटक्या-कुटक्या गोळा करून आण. मी इथं थोडा जाळ करते."

आम्ही झाडांच्या छोट्या छोट्या फांद्या तोडून त्यांचा एक ढीग तयार केला. मॅगीनं काडी पेटवून तिथं जाळ तयार केला. मग आम्ही तिथं बसून हात-पाय शेकून घेऊ लागलो.

“जा. मोजे काढून झऱ्यात धुऊन आण.”

“मग ते ओले कच्च होतील ना!”

“काही होत नाही. मी वाळवून देईन.”

मी मोजे काढून झऱ्याच्या पाण्यात धुतले. तिनं आगीजवळच्या एका सरकंड्यांवर ते वाळत घातले.

“काय धूर आहे गं मॅगी!”

“इकडं येऊन बस, म्हणजे तुझ्या डोळ्यांत जाणार नाही तो.”

मी तिच्याजवळ जाऊन बसलो. “छान वाटतंय ना मॅगी?”

“हो. शाळेतल्यापेक्षा तरी नक्कीच छान वाटतंय.”

“हं!”

“मॅगी, अंधार झाल्यावरही आपण इथंच राहायचं?”

“नाही.”

“का बरं?”

“कारण शाळा संपायच्या सुमारास आपल्याला घरी परत जावं लागेल.”

“शाळा केव्हा संपेल, हे तुला कसं कळेल मॅगी?”

“मला कळेल. तू नको काळजी करूस.”

“पण कसं कळेल?”

“असंच कळेल.”

“सांग ना मला मॅगी!”

“आता गप्प बसशील का जरा?”

तिच्या आवाजातली जरब ऐकून मी थोडा वेळ गप्प राहिलो. मग आम्ही आणखी काही काटक्या-कुटक्या आगीत टाकल्या. मॅगी म्हणाली, “मला हे घर आणि घरातले लोक आवडले नाहीत.” मग मी म्हणालो, “मलाही ते आवडत नाहीत.” ती म्हणाली, “आपण कायमचं ह्या जंगलात राहिलो, तर किती छान होईल नाही? इथं राहायसाठी एक छोटीशी शेकोटी पेटवता आली की झालं! जवळपासच्या शेतातून काय पाहिजे ते खायला मिळेल. शेतावरच्या लोकांना काहीही मागितलं तरी ते देतात. ब्रेड, दूध, अंडी, थोडं चीजसुद्धा. खेड्यातली माणसं खूप चांगली असतात. आपली आईही असंच मागून घ्यायची नेहमी. कुठल्याही शेतात जाऊन ती काय पाहिजे असेल ते मागायची आणि शेतकरी लोक तिला काही कुरकुर न करता सगळं द्यायचे.”

“मॅगी, मला जोराची लागलीये.” मी मध्येच म्हणालो.

“जा, त्या झुडपाआड कर.”

“मला शी करायचीये.”

"त्या झुडपामागं जाऊन करून ये रे!"

"आणि ढुंगण कशानं पुसू?"

"तिथलं थोडं गवत गोळा करून त्यानं पूस. नाहीतर पानांनी पूस."

"मी नाही जा!"

"का बरं?"

"कारण मला नाही करायचं तसं!"

"मग आतल्या चड्डीनं पूस."

"आतली चड्डी?"

"हो."

"मी नाही पुसणार आतल्या चड्डीनं!"

"का बरं?"

"कारण नंतर मला ती वापरता येणार नाही."

"अरे, नंतर ती इथंच फेकून द्यायची बावळटा!"

"बरं, मग ठीक आहे."

मी परत आलो तेव्हा ती गप्पच होती. गप्प बसून ती नुसतीच शेकोटीच्या जाळाकडं पाहत होती. मी काही बोललो, तर मला गप्प बसायला सांगत होती. कधीकधी ती अशीच करायची. ती जवळ बसलेली असे, पण तिचं मन दूर कुठंतरी असे. मग मी आपला गप्प बसून राहत असे.

असाच काही वेळ गेला आणि ती एकदमच उठून उभी राहिली. पायानं जाळ विझवून ती जायच्या तयारीलाही लागली. आम्ही एक दगडी पूल पार केला. "ते बघ, त्या ओढ्यात मासे आहेत." ती म्हणाली. "कुठं आहेत?" "नीट लक्ष देऊन पाहा. दिसतील." मी नीट लक्ष देऊन पाहिल्यावर मला थोडे तपकिरी मासे सुळसुळत इकडं-तिकडं जाताना दिसले. आम्ही एका शेताजवळून पुढं गेलो. एका गेटमधून दुसऱ्या शेतात गेलो. ती पुढं-पुढं चालत होती आणि मी तिच्या मागं-मागं.

आम्ही असेच शेतातून चालत असताना एक मळकट कुत्रं जणूकाही आम्हांला भेटायला आमच्याकडं धावत आलं. मॅगीनं त्याला पकडून त्याच्या अंगावरून हात फिरवला. मग अम्ही त्या शेतातल्या खोपटाकडं गेलो. शेपूट हलवत ते कुत्रंही आमच्या मागोमाग आलं. मॅगीनं दारावर थाप मारली, तशी एका लठ्ठशा बाईनं खोपटाचं दार उघडलं. तांबूस चेहऱ्याच्या त्या बाईचे हे ऽऽ लांब लांब हात होते.

"एखादा ब्रेडचा तुकडा मिळेल का बाई?"

"ब्रेडचा तुकडा? आणि तो कशाला?"

"कारण आम्हाला भूक लागलीये."

"बरं. तिथंच थांबा." म्हणून तिनं झोपडीचा दरवाजा बंद करून घेतला.

''मी म्हटलं होतं ना सॅंडी, शेतातल्या लोकांकडे आपण काय पाहिजे ते मागू शकतो म्हणून?''

''हं!''

''ती बाई आपल्यासाठी ब्रेड आणायलाच आत गेलीये.''

''हं!''

''लवकरच येईल ती परत.''

''मॅगी, ती ब्रेडवर काय लावीलसं वाटतं तुला?''

''मला काय माहीत ती काय लावेल ते?''

''पण तरीही, थोडा विचार कर ना! काय लावील गं ती?''

''थोडी कळ काढ. कळेलच तुला.''

मी त्या कळकट कुत्र्याकडं पाहिलं. अजूनही तो शेपूट हलवत उभा होता. आमचा मित्र असल्यासारखा वागत होता तो. ब्रेडचे तुकडे घेऊन त्या बाई लवकरच परत आल्या. त्यांनी ब्रेडवर लोणी आणि जॅम लावलेला होता.

''धन्यवाद बाई!'' मॅगी म्हणाली.

''ठीक आहे!''

''फार गरज होती आम्हाला ह्यांची.''

आमचं खाणं झाल्यावर त्या बाईनं आम्ही कुठून आलोयत वगैरे विचारलं. मॅगीनं आम्ही ग्लेनरॉथसहून आल्याचं सांगितलं.

''ग्लेनरॉथसमधून कुठून?''

''वूडसाइड.'' मॅगी म्हणाली.

''तुम्ही शाळेत कसेकाय गेला नाहीत आज?''

''आम्हाला सुट्टी मिळालीये.''

''सुट्टी मिळालीये?''

''हो. आज शाळेला सुट्टी आहे.''

''शाळेला सुट्टी आहे? मग सगळी मुलं आपापल्या घरी गेली असतील!''

''हो. पूर्ण शाळेला सुट्टी आहे. शाळेत कोणी मुलं नाहीयेत.''

''फक्त माझ्या मुलांना सोडून?'' त्या बाई म्हणाल्या.

''काय म्हणताय? मग बहुतेक काहीच मुलांना सोडलं गेलं असेल. हो. फक्त अर्ध्याच शाळेला सुट्टी दिलीये त्यांनी.''

''तुम्ही आता शाळेत असायला पाहिजे होतं. हो की नाही?'' तिनं थोडं दटावून विचारलं.

''नाही, म्हणजे फक्त आमच्याच वर्गांना सुटी मिळालीये. आमच्या बाईंना बरं वाटेनासं झालं.''

''आणि म्हणूनच त्यांनी तुम्हाला घरी पाठवलं. होय ना?''

''हो, पण आम्ही आपले असेच फिरत फिरत इथवर आलो.''

''हो का? मग आता थेट घरी जा.'' ती म्हणाली.

आणि मग आम्ही चालायला लागलो. ''शेतातून सरळ चालत जा, कच्चा रोड मेन रोडला मिळेपर्यंत. तो मेन रोड तुम्हाला ग्लेनरॉथसला परत घेऊन जाईल.'' ती बाई म्हणाली.

आम्ही जात होतो आणि ते शेतावरचं छोटं कुत्रं आमच्या मागं तुरुतुरु येत होतं. त्यानं परत जावं म्हणून मॅगीही ओरडली नाही त्याच्यावर. आम्ही आपले चालतच राहिलो. मेन रोड येताच ते कुत्रं थांबलं. त्यानं आमच्याबरोबर यावं, म्हणून मेरीनं खूप चुचकारलं त्याला, पण ते आपलं तिथंच बसून राहिलं.

''त्याला बहुतेक इथपर्यंतच येऊ दिलं जातंय.'' मेरी म्हणाली. मग त्याला तिथंच सोडून आम्ही पुढं निघालो.

आम्ही थोडं चालून गेल्यावर आम्हाला पाहून एक ट्रॅक्टर थांबला. ''चला, मागे चढून बसा.'' ट्रॅक्टरवाल्यानं आम्हाला ओरडून सांगितलं. त्यानं आम्हाला ग्लेनरॉथसला आणून सोडलं. तिथून आम्ही चालत चालत वुडसाइडला आलो.

तिथं येऊन आम्ही पार्कमध्ये बसून राहिलो. मुलं शाळेतून परत यायला लागली तशी मॅगी म्हणाली, ''चल. आता आपल्याला घरी परत जायला पाहिजे.''

आमच्या दत्तक आईला खिडकीतून बाहेर बघताना पाहून मी मॅगीला विचारलं, ''मॅगी, तिला माहीत असेल का गं की, आपण आज शाळा बुडवलीये?''

''कदाचित माहीतही असेल.''

''काय सांगायचं आपण?''

''मला थोडंसं बरं नव्हतं म्हणून सांगेन मी.''

''आणि मी काय सांगू मॅगी?''

''तुलाही बरं नव्हतं म्हणून सांग.''

''ती आपल्यावर विश्वास ठेवीलसं वाटतं तुला?''

''हो!''

तिनं आमच्या एकाही शब्दावर विश्वास ठेवला नाही आणि पट्टा घेऊन आम्हाला खूप झोडपलं.

''आता परत बोलावते त्या वेल्फेअरबाईंना आणि सांगते तुमचा हा नवा पराक्रम!'' ती म्हणाली. मी शाळा बुडवल्याचा दोष मॅगीनं आपल्या अंगावर घेतला, पण स्वतः शाळा का बुडवली ह्याचं तिनं काहीही खरं-खोटं कारण सांगितलं नाही.

मॅगीवर ओरडून आंटी फ्लो शेवटी थकून गेल्या. स्वतःचं डोकं थोडं शांत करण्यासाठी तिनं आम्हाला थेट झोपायला पाठवलं.

“मॅगी, आता आपल्याला परत होममध्ये पाठवतील का गं?” मी घाबरत घाबरत विचारलं.

“पाठवलं तर पाठवलं. इथं राहण्यापेक्षा होममध्ये राहणं कितीतरी पटीनं चांगलं आहे. तिथं आपल्याला खूप मित्र-मैत्रिणी आहेत आणि तिथली मुलं अगदी आपल्यासारखीच आहेत.” मॅगी म्हणाली.

आंटींनी म्हटल्याप्रमाणे दुसऱ्याच दिवशी वेल्फेअरबाई – मिस ब्लॅक आल्या. मग आपल्याला त्रास देण्यासाठी मुलांनी काय काय केलं ह्याची हीऽऽ मोठी यादी फ्लो आंटीनं वाचून दाखवली. ते ऐकून मिस ब्लॅक म्हणाल्या की, फ्लो आंटी आमच्याशी कठोरपणाने वागताहेत तेच बरोबर आहे. नाहीतर आम्ही तिच्या चांगुलपणाचा फायदा घेऊन त्यांना नको जीव केला असता.

“मुलांना त्यांची जागा समजलीच पाहिजे!” मिस ब्लॅकचे अखेरचे शब्द होते.

“सँडी, मला वाटतं मेरीनं आणखी थोडा वेळ आपल्याबरोबर राहायला पाहिजे होतं.”

“हं!”

“पार थकून गेलीये ती.”

“हं!”

“तिच्या चेहऱ्याचं हाडन् हाड मोडून गेल्यासारखं वाटत होतं. तुझ्या लक्षात आलं का सँडी?”

“हं!”

“ती गेली तेव्हा धो धो पाऊस पडत होता.”

“हो ना!”

“दुंडीला पोहोचेपर्यंत चिंब भिजली असणार ती.”

“ह्या वेळी ती फारसं काहीच बोलली नाही. हो की नाही?”

“हो!”

“तिचं मन दुसरीकडंच असतं. सारखी आपल्या मुलांची काळजी करत बसते. म्हणूनच ती बाकी कोणत्याच गोष्टीबद्दल काही बोलत नाही.”

“हं!”

“तिचा श्वास सारखा चढत होता. सँडी, तुझ्या लक्षात आलं का ते?”

“हो. ते पाहिलं मी पेगी.”

“बाहेर राहायला लागल्यामुळे होतंय हे.”

“हं!”

“तो नालायक दारू ढोसत इकडं-तिकडं पडून असतो, तेव्हा तिच्यासाठी तंबू

घालून दिला पाहिजे, हेसुद्धा त्याच्या लक्षात येत नाही.''

''हो ना! त्याला कश्शाची म्हणून शुद्ध नसते.''

''पाऊस पडत असतो. बर्फ पडत असतो, पण ह्याला त्याची खबरच नसते.''

''त्यांच्याबरोबर त्यांची मुलं असती, तर कदाचित त्यानं जाईल तिथं तंबू घातला असता.''

''असं वाटतं तुला?''

''हो.''

''मला नाही वाटत त्यानं काही फरक पडला असता. त्याला कोणाची पर्वाच नाहीये. मिळालेली पैन् पै दारूत घालवतोय तो माणूस. ती दारोदार भटकून भीक मागते. तिचा पैसाही तो दारूतच उडवतोय. काय बोलेल ती आपल्यापाशी? बोलण्यासारखं काही राहिलंय का तिच्याकडं? फार दमून, थकून गेलीये रे ती सँडी.''

''हो. फारच थकलीये ती.''

''तिला इथं राहायचा आग्रह करायला पाहिजे होतास तू सँडी.''

''त्या बाईला काही सांगू शकतो का आपण?''

''ते खरंय रे, पण चालत जाण्याची परिस्थिती नव्हती तिची. तिच्यात त्राणच राहिलेलं नाहीये आता.''

''बरी होईल ती पेगी. किती काळजी करशील तिची?''

''मला वाटतं, तिनं डॉक्टरकडं जायला हवंय.''

''ठीक होईल ती. काळजी नको करूस.''

''तुला वाटतंय तसं?''

''हं!''

''ती दुंडीला चाललीये हे तुला सांगू नको, असं म्हणाली होती ती मला.''

''ती दुंडीला जाते तरी कशाला हेच कळत नाही मला पेगी. आता तर तिचं घरही नाही तिथं. तिथं जाऊन करणार तरी काय आहे ती?''

''कदाचित ती मिशनच्या लोकांना जाऊन भेटेल.''

''जणूकाही ते तिला ह्याच्यातून काही मार्गच काढून देणार आहेत! साधी झोपायला जागा देत नाहीत ते तिला नीट.''

''रात्री ती गेली तेव्हा केवढा मुसळधार पाऊस पडत होता! तशा मुसळधार पावसात ती चालत गेली. धड श्वासही घेता येत नसेल तिला.''

''हं!''

''थंडी हाडांपर्यंत पोहचणार नाही ह्याची नीट काळजी घ्यावी लागते. एकदा का ती हाडांपर्यंत पोहचली की, मग काही करता येत नाही. तो म्हातारा अँगान

मॅग्रॅगोर नाही का, बांधाजवळ ओंडक्यासारखा ताठ होऊन पडला होता! आणि त्याच्यात धुगधुगी असतानाच लोकांनी त्याला शवपेटीत घालून पुरूनही टाकलं होतं.''

''काही होणार नाही तिला पेगी. ती जंगलात थांबेल किंवा एखाद्या ठिकाणी थांबून, पावसापासून रक्षण करेल स्वत:चं.''

''मला नाही वाटत ती स्वत:ला अशी जपेल म्हणून. इथं आपल्याजवळ राहिली असती थोडे दिवस, तर तिची तब्येतही सुधारली असती. तिला राहा म्हणून म्हटलं मी, पण माझं ऐकेचना ती. दुंडीला जायचा धोशाच लावला होता तिनं. काहीतरी करून तिला त्याच्यापासून लांब जायचं होतं.''

''हं!''

''तू तिचा भाऊ आहेस. तू तिच्याकरता काहीतरी करायला पाहिजे होतंस.''

''काय करायला पाहिजे होतं गं मी? एखादं माणूस तुमची कोणतीच गोष्ट ऐकायला तयार नसेल, तर तुम्ही काय करू शकता? ठीक असेल ती. तिला तिची काळजी घेता येते. तिची काळजी करणं थांबव तू आता.''

''मला वाटतं तिनं इथंच वाट पाहत रहायला पाहिजे होतं. मग तिचा मुलगा हेन्री आला असता आणि तिला दुंडीला घेऊन गेला असता.''

''काही काळजी करू नकोस. ती ठीक असेल. बास झाला आता हा विषय पेगी.''

मेरीला दुंडीपर्यंतचं अंतर चालत जायला चांगले दोन दिवस लागले. पहिल्या रात्री इतका मुसळधार पाऊस पडत होता की, तिला फार पुढं जाताच आलं नाही. ती घनदाट अरण्यात शिरली आणि शेकोटी पेटवून तिनं तिथंच रात्र काढली. दुसरा दिवस तसा बरा होता. तिनं सकाळी सकाळीच चालायला सुरुवात केली. पण तिची पावलं फार हळूहळू पडत होती. एक माणूस खाटकाच्या व्हॅनमधून चालला होता. तो तिला काही अंतर व्हॅनमधून घेऊन गेला. फार चांगला माणूस होता तो. तिला खूप वर्षांपासून ओळखतही होता. तिच्याबरोबर तिची मुलं राहायची तेव्हा तो स्वत:चे उरलेसुरले पैसे तिला देत असे. त्यांच्या खर्चासाठी. आतासुद्धा त्यानं तिला मुलांबद्दल विचारलं, ''सगळी मुलं वेल्फेअरकडं आहेत.'' तिनं हताश स्वरात सांगितलं. त्यानंतर त्यानं एका शब्दानं तिला त्यांच्याबद्दल विचारलं नाही.

दुंडीला गेल्यावर तिला काही टिंकर भेटले. त्यांनी तिला हेन्रीबद्दल विचारलं, ''मी त्याला फाइफमध्ये सोडून आलेय.'' ती म्हणाली. ते सगळे दारू पीत होते. मेरी आपल्या वाटेनं निघून गेली. पाय दुखेपर्यंत ती दुंडीच्या रस्त्यांवरून चालतच राहिली. मिशन हाउसचा विचारच आला नाही तिच्या डोक्यात. ती

एका कॅफेत गेली. तिथली बाई तिला ओळखत होती. तिनं मेरीला प्यायला सूप दिलं. संध्याकाळच्या सुमारास बर्फ पडायला लागलं. तिचे पाय आपोआप आपल्या जुन्या घराकडे वळले.

पण ७२, किंग स्ट्रीटवरील तिच्या घराचं दार तिच्या किल्लीनं उघडेचना. तिच्या लक्षात आलं की, दाराचं कुलूप कोणीतरी बदललं होतं. मग आपल्या घरची किल्ली तिनं गवतात फेकून दिली आणि घराला वळसा घालून ती घराच्या मागच्या बाजूस आली. तिथं तिनं खिडकीखालची लाकडी फळी कशीतरी काढून टाकली. दगड फेकून काचेचं तावदान फोडलं आणि तिथून ती घरात शिरली.

आत शिरल्यावर तिला वाटलं की, जणूकाही कोणीतरी बाँबचा मारा करून पूर्ण घर उद्ध्वस्त करून टाकलं होतं. बसायची सेटी तोडून-मोडून टाकलेली होती. त्याच्यातून उस्कटून टाकलेला कापूस जमिनीवर इतस्तत: पडलेला होता. तिथं कोणीतरी जुगार खेळलं होतं. फरशीवर दारूच्या रिकाम्या बाटल्या पडलेल्या होत्या.

ती स्वयंपाकघरात गेली, तर तिथंही फारसं वेगळं दृश्य नव्हतं. सगळीकडे क्रॉकरीचे तुकडे पडलेले होते. चांडाळांनी एकेक कप, एकेक प्लेट तोडून-मोडून टाकलेली होती. कोणीतरी स्वयंपाकघराचा उपयोग संडास करण्यासाठी केलेला होता आणि भिंतीवर शी बरबटून टाकली होती. सगळंकाही तुटून-फुटून गेलं होतं. पडद्यांच्या चिंधड्या झाल्या होत्या. खिडक्यांची तावदानं तडकलेली होती. पूर्ण घराचा उकिरडा झाला होता. जिथं जिथं म्हणून काहीतरी छान किमती वस्तू ठेवलेली होती, तिथं तिथं भकास, मोकळी जागा दिसत होती. त्राण गेल्यासारखी ती हात असलेल्या जुन्या खुर्चीत बसली. फाइफहून चालत येण्याने तिला फार थकवा आला होता. विश्रांतीची फार फार गरज होती. आता दमून जाण्याची, दु:खाची, निराशेची परिसीमा झाली होती. तिनं कष्टानं जमवलेल्या सगळ्या प्लेट्स फुटल्या होत्या. पियानो मोडून पडला होता. मेरीचा चेहरा काळवंडून गेला होता. हृदयाचेही तुकडे तुकडे झाले होते. एक दीर्घ सुस्कारा टाकून तिनं स्वत:ला झोपेच्या हवाली केलं.

१८ डिसेंबर १९६४. ख्रिसमसच्या आधीचा एक आठवडा. जमिनीवर बर्फाची पांढरी चादर पसरलेली होती.

बोचरं थंड वारं वाहत होतं. स्मशानभूमीत तसा शुकशुकाट होता. उबेसाठी खिशात हात घातलेली माणसं तिथं आली. गळ्याच्या वरपर्यंत कॉलर ओढून घेत आणखी एक माणूस आला.

''आणखी कोणी येईलसं वाटत नाही.'' कॉलर वर ओढून घेतलेला माणूस म्हणाला.

''कोण होती ती?''

''मेरी रीड. एक टिंकर बाई.''

''टिंकर्सच्या मयतीत कधीकधी खूप लोक येतात आणि कधीकधी कोणीही नाही.''

स्मशानभूमीच्या गेटकडं नजर टाकत त्यांच्यातला एक म्हणाला, ''हिच्या मयतीत कोणी येणार नाहीसं दिसतंय. मीच दोन-चार शब्द बोलतो आणि मग आपण कामाला लागू या.''

डॉक्टरनी सांगितलं की, फ्लो आंटींना पूर्ण विश्रांतीची गरज आहे आणि मुलं इकडं-तिकडं पळत असताना तिला पाहिजे तसं शांत वातावरण मिळणार नाही. म्हणून मग आम्हांला परत होममध्ये पाठवण्यात आलं. आम्हां दोघांना सांभाळणं त्यांना फार जड जात होतं. त्यामुळे आम्हांला परत होमच्याच आश्रयाला यावं लागलं. आमचा सांभाळ करणारी दत्तक कुटुंबं मिळणं फार अवघड होतंसं दिसत होतं. त्यामुळे आम्हांला परत परत बालगृहात परत यावं लागत होतं. पण जोपर्यंत मी आणि मॅगी बरोबर होतो, तोपर्यंत त्याबद्दल माझी काहीही तक्रार नव्हती. खरंतर आम्हां दोघांना आमच्या आई-वडलांना आणि घरातल्या बाकीच्या लोकांना पाहावंसं वाटत होतं. आम्ही त्याबद्दल कधी काही बोलत नव्हतो; पण ह्या जगात कुठंतरी आपली जिवाभावाची, रक्ताची माणसं असणं, पण ती कधी आपल्याला भेटायला तरी येणार आहेत की नाहीत हेसुद्धा माहीत नसणं, ह्यानं जिवाची फार तगमग, कासाविशी होत असते. खूप वर्षं आधी मेरीनं एक दिवस त्यांना शाळेत पाहिलं होतं, पण त्यानंतर आमच्या घरच्यांबद्दल आम्हांला एक अवाक्षरही कळलेलं नव्हतं. आम्ही त्यांच्याबद्दल काही बोलत नसलो, तरी मॅगीला आणि मलाही माहीत होतं की, आम्हांला त्यांना पाहावं वाटत होतं, त्यांच्याबरोबर परत राहावं वाटत होतं.

आम्ही ग्रीनबँक्सला परत गेलो, तेव्हा तिथं बरीच नवीन मुलं आलेली होती, पण तरी मला माहीत असणारीही बरीच मुलं होती तिथं. होममध्ये काम करायलाही बरेच नवीन लोक आलेले होते, पण मी त्यांच्याबद्दल काही विचार करत नसे आणि तेही आमच्याबद्दल काही विचार नसत. मी परत पार्क हिल स्कूलला जाणार होतो. मेट्रननं मला आठवणीनं सगळ्यांच्या आधी तयार करून शाळेला पाठवलं. शाळेत जाताना मी सँडीच्या घरी गेलो.

''सँडी?''

''हो!''

''मी तुला परत पाहीनसं वाटलं नव्हतं मला बाळ. तू नवीन जागी गेलायस म्हणून ऐकलं होतं मी!''

"हो. मी दुसरीकडं गेलो होतो खरं!"

"मग परत आलास इथं?"

"त्या घरातल्या बाईला बरं नाहीये."

"खरंच? अरेरे! काय झालं तिला?"

"मला आणि माझ्या बहिणीला ठेवून घेतल्यानं तिची तब्येत बिघडली."

मग सँडीनं मला पैसे देऊन दुकानातून काही वस्तू आणायला पाठवलं. परत आल्यावर मला आपल्याजवळ बसवून घेत ती म्हणाली, "थांब रे थोडा माझ्यापाशी."

मग तिनं माझ्या बहिणीबद्दलची चौकशी केली. तीही माझ्याबरोबर होमला परत आल्याचं मी सांगितलं. तिनं मला माझ्या बहिणीला कधीतरी घेऊन यायला सांगितलं. सँडी अगदी पहिल्यासारखीच होती. अजूनही तिच्या चेहऱ्यावर तसंच छान हसू होतं. तिचे कपडे पहिल्यासारखेच होते आणि अजूनही तिच्या घरात आधीसारखाच मांजरांच्या शूचा वास येत होता.

मला शाळेत जायला पंधरा मिनिटं उशीर झालेला होता, त्यामुळे मिसेस मार्टिननी खेळाच्या वेळी मला तिथंच बसवून ठेवलं.

"तू सँडीकडे थांबला होतास का?"

"हो!"

"तुला पाहून तिला खूप आनंद झाला असेल?"

"हो!"

"आल्यानंतरचा शाळेतला पहिला दिवस आहे तुझा आणि आजही तू उशिरा आलायसं!"

"हं!"

"आपल्या मित्रांना पाहून तुला खूप आनंद झाला असेल?"

"हो!"

"तू परत होममध्ये आलास म्हणून मेट्रनही खूश असेल."

"माझ्याशी एका शब्दानं बोलल्या नाहीयेत त्या."

"त्या बहुतेक खूप कामात असतील."

"हं!"

मिसेस मार्टिननी मला चित्रं काढण्यासाठी पेन्सिली दिल्या. मधली सुटी संपेपर्यंत मी चित्रं काढत राहिलो.

एकदा मी बाहेरच्या बाजूला मुलांबरोबर खेळत असताना एक छोटीशी मुलगी धावत धावत तिथे आली.

"ए, जरा येऊन गंमत तर पाहा इकडं!" ती ओरडली.

आम्ही आमचा खेळ थांबवून खेळायच्या खोलीत गेलो. तिथं सगळी मुलं एका नव्या मुलाकडं इतकी गुपचूप पाहत होती की, टाचणी पडली असती तरी आवाज आला असता. होममध्ये कामं करणारी माणसं गप्प-गप्प होती. आम्ही गप्प होतो. मी एकदमच म्हटलं, ''मॅगी, त्याच्याकडं पाहा ना!''

''हो. तो काळा मुलगा आहे.'' ती म्हणाली.

ह्यावर कोणी काही बोललं नाही. सगळ्या मुलांची वाचा बंद झाली होती. मग मी त्या मुलाला जवळून पाहायचं ठरवलं.

''खूप जवळ नको जाऊस त्या मुलाच्या.'' माझी बहीण कुजबुजली, पण मी तिच्याकडं लक्ष न देता त्या मुलाजवळ गेलो. मी त्याच्या अगदी जवळ जाऊन उभा राहिलो, तरीही तो दूर सरकला नाही. तिथंच एखाद्या पुतळ्यासारखा उभा राहिला.

''बोलता येतं ना तुला?''

''हो. त्याला बोलता येतं!'' मेट्रन म्हणाल्या.

''मग त्याला काहीतरी बोलायला सांगा ना!''

''त्याला बोलायचं असेल तेव्हा बोलेल तो.'' त्या म्हणाल्या.

मी पाहिलं की, त्या मुलाच्या गालावरून एक अश्रू ओघळत होता.

''कशाला रडतोयस तू?''

माझं पाहून आणखी काही मुलं त्याला जवळून पाहण्यासाठी पुढं सरकली आणि मग मात्र तो ढसाढसा रडायला लागला. ते पाहून मेट्रननं आम्हां सगळ्यांना त्याला तिथंच सोडून बाहेर खेळायल जायला सांगितलं. ''त्याला बरं वाटेपर्यंत त्याच्याजवळ कोणी जाऊ नका.'' त्या म्हणाल्या. दोनच दिवसांनी त्याला होममधून दूर कुठंतरी पाठवून देण्यात आलं आणि मग आम्ही त्याला परत कधीच पाहिलं नाही.

* * *

रात्रीच्या वेळी मेट्रन आमच्या झोपायच्या मोठ्या खोलीच्या दरवाजाला कान लावून उभ्या राहत असत आणि कोणी बोलताना ऐकू आलं की, ती लगेच आत येऊन त्या बोलणाऱ्याला पकडत असत. नक्की कोण बोलतंय ह्याचा त्यांना अंदाज आला नाही आणि कोणी ते कबूलही केलं नाही, तर त्या काही मुलांना पकडून बाहेर येऊन जात असत. त्यांना कॉरिडारमध्ये अनवाणीच उभं करत असत. इथं खूप नियम होते आणि त्यातला एखादा नियम जरी मोडला गेला, तरी आम्हांला मेट्रनपुढं जाऊन उभं राहावं लागे. एकदा मलाही असंच ऑफिसमध्ये जाऊन उभं राहावं लागलं. मला वाटतं तोपर्यंत त्यांना माझा खूप वैताग आला होता. मला पाहताच त्या माझ्यावर जोरजोरात खेकसू लागल्या. मग मीही त्यांच्यावर ओरडू

लागलो. मग काय, व्हायचं तेच झालं. मला खूप थोबाडीत मिळाल्या. भरपूर प्रसाद दिल्यावर त्यांनी मला खेळायच्या खोलीत पाठवलं आणि माझ्या मागोमाग त्याही तिथं आल्या. सगळी मुलं टकामका आमच्याकडं पाहत होती. एका लाकडी खुर्चीकडं बोट दाखवून मेट्रननं मला खुर्चीत बसायला सांगितलं; पण मी लक्षच दिलं नाही. मग त्या माझ्यावर परत जोरजोरात ओरडू लागल्या. ते पाहून मॅगी माझ्याजवळ येऊन उभी राहिली. त्यामुळे तिलाही एक थप्पड मिळाली. ते पाहून माझं टाळकंच फिरलं. मी सरळ एक खुर्ची उचलली आणि खिडकीतून बाहेर फेकून दिली.

मेट्रननं वेल्फेअरच्या बाईंना आम्हाला भेटायला बोलावलं. मी त्यांना सांगितलं, ''मला इथं राहायला आवडत नाही.'' माझ्या बहिणीनंही त्यांना तेच सांगितलं. पण आमचं बोलणं समजून न घेता त्यांनी आम्हालाच नीट वागायला सांगितलं. ''तुझा संबंध नसलेल्या गोष्टीत तू लक्ष नको घालूस मॅगी.'' त्या मॅगीला म्हणाल्या. म्हणजेच मॅगीनं माझी बाजू घेऊ नये असं त्यांचं म्हणणं होतं.

''तू त्याची बाजू घेतली नाहीस, तर तो खिडक्यांच्या काचा अशा तोडणारच नाही.'' त्या म्हणाल्या.

''पण मलाही तर मारलं मेट्रननी!'' मॅगी म्हणाली.

त्यावर मिस ब्लॅकचं उत्तर होतं, ''तुला झालेली शिक्षा योग्यच होती. तुझ्या भावाला त्या ओरडत असताना तू तिथं गेलीसच कशाला कडमडायला? तुझा काय संबंध होता तिथं? आणि तू रे सँडी, परत कधी अशा खुर्च्या फेकून दिल्यास तर बघ!'' असं म्हणून मिस ब्लॅकनं आपल्या परीनं ते प्रकरण संपवलं.

एकदा मी शाळेला गेलोच नाही. असाच गावाबाहेर, शेतांमध्ये हिंडत राहिलो. एका शेताच्या बांधाला टेकून बसलो असताना माझं लक्ष एका वाळक्या गवताच्या गंजीकडं गेलं. ते पाहून मला काय वाटलं कोण जाणे, मी एका गंजीवर सरासर चढून गेलो आणि सभोवार पाहू लागलो. मग खाली उडी मारून दुसऱ्या गंजीवर चढलो आणि मग तिसऱ्या गंजीवर. ह्या खेळाचा वीट आल्यावर मला त्या गवताच्या गंजी चक्क पेटवून द्याव्याशा वाटलं. आणि मी खरंच तसं केलं. त्या गवताच्या गंजी हां हां म्हणता पेटल्या. आग विझवायला आगीचा बंब आला तेव्हा मी तिथंच होतो. पोलिसानं माझ्या बखोटीला धरून मला होममध्ये आणलं.

मेट्रन हात झाडत म्हणाल्या, ''ह्या पोराचं काय करावं तेच मला कळत नाहीये. तुम्हाला काय करायचं ते करा त्याचं!'' ते ऐकून तो पोलीस म्हणाला, ''बरं. मीच बोलतो त्याच्याशी.''

आम्हां दोघांना ऑफिसमध्ये सोडून मेट्रन बाई दुसरीकडं निघून गेल्या. मग त्या पोलिसानं मला समजावून सांगितलं, ''हे बघ मुला, अशी वाळलेल्या गवताला

काडी लावायची नसते. फारच धोकादायक असतं ते. आणि तुझं ते बेदरकार वागणं तू असंच चालू ठेवलंस, तर वेल्फेअर तुला कुठंतरी पाठवून देतील आणि तुझ्या बहिणीला दुसरीकडं कुठंतरी लांब. मग तुमची ताटातूट होईल.''

पोलिसाचं बोलणं झाल्यावर मेट्रननी ऑफिसात येऊन मला सांगितलं, ''तू ऑफिसबाहेरच्या बाकड्यावर बसून राहा. मुलं शाळेतून परत येईपर्यंत तू तिथंच बसून राहायचंस. जरादेखील इकडं-तिकडं हलायचं नाही.'' मी बाकड्यावर बसून भिंतीवरल्या घड्याळाकडं बघत राहिलो. मिनिटा-मिनिटाला हलणाऱ्या मिनिट काट्याकडं बघत राहिलो. सात वर्षांच्या वयाला तुम्हाला तीन-तीन तास लाकडी बाकड्यावर बसायला लागलं, इकडं-तिकडं हलायची बंदी असली, तर ती दुपार फारच लांबलचक वाटते. पोलिसानं मला सांगितलेल्या गोष्टींवर मी विचार करत राहिलो. बालकेरसच्या घरातले दत्तक वडीलही मला हेच सांगत असत, ह्याची मला आठवण आली. मॅगीला आणि मला वेगळं करायची धमकी ते आम्हांला वारंवार देत असत, पण प्रत्यक्षात त्यांनी तसं केलं नव्हतं. ह्या पूर्ण जगात माझं म्हणून फक्त एकच माणूस होतं आणि ती होती मॅगी. ती माझी बहीणच नाही, तर सर्वकाही होती. तिला माझ्यापासून दूर करण्याइतकी दुसरी कोणतीही वाईट शिक्षा माझ्यासाठी असूच शकत नव्हती. 'ते आमची ताटातूट कधीही करणार नाहीत. नाही करणार ना?'

नंतर मिस ब्लॅक आम्हांला भेटायला आल्या तेव्हा त्यांनी आम्हाला ते होम आम्हांला आवडतंय का म्हणून विचारलं. त्यावर मेरीचं उत्तर होतं, ''अजिबात नाही.'' माझं तेच म्हणणं होतं. मॅगीनं मिस ब्लॅकना विचारलं, ''आम्हाला एखादं नवीन दत्तक कुटुंब मिळतंय की कायमचं ग्रीनबँक्समध्येच राहायला लागणार आहे?'' ह्यावर मिस ब्लॅक म्हणाल्या, ''पुढचं काय सांगू मी! पण तुम्हाला थोडी वाट पाहायला लागेल.'' त्या आमच्याबरोबर फार वेळ थांबल्या नाहीत, पण ''लवकरच भेटायला येईन.'' असं आश्वासन देऊन त्या निघून गेल्या. त्या गेल्यावर मॅगी म्हणाली, ''आपल्या प्रश्नांची त्या धड उत्तरही देत नाहीत. आपण काय सांगतो तेही नीट ऐकून घेत नाहीत.''

एकदा रात्री मी संडासमधून बाहेर येत होतो, तेव्हा मॅगीनं मला परत आत ढकललं आणि बाहेरून दरवाजा लावून घेतला. तिनं आपला कोट घातला होता, पण माझा कोट तिच्याजवळच होता.

संडासचं दार उघडून ती आत आली आणि म्हणाली, ''हा घालून घे.''

''कशाला?''

''मी सांगते म्हणून आणि तुझं थोबाड बंद ठेव आता.''

मग खिडकी उघडून ती खिडकीत चढून बाहेर आली. मीही तिच्यामागोमाग खिडकीतून बाहेर आलो. आम्ही दोघं भिंत चढून बाहेर आलो आणि रस्त्यावरून हिंडायला लागलो. चालत चालत आम्ही एका खेडेगावच्या रस्त्याला लागलो. आम्हाला दुरून एक मोटरकार येताना दिसली. मॅगीनं मला खाली पडून राहायला सांगितलं. ती कार जाईपर्यंत मी जमिनीवर पडून होतो. ती निघून गेल्यावर मी उठलो आणि आम्ही दोघं चालायला लागलो. मॅगी काहीही न बोलता गुपचूप चाललेली होती आणि मी तिच्या मागोमाग चाललो होतो. काही वेळानं मला चालायचा कंटाळा आला. होममधून बाहेर पडलो नसतो, तर बरं झालं असतं असं वाटायला लागलं.

"मॅगी, आता थांबायचं का?"

"नको."

"का?"

"कारण आपण आता थांबू शकत नाही."

"मी दमलोय."

"काही होत नाही. चालत राहा गुपचूप."

"पण आपण चाललोय तरी कुठं?"

"मी म्हटलं होतं ना की, तोंड उचकटू नकोस म्हणून?"

मला इतका कंटाळा आला होता की, मी ठरवलं, ह्यापुढं चालायचंच नाही. मी तिथंच उभा राहिलो. ह्यामुळे मॅगीला एवढा राग आला की, ती माझ्या बखोटीला धरून म्हणाली, "सँडी, तुला चालायलाच पाहिजे. समजलं?" आणि तिनं थाडकन माझ्या कानशिलात मारली. काही वेळानं ती मुख्य रस्ता सोडून कच्च्या रस्त्यानं चालायला लागली. तिनं एक लांबट शेड पाहिली. तिथं गुरांचा चारा साठवून ठेवलेला होता. आतमध्ये जाऊन मॅगी चाऱ्याच्या ढिगावर चढली. मीही तसंच केलं.

शेडमध्ये कसं उबदार वाटत होतं! "रात्र काढता येईल इथं!" ती म्हणाली. थोडा वेळ गेल्यावर ती म्हणाली, "तुला लवकरच दुसरीकडं कुठंतरी पाठवणार आहेत. मेट्रन म्हणत होत्या. म्हणजेच आता आपण फार वेळ एकत्र राहणार नाही आहोत. म्हणूनच आता आपण बाहेर पडलो आहोत. आपण मम्मीला शोधून काढू या. ती भेटली म्हणजे सगळंकाही ठीक होईल. आपली कधीही ताटातूट होणार नाही. तू मात्र आपलं तोंड बंद ठेव. कोणाशी काही बोलू नकोस. जे काही बोलायचं ते मी बोलेन. तुला तुझं नाव विचारलं तरी सांगू नकोस आणि हे बघ, जवळपास कोणी असलं, तर एकदम गप्प बस."

तिनं मला हेही सांगितलं की, आपण मम्मी सापडेपर्यंत देशातली सगळी

जंगलं पालथी घालू या. रात्री कोणाच्या लक्षात येणार नाही अशा ठिकाणी शेकोटी पेटवू या. पोट भरण्यासाठी ती दारोदार भीक मागणार होती. त्यामुळे मला कसलीही काळजी करायची गरज नव्हती.

मॅगी कळकळीनं सांगत होती, ''त्यांनी आपल्याला पकडलं, तर ते आपली कायमची ताटातूट करतील. म्हणून मी सांगतेय तसंच कर सँडी आणि माझ्याशी काही भांडण सुरू केलंस ना, तर तुझ्या पेकाटात लाथच बसेल बघ. सँडी, हे बघ, एकदा का मम्मी भेटली ना की, मग आपल्याला होममध्ये जायलाच लागणार नाही.'' मी तिच्याजवळ सरकलो. खूप छान उबदार वाटत होतं मला.

सकाळी आम्ही लवकर उठलो. सूर्याच्या कोवळ्या किरणात जग न्हाऊन निघालं होतं. लाकडी शेडच्या एका बाजूला मी लघवीनं आपलं नाव लिहिण्याचा प्रयत्न केला. पण ते पूर्ण नावाला पुरलं नाही. मी मागं पाहिलं. मॅगी खाली बसून शी करत होती. तिनं मलाही तसंच करायला सांगितलं.

मी शेतातल्या घराकडं पाहिलं. एव्हाना मला कडकडून भूक लागली होती. मॅगीनंही तिचं काम संपल्यावर तिकडं पाहिलं. ''लक्षात आहे ना? तोंड एकदम बंद ठेवायचं!'' ती म्हणाली आणि त्या घराच्या दिशेनं चालायला लागली.

मॅगीनं दारावर थाप मारली, तसा आतून एक लहान मुलगा दाराशी आला. ''जा, आईला घेऊन ये.'' मॅगी त्या मुलाला म्हणाली, पण तो परत आला तेव्हा त्याच्याबरोबर निळ्या शॉर्ट्स (डुगरी) आणि बॉनेट (टोपी) घातलेला एक माणूस होता.

''काय पाहिजे तुम्हाला?'' त्यानं विचारलं.

''ब्रेडचा एखादा तुकडा मिळेल का आम्हाला?'' मॅगीनं विचारलं.

''कशाला पाहिजेय ब्रेडचा तुकडा?'' तो माणूस विचारतच होता. तेवढ्यात तिथं एक बाई आली आणि तिनं विचारलं, ''काय पाहिजे तुम्हाला?''

''आम्हाला ब्रेडचा एखादा तुकडा द्याल का?'' मॅगीनं विचारलं.

''ब्रेडचा तुकडा अन् तो कशासाठी?''

''कारण आम्ही भुकेलेलो आहोत. सकाळी उठल्यापासून पोटात काही पडलेलं नाहीये.''

''रात्रभर बाहेरच होता तुम्ही?''

''हो.''

''रात्रभर चालत होता?''

''नाही. आम्ही तुमच्या शेडमध्ये झोपलो होतो.''

''नाव काय आहे तुझं बाळ?'' तिनं विचारलं; पण मी उत्तरच दिलं नाही.

''तुम्हाला कशाला पाहिजेय त्याचं नाव?'' मॅगीनं विचारलं.

''कारण प्रत्येक माणसाला एक नाव असतं. जशी मी ॲग्निस आहे. तो आहे माझा नवरा जिमी आणि तो माझा मुलगा छोटा जिमी!''

''मी आहे मॅगी.''

''आणि तो कोण आहे?''

''तो आहे माझा लहान भाऊ सँडी.''

''सँडी, तुला खीर आवडते?''

''हो. आवडते त्याला खीर.'' मॅगीनं उत्तर दिलं.

''आणि मॅगी, तुला आवडते खीर?''

''हो.''

''मग चला तर, आत या इथं.''

आम्ही तिनं सांगितलेल्या लाकडी टेबलापाशी येऊन बसलो. तिचा मुलगा जिमी माझ्याच वयाचा होता. तो आमच्याकडे टुकुटुकु पाहत होता.

''असं का पाहतोयस तू आमच्याकडं?'' मी विचारलं.

''अरे, बोल ना त्यांच्याशी!'' ती बाई म्हणाली. तेव्हा तो म्हणाला, ''बरं!''

''त्याला पाव्हण्यांची सवय नाही, म्हणून बघतोय तो तसा तुमच्याकडं.'' ती बाई म्हणाली.

मग तिनं आमच्यासाठी खिरीनं भरलेले दोन वाडगे आणले.

''तुम्हाला पाहिजे असेल, तर आणखी थोडं दूध आणि साखर देते.'' ती म्हणाली. आम्ही खाली मान घालून खीर खायला लागलो. तो माणूस आमच्याकडं सारखा टक लावून पाहत होता. काही वेळानं 'मला काही काम आहे.' असं सांगून तो बाहेर गेला.

आमची खीर संपली तशी ती म्हणाली, ''पाहिजे तर टोस्ट भाजून देते तुम्हाला. मी घरी केलेला स्ट्रॉबेरी जॅम आहे. तो लावते टोस्टला.''

मॅगी म्हणाली, ''नको. बास झालं. पोट भरलं आमचं.''

मला खरंतर टोस्ट पाहिजे होता, पण मॅगीनं माझ्याकडं डोळे वटारून पाहिलं, तेव्हा मी गप्प बसून राहिलो. ती बाई टेबलापाशी येऊन बसली.

''मग, तुम्ही राहता कुठं?'' तिनं विचारलं.

''आमच्या आईबरोबर.'' मॅगी म्हणाली.

''हो का? मग शेडमध्ये का झोपला होतात तुम्ही?''

''आमच्या आईला अचानक कुठंतरी जावं लागलं. तिनं जाताना आम्हांला सांगितलं की, ती परत येईपर्यंत शेडमध्ये आम्ही तिची वाट पाहावी.''

''बरं आणि तुमची आई अशी गेली तरी कुठं?''

मॅगी टेबलावरून उठली. मग मीही तेच केलं.

''जातो आता आम्ही.'' ती म्हणाली आणि बाहेर येऊन पळू लागली. तसा मीही पळत सुटलो. आम्ही धापा टाकत मेन रोडवर आलो. एव्हाना ती पार दमून गेली होती. मी तिला गाठणार, इतक्यात तिथं एक पोलीसची कार आली.

''ओ!'' ती ओरडली.

मॅगीनं मला उचललं आणि बांधापलीकडं फेकून दिलं. आम्ही वाघ पाठीमागं लागल्यासारखे जोरजोरात धावत होतो. पोलीस आम्हाला, ''ए पोरांनो, थांबा रे!'' म्हणून ओरडत होते. पण आम्ही कसले ऐकतोय! आम्ही धूम पळत सुटलो होतो. आम्ही कसेबसे एका जंगलापाशी आलो. माझी छाती तर थाड थाड उडत होती. आम्ही मागे वळून पाहिलं. त्यांनी आमची पाठ अजूनही सोडली नव्हती. आम्ही एका उतारावरून सुसाट धावलो. एक ओढा पार केला. काटेरी तारांच्या कुंपणातून खरचटत आत गेलो. आता आम्ही दुसऱ्या एका शेतात शिरलो होतो. ह्या शेतात फार चिखल होता. बुटांच्या तळाला चिखल लागलेला असल्यानं मला धड पळताही येत नव्हतं. आणखी एक गेट पार करून आम्ही एका चिंचोळ्या रस्त्यावर आलो. मग एक कुंपण लागलं. कुंपणाची झुडपं इतकी दाट होती की, ते पार करताना आमच्या अंगभर ओरखडे उठले.

''किती जवळ आले होते ते आपल्या!'' मॅगी म्हणाली.

''हो ना!''

''पण आता नाही ते आपल्याला पकडू शकणार सँडी.''

मॅगीनं बूट काढून आपल्या हातात घेतले आणि आपले ओलेकच्च मोजे फेकून दिले. मीही तसंच केलं.

''तो टोपीवाला माणूस होता ना, त्यानेच आणले पोलीस.'' ती म्हणाली.

''हं.''

''तो माणूस मला अजिबात आवडला नव्हता आणि तो मध्येच तिथून निघून गेला बघ, तेव्हाच मला वाटलं की, हा माणूस काहीतरी गडबड करणार.''

''हं!''

''आपल्याबद्दल पोलिसांकडं तक्रार नोंदवायलाच गेला असणार तो.''

''हं.''

''सँडी, कुण्णा-कुण्णावर विश्वास ठेवत जाऊ नकोस तू.''

''अगदी ठेवणार नाही.''

''मला सोडून दुसऱ्या कोणावरही विश्वास ठेवू नकोस.''

''हं!''

''चल आता. पुढं चालायला लागू या.''

ती पुढं आणि मी तिच्या मागोमाग असे आम्ही एका मोठ्या बिल्डिंगजवळ

आलो. त्या बिल्डिंगच्या मागे आणखी काही छोटी-छोटी घरं होती. मॅगी म्हणाली, ''आपण झाडामागं लपून अंदाज घेऊ या आणि मग लांबच्या रस्त्यानं पुढं जाऊ या.'' आम्ही झाडामागून त्या घराची नीट न्याहाळणी केली. तिथं एक जुन्या पद्धतीचा ट्रॅक्टर होता. मी पटकन त्याच्यावर चढून ड्रायव्हरच्या सीटवर बसलो. ''उतर बघू आधी खाली.'' मॅगीनं मला दरडावलं, तसा मी लगेच खाली उतरलो. आम्ही तिथंच इकडं-तिकडं हिंडलो. तिथं खूप जुन्या-पान्या गोष्टी होत्या. मॅगी एका शेडमध्ये काहीतरी पाहत होती, तेव्हा एक भुरकट कुत्रं तिथं आलं आणि माझ्यावर भुंकू लागलं.

''चूप!'' मी त्याच्याकडं पाहून ओरडलो, पण ते वेडं आपलं भुंकतच राहिलं. मॅगीनं त्याच्याकडे एक दगड फेकला, पण तो त्याला लागलाच नाही. उलट लगालगा जाऊन त्यानं तो दगड उचलला आणि मॅगीच्या पायाशी आणून ठेवला. ती म्हणाली, ''हा असाच भुंकत राहिला, तर इथं काय चाललंय हे पाहायला कोणीतरी नक्की इथं येईल.'' तिनं परत एक दगड फेकला त्याच्याकडं आणि तो परत तो दगड घेऊन मॅगीकडं आला, पण त्याचं भुंकणं आपलं चालूच होतं. अगदी वेड लागल्यासारखा भुंकत होता तो!

त्याच्या भुंकण्यानं शेतातल्या लोकांचं लक्ष खरंच आम्ही होतो तिथं गेलं. एक लांबटांग्या माणूस तिथं आला.

''काय चाललंय तुमचं इथं?'' त्यानं आम्हाला विचारलं.

''काही नाही. असंच बघत होतो आम्ही आपले.''

''ही खासगी मालमत्ता आहे म्हटलं!''

''हं!''

मग एक बाईही तिथं आली आणि तिनं त्याला आम्हांला पकडायला सांगितलं.

''पोलीस दोन लहान मुलांच्या मागावर आहेत.'' ती म्हणाली तशी त्या माणसानं पटकन येऊन मला पकडलं. मॅगीनं एक काठी उचलून काठीनं त्याचं डोकं फोडण्याची धमकी दिली. त्यानं तिच्याकडं दुर्लक्ष केलं तेव्हा मॅगीनं खरंच त्याच्या गुडघ्याजवळ काठीनं जोरात मारलं. अचानक मार बसताच त्याची पकड ढिली झाली आणि मी त्याच्या हातातून निसटलो.

''कार्टी फार बेडर आहेत.'' आम्हाला धूम पळताना पाहून तो दात-ओठ खाऊन ओरडला.

आम्ही त्या घरांजवळून आणि त्यांच्या जवळून जाणाऱ्या मोटारीच्या रस्त्यावरून पळत होतो. तो कुत्राही आमच्याबरोबर पळत होता. आम्ही गेटजवळ येऊन धापा टाकत उभे राहिलो. तो कुत्रा अजूनही भुंकतच होता. मॅगीनं रागानं त्याच्या पेकाटात लाथ मारली. तो केकाटायला लागला. एवढ्यात आम्ही त्या लांबटांग्याला रस्त्यावरून

आमच्याकडं येताना पाहिलं. त्याला पाहून तो कुत्रा त्याला भेटायला त्याच्याकडे धावला. आता त्याला आमच्यात काही रस राहिलेला नव्हता.

आम्ही थोडा वेळ चालत राहिलो आणि मग मिल्टन ऑफ बल्गानोला आलो. तिथं पूल पार करताना आम्हाला एक म्हातारी भेटली.

''सहा पेन्स देता का आम्हांला आजी?'' मॅगीनं तिला विचारलं.

त्या बाईनं आमच्याकडं एकदा नीट पाहिलं आणि मग सामान आणायच्या पिशवीतून पर्स काढून आम्हाला पैसे दिले. पैसे घेऊन आम्ही एका छोट्याशा दुकानात गेलो. तिथं मॅगीनं आधी चॉकलेटचे दोन बार खिशात टाकले. मग काउंटरपाशी जाऊन पैसे देऊन एक काडेपेटी विकत घेतली अणि मग आम्ही परत रस्त्याला लागलो.

चालत-चालत आम्ही एका कुरणातल्या किल्ल्यापाशी आलो. जवळ जाऊन पाहिलं. त्या जुन्यापुराण्या किल्ल्याची जागोजागी पडझड झालेली होती. जवळपासच्या काटक्याकुटक्या गोळा करून आम्ही तिथं एक छोटीशी शेकोटी पेटवली. मग त्या किल्ल्याच्या खाली पडलेल्या एका मोठ्या दगडावर आम्ही निवान्त बसून राहिलो. एकदमच माझ्याकडं बघून मॅगी खो खो हसू लागली.

''किती बरबटलायस तू धुळीनं सँडी!'' ती हसत हसत म्हणाली.

''हं!''

''आणि तुझ्या पायात मोजेपण नाहीयेत.''

''तूपण तशीच तर आहेस!''

''पण तू माझ्यापेक्षा काळाकुट्ट दिसतोयस.'' ती म्हणाली.

आम्ही एकमेकांकडं पाहत जोरजोरात हसलो. मग शेकोटीत घालायला आणखी काटक्याकुटक्या शोधायला लागलो.

इथं आम्हाला खूप छान वाटत होतं. एव्हाना शेकोटी छान पेटली होती. तो जुना-पुराणा किल्ला आमच्याकडं येऊ पाहणाऱ्या बोचऱ्या वाऱ्याला अडवून ठेवत होता.

''आपली मम्मी कुठं आहे ते तुला माहीत आहे मॅगी?''

''नाही, पण आपण शोधून काढू या तिला.''

''ती कुठं आहे हे माहीत नसताना कसं शोधायचं तिला?''

''आपण शोधून काढू, म्हटलं ना मी? ती असू शकेल, अशा कितीतरी जागा माहीत आहेत मला.''

''आपल्याला पाहून काय म्हणेल ती?''

''खूप खूश होईल ती आपल्याला पाहून.''

''पळून आल्याबद्दल रागवेल का ती आपल्याला?''

“नाही.”

“तुला काय माहीत?”

“मला माहीत आहे.”

“सांग ना, कसं माहीत आहे तुला ते?”

“असंच माहीत आहे.”

“सांग ना कसं ते?”

“आता तोंड बंद ठेवशील का देऊ एक मुस्कटात?”

तिनं खिशातला एक चॉकलेट बार मला दिला. मी पटापट चॉकलेटचा पेपर काढून टाकून चॉकलेट तोंडात कोंबलं. माझं चॉकलेट संपल्यावर मी आणखी चॉकलेटसाठी तिच्या मागे लागलो. तिनं स्वत:चं अर्ध चॉकलेट मला देईपर्यंत माझी तिच्यामागची भुणभुण चालूच होती. चॉकलेट खाऊन झाल्यावर आम्ही सभोवार नजर टाकली. कुंपणाजवळ दोन माणसं उभी होती. कुंपणावरून चढून ती आमच्या दिशेनं येऊ लागली.

“पळायचं का मॅगी?”

“नको. ते पोलीस नाहीयेत.”

“मग का येतायत ते इकडे?”

“गप्प. गुपचूप बसून राहा.”

त्या दोघांतला एक लाल तोंडाचा टकल्या होता. त्यानंच पहिल्यांदा तोंड उघडलं.

“काय करताय रे तुम्ही दोघं इथं?”

“काही नाही. असंच जरा इकडं-तिकडं हिंडतोय.”

“ही फार धोकादायक इमारत आहे. तुम्हाला लागेल उगीच कुठंतरी.”

“नाही. आम्ही लांब उभे आहोत.”

“खोटं नको बोलूस. मला माहीत होतं, तुम्ही इथंच कुठंतरी जवळपास असाल आणि ही शेकोटी कशाला पेटवलीयेत?”

“आम्हांला थंडी वाजतेय म्हणून.”- मॅगी म्हणाली.

“कुठून आलीयेस तू पोरी? आणि शाळा, घर सोडून तुम्ही इकडं-तिकडं का भटकताहात?”

“आम्हांला सुट्टी मिळालीये.”

“खरंच?”

“हो.”

“आणखी एक लोणकढी थाप.” तो म्हणाला आणि त्यानं मॅगीचा हात पकडला. दुसऱ्या माणसानं मलाही घट्ट पकडलं आणि आम्हांला ओढत नेत ते शेतापलीकडे आले. तिथं एक कार आमची वाट पाहत उभी होती. आम्हां दोघांना

मागच्या बाजूला बसवून तो टकल्या आम्हां दोघांच्या मध्ये बसला. तो म्हणाला, "आम्ही पोलीस आहोत आणि काल रात्रभर कितीतरी पोलीस तुम्हाला शोधत होते." त्यानं आम्हाला आम्ही का पळून आलो तेही विचारलं, पण मी आणि मॅगी काहीच बोललो नाही. गप्प बसून राहिलो.

होममध्ये परत आलो, तेव्हा मेट्रन आणि बाकीचे कर्मचारी तिथं आमची वाट पाहत होते. होममधली बाकीची मुलं शाळेत गेली होती. त्यामुळे सगळीकडं सामसूम होती. मेट्रनचं त्या पोलिसांशी बोलणं होईपर्यंत आम्हाला ऑफिसबाहेरच्या लाकडी बाकड्यावर बसवून ठेवण्यात आलं. पोलीस निघून गेल्यावर मेट्रननी मॅगीला ऑफिसात बोलावलं. त्या वेळी मला डॉर्मिटरीमध्ये नेण्यात आलं. मला अंघोळीसाठी नागडं करून टबमध्ये सहा इंच उंचीपर्यंतच्या गार पाण्यात बसवण्यात आलं. माझ्या अंगावरची धुळीची पुटं काढण्यासाठी मला दोघांनी खसाखसा घासलं आणि नंतर माझ्या अंगावर स्वच्छ कपडे घातले.

अंघोळ झाल्यावर मला परत बाकड्यावर बसवून ठेवण्यात आलं. मॅगी ऑफिसमधून बाहेर आली. मला तिथंच बसायला सांगून मेट्रन आणि कर्मचाऱ्यांपैकी दोघं जण मॅगीला कॉरिडॉरमधून कुठंतरी घेऊन गेले. करायला काहीच नसल्यानं मी जाम कंटाळलो. शिवाय मला मॅगीची काळजी वाटत होती. कॉरिडॉरमध्ये काय चाललं होतं, ह्याचा मी कानोसा घेत होतो; पण मला ना काही दिसत होतं, ना ऐकू येत होतं. मग मी कॉरिडॉरचं अर्ध अंतर चालून गेलो. मुलींच्या डॉर्मिटरीमधून काहीतरी आरडाओरडा ऐकू येत होता. अंघोळीसाठी कपडे काढायला मेरी तयार नव्हती आणि ते तिच्यावर ओरडत होते.

मला कॉरिडॉरमध्ये आलेलं पाहून कर्मचाऱ्यांमधल्या एकीनं येऊन मला बाकड्याकडं पिटाळलं. बाकड्यावर बसून राहायला सांगितलं आणि मी परत तिथून हलू नये म्हणून ती माझ्याजवळ येऊन ती उभी राहिली. पाच मिनिटांत मेट्रनबाई आल्या. माझ्याजवळ उभी असलेली बाई मला ऑफिसमध्ये घेऊन गेली. दुसरी बाईही ऑफिसमध्ये आली. मेट्रन नेहमीप्रमाणेच मला उपदेशाचे डोस पाजू लागल्या, पण मी अजिबात लक्ष दिलं नाही. पोलीस आम्हाला कसे रात्रभर शोधत होते आणि आम्ही हरवल्यानं त्यांची झोप कशी उडाली ह्याबद्दलच होतं त्यांचं बोलणं. मला त्यांच्या डेस्कवर त्यांचा कातडी पट्टा दिसत होता. त्याचा प्रसाद मॅगीला नक्की मिळाला असणार.

"मॅगीला मारलंत तुम्ही पट्ट्यानं?"

"मी काय बोलतेय तिकडं तुझं लक्षच नाहीये सँडी रीड." म्हणून त्यांनी तो पट्टा उचलून ड्रॉवरमध्ये ठेवून दिला.

"तुम्ही मॅगीला मारलंत का?"

''मॅगीला आम्ही काय केलं, त्याच्याशी तुझा काही एक संबंध नाहीये.''

''मलापण मारणार आहात का? त्या कातडी पट्ट्यानं?'' असं म्हणत मी जोरजोरात हसू लागलो. आता मला कोणाची पर्वा नव्हती. त्या माझ्याकडं पाहत होत्या आणि मी त्यांच्याकडं.

''माझ्या बहिणीला एवढ्या जोरात का ओरडत होता तुम्ही?'' मी अजूनही हसत होतो.

''तुम्ही माझ्या बहिणीला त्रास दिलात. वाईट आहात तुम्ही!'' आता मी हसणं थांबवलं होतं. माझा आवाज चढला होता. मला त्यांचा फार फार राग आला होता. आमच्याबद्दल ते इथं काय विचार करताहेत किंवा आमचं ते काय करणार आहेत ह्याची त्या वेळी मला काहीच पर्वा उरलेली नव्हती. ऑफिसमधनं तरातरा बाहेर येऊन मी ऑफिसचा दरवाजा खाडकन बंद केला.

तिथून मी खेळायच्या खोलीत गेलो. थोड्या वेळानं मॅगीही तिथं आली. ती खुर्ची घेऊन माझ्याजवळ बसली. मला सांगण्यासारखं तिच्याजवळ काहीच नव्हतं. आम्ही आपले गप्प गप्प बसून राहिलो. तिथं काही लहान लहान मुलं टी.व्ही. पाहण्यासाठी आलेली होती. आम्हांला परत ऑफिसमध्ये बोलावण्यात आलं. ''वेल्फेअरच्या बाई भेटायला येणार आहेत तुम्हाला.'' मेट्रननी आम्हाला सांगितलं. आम्ही परत खेळायच्या खोलीत आलो तेव्हा टी.व्ही.वरचा 'अँडी पँडी' कार्यक्रम संपला होता आणि दुसराच कोणतातरी कार्यक्रम सुरू झाला होता. एक मोठ्ठा माणूस माझ्यासारख्या शॉर्ट्समध्ये इकडं-तिकडं पळत होता. काहीतरी गंमतजंमत करायचा प्रयत्न करत होत, पण मला त्यात काहीच हसण्यासारखं वाटलं नाही. काहीतरी वेडे चाळे करत होता, झालं!

आम्ही खूप वेळ तिथं बसून राहिलो. शेवटी एकदाच्या मिस ब्लॅक आल्या, पण माझ्याकडं ढुंकूनही न पाहाता त्या मॅगीला घेऊन कारमधून कुठंतरी निघून गेल्या. ''माझ्या बहिणीला कुठं घेऊन गेल्या मिस ब्लॅक?'' मी मेट्रनना विचारलं. तशी त्या म्हणाल्या, ''मिस ब्लॅकना मॅगीशी एकटीशी काहीतरी बोलायचंय.''

''मग माझ्याशी एकट्याशी का नाही बोलायचंय त्यांना?'' मी विचारलं तशी मला गप्प बसायला सांगून मेट्रन दुसरीकडं निघून गेल्या. बाकीची मुलं शाळेतून परत येईपर्यंत मी तिथं तसाच बसून राहिलो.

मॅगी परत येईपर्यंत आम्हां सगळ्यांचा चहा पिऊन झाला होता. ती कुठं गेली होती आणि वेल्फेअर बाईंनी तिला काय विचारलं वगैरे मी मॅगीला विचारलं, पण ती मला त्याबद्दल काहीच सांगायला तयार नव्हती. मिस ब्लॅक कारमधून मला का घेऊन गेल्या नाहीत तेही तिनं सांगितलं नाही मला. मग मी तिच्या सारखं मागे मागे जात राहिलो. प्रश्न विचारून विचारून मी तिला इतकं भंडावलं की, शेवटी तिनं

मिस ब्लॅक तिला घेऊन गेल्यावर काय काय झालं ते मला सांगून टाकलं.

ती म्हणाली की, आम्ही इथून गेल्यानंतर ती दुसऱ्या कोणा मुलाबरोबर नव्हती ना, ह्याबद्दल त्यांनी तिची तपासणी केली. "म्हणजे काय?" मी मॅगीला विचारलं. तेव्हा ती म्हणाली की, मिस ब्लॅक तिला तपासणीसाठी डॉक्टरकडे घेऊन गेल्या होत्या आणि त्यासाठी तिला तिची चड्डी काढावी लागली होती. डॉक्टर एक पुरुष होता त्यामुळे तिला तसं करताना फार लाज वाटली होती. मिस ब्लॅक म्हणाल्या होत्या म्हणे की, ती होममधून पळून गेली नसती, तर हे सगळं करायची गरजच पडली नसती. मॅगी त्वेषानं म्हणाली, "मला वेल्फेअरची चीड येतेय. डॉक्टरची चीड येतेय. ह्या होमचीही चीड येतेय." आणि ती गुडघ्यात तोंड लपवून रडायला लागली.

मॅगीचं बोलणं ऐकून मी तरातरा मेट्रनकडं जाऊन विचारलं, "माझ्या बहिणीची डॉक्टरी तपासणी का केलीत तुम्ही?" पण मेट्रननं मला ताबडतोब तिथून निघून जायला सांगितलं. कर्मचाऱ्यांमधल्या इतर बायकांनाही मी हाच प्रश्न विचारला, पण माझ्या ह्या प्रश्नाचं उत्तर कोणीही दिलं नाही. मी मॅगीकडं परत जाऊन सांगितलं की, ह्यात मेट्रनचाच दोष आहे; पण ती म्हणाली की ह्यात मेट्रनचा काहीच संबंध नाही. ते सगळं तिला मिस ब्लॅकमुळेच करावं लागलं होतं. त्यामुळे कोणाचा दोष असलाच, तर तो तिचाच होता. माझी बहीण फक्त अकरा वर्षांची होती. आम्ही पळून गेलो तेव्हा ती एखाद्या मुलाबरोबर होती की नाही हे पाहायला तिला ती तपासणी करून घ्यावी लागली होती. ती मुलाबरोबर असलीच, तर फक्त माझ्याबरोबर होती. मिस ब्लॅकनी मला विचारलं असतं, तर मी नसतं का सांगितलं हे?

माझ्या बहिणीबरोबर त्यांनी वाट्टेल ते केलं असतं तरी चाललं असतं. त्यांचा घसा दुखेपर्यंत ते तिला ओरडले असते, तरी चाललं असतं. त्यांचे हात दुखेपर्यंत त्यांनी तिला मारलं असतं, तरी चाललं असतं; पण त्यांनी तिचा असा अपमान करायला नको होता. तिला अशी लाज वाटेल असं परत काही मी करू देणार नव्हतो. मला ह्या गोष्टीचा खरंच खूप खूप राग आला होता. रागाच्या भरातच मी उठलो. होममध्ये इकडं-तिकडं हिंडू लागलो. एके ठिकाणी मेट्रन घडवंचीवर चढून सॉकेटमध्ये एक बल्ब लावत होत्या. माझा राग एकदम उफाळून वर आला आणि मी ती घडवंचीच लाथेनं ढकलून दिली आणि मेट्रन धपकन खाली फरशीवर पडल्या. बाप रे! केवढा मोठ्ठा आवाज झाला. खरं म्हणजे मला त्यांना असा त्रास द्यायचा नव्हता, पण त्यांनी मॅगीला छळलं म्हणूनच मला तसं करावं वाटलं. सगळ्यांनी मिळून मॅगीला असं छळायला नको होतं.

ओव्हरस्टोन

नवीन ठिकाणी मी बाहेरच्या बाजूला उभा राहून तिथं काय काय चाललंय ते पाहत होतो. काही नर्सेस इकडं-तिकडं हिंडत होत्या. त्यामुळे मला वाटलं की, ते एखादं हॉस्पिटलच असावं. तिथं फक्त आठच मुलं होती आणि त्यातली निम्मी मुलं उन्हाळ्याच्या सुटीसाठी आपापल्या घरी गेलेली होती. मी धुण्याच्या खोलीच्या भिंतीला टेकून उभा होतो. बाहेर जुलै महिन्यातलं छान ऊन पडलं होतं. एकीकडे थोडी वाळू पसरलेली होती. तिथं तीन मुलं खेळत बसली होती. मी आपला एकटाच उभा होतो.

"तू ह्या बाकीच्या मुलांबरोबर खेळणार आहेस की नाही?" एका रागीट वाटणाऱ्या बाईनं मला विचारलं. तिनं आपलं नाव नेली असल्याचं सांगितलं. फार म्हणजे फारच म्हातारी होती ती. ती तिथं धुणी-भांडी करायची. तोंडातल्या सिगरेटचं थोटूक शिलगावत तिनं विचारलं, "काल रात्री आला असशील ना तू?" मी गप्पच बसलो. तिच्याकडं फारसं लक्षच दिलं नाही मी. मग सिगरेट संपल्यावर तीही निघून गेली.

तिथं जितकी मुलं होती त्यांच्या मानानं ती बिल्डिंग फारच प्रशस्त होती. भोवताली शेतीवाडी आणि जंगलं होती. शहरातल्या त्या होमपेक्षा खेडेगावातलं हे होम खूपच छान होतं. खूप बरं वाटलं मला इथं येऊन; पण माझी आणि माझ्या बहिणीची ताटातूट झाली होती, हे माझ्या मनाला फार लागलं होतं. ह्या जागेतला माझा हा पहिला दिवस होता. जुलै महिना होता. सगळीकडं लख्ख ऊन पडलं होतं. आज माझा वाढदिवस होता. आज मी नऊ वर्षांचा झालो होतो. ग्रीनबँक्समध्ये शेवटी शेवटी सगळं बिघडतच गेलं होतं. अखेर त्यांनी आमच्या बाबतीतली सगळ्यात वाईट गोष्ट केली. मला मॅगीपासून दूर, इथं पाठवलं. आता माझ्याजवळ माझं असं म्हणायला कोणीच माणूस नव्हतं. तो माझा सगळ्यात वाईट वाढदिवस होता.

दुपारी बारा वाजता एक घंटा वाजली. ती आमच्या दुपारच्या जेवणाची घंटा

होती. एका नर्सनं मला जेवायला बोलावलं तेव्हा मी डायनिंग रूममध्ये (जेवणघरात) गेलो. जेवणात सागुतीचे तुकडे आणि टोस्ट होता. बरोबर खायला सफरचंदाचा मुरंबापण होता. सगळ्यात शेवटी कस्टर्ड आणि दुधाचा एक घट्ट, गोड पदार्थ वाढला गेला. जेवण तसं चांगलं होतं. जेवण झाल्यावर आम्ही परत बाहेर आलो.

मी एका दगडी पायरीवर बसलेलो असताना दात पुढं असलेला एक मुलगा माझ्याशी बोलायला आला.

"आपण राहतो आहोत त्या जागेचं नाव काय आहे?" मी त्याला विचारलं.

"ओव्हरस्टोन."

"कुठंशी येते ही जागा?"

"मला नाही माहीत."

"हे हॉस्पिटल आहे का?"

"मला नाही माहीत."

त्या मुलाला काहीच माहीत नव्हतं. मग मी त्याला तिथंच सोडून चालू लागलो. मी धुण्याच्या खोलीजवळून पुढं चालत गेलो. तोही माझ्या मागोमाग आला.

"काय पाहिजे तुला?" मी विचारलं, पण तो काहीच बोलला नाही. दुसरी दोन मुलं बॅट-बॉल खेळत होती. एका नर्सनं एका मुलाकडं बॉल फेकला. त्यानं तो बॉल असा काही टोलवला की, तो उंच उडून माझ्या डोक्यावरून गेला. "पकड तो बॉल." मी माझ्या मागं येणाऱ्या मुलाला सांगितलं, पण बॉल न पकडता तो आपला माझ्या मागं मागंच येत राहिला. मी गवत तुडवत चाललो होतो. उतारावरून खाली येत मी एका कुंपणाजवळ थांबलो. तिथं एक मोठ्ठा काँक्रीटचा किल्ला होता. मी किल्ल्याकडे बघत असताना माझ्या मागोमाग आलेला तो मुलगा म्हणाला, "कुंपणाखालून जाऊन तो खंदक ओलांडलास की, तू किल्ल्याच्या आत पोहचशील." मी तसंच केलं आणि एका दगडाच्या कट्ट्यावर जाऊन बसलो. तोही माझ्याशेजारी येऊन बसला. तो म्हणाला, "माझं नाव मायकेल आहे, पण मला सगळे जण रॅबिट-ससा म्हणतात."

"का म्हणतात तुला रॅबिट?" मी विचारलं तशी त्यानं आपले पुढे आलेले दात मला दाखवले.

मी बॅट-बॉल खेळणाऱ्या मुलांकडं बघत होतो. मला माझ्या बहिणीची प्रचंड आठवण येत होती. सध्या मी कुठं आहे, ही जागा नक्की कुठं आहे हेही मला धड माहीत नव्हतं. मला वाटत होतं की, मी मेट्रनच्या पायांखालची घडवंची ढकलली म्हणून तिथले लोक माझ्यावर रागावलेयत आणि तिथं दुसऱ्या मेट्रनबाई आल्या की, मला परत ग्रीनबँक्सला जायला मिळेल. दुसरीकडं कुठं एकट्याने राहण्यापेक्षा मला माझ्या बहिणीसोबत ग्रीनबँक्सला राहणं जास्त आवडलं असतं.

बॅट-बॉल खेळणाऱ्या मुलांनाही खेळायचा कंटाळा आला आणि ती आमच्याबरोबर बसायला आली. त्यांच्या मागोमाग त्या दोन नर्सही आल्या. एक नर्स लठ्ठ होती आणि एक हडकुळी. हडकुळी नर्स कट्ट्यावर बसली आणि लठ्ठ नर्स खाजकुयलीबद्दल कुरकुर करत राहिली.

"मी आहे नर्स केट."

"हं!"

"आणि ती आहे नर्स जेनी. तिला सारखी खाजकुयली चावतेय."

"हं!"

"आणि तू सँडी रीड आहेस. होय ना?"

"हो!"

तिनं मला निरोप दिली, "मेट्रननी तुला भेटायला बोलावलंय." आणि ती माझ्याबरोबर ऑफिसपर्यंत आली. आम्ही बिल्डिंगपर्यंत आल्यावर तिनं ऑफिसच्या दारावर टकटक केली आणि आम्ही आत गेलो. मेट्रन त्यांच्या डेस्कजवळ बसलेल्या होत्या. ग्रीनबँक्सच्या मेट्रनपेक्षा इथल्या मेट्रनचं वय बरंच जास्त होतं. त्यांनी चष्मा घातलेला होता आणि आपले पांढरे केस वर बांधलेले होते. त्यांनी सांगितलं की, मी ओव्हरटोनमध्ये होतो आणि इथं काही दिवस राहणार होतो. मी त्यांना विचारलं की हे हॉस्पिटल आहे का? त्यावर त्या म्हणाल्या, "नाही, हे हॉस्पिटल नाही." त्यावर त्यांना माझा प्रश्न होता, "मग इथं नर्सेस का आहेत?" माझा प्रश्न ऐकून त्या शांतपणे म्हणाल्या, "हा इथल्या कर्मचाऱ्यांचा गणवेश आहे."

नंतर मी त्यांच्याकडे माझ्या बहिणीची चौकशी केली. मी तिला परत कधी भेटू शकेन हेही विचारलं. त्या म्हणाल्या की, त्या लवकरच मॅगीच्या भेटीला जाण्याची व्यवस्था करतील. त्यांनी मला काय-काय करायला आवडतं ते विचारलं तेव्हा मी त्यांना सांगितलं की, मला आगी लावायला आवडतात. ते ऐकून अंगावर शहारा आल्यासारखं करून त्या म्हणाल्या, "मला माहीत आहे, तू कशा आणि किती आगी लावल्यायस ते, पण इथं तसं अजिबात करू नकोस." त्यांनी मला आणखी काय करायला आवडतं ते विचारलं. मी खूप विचार केला, पण मला आणखी काय करायला आवडत होतं, ते आठवेचना. "तुला पियानो वाजवायला आवडतो. हो की नाही? तू ग्रीनबँक्समध्ये पियानो वाजवायला शिकत होतास म्हणून ऐकलंय मी." मग त्या म्हणाल्या, "इथंही एक जुना पियानो आहे आणि इथं तू नीट वागलास, तर तुझा पियानोचा क्लासही परत सुरू होईल."

त्यांनी सांगितलं की, सोमवारी मला पाहायला डॉ. कार्लाइल येणार होते आणि मला कोणती औषधं द्यायला पाहिजेत हे ठरवणार होते. त्या म्हणाल्या, "गोळ्या

घेतल्यावर तुला ग्रीनबँक्समध्ये जसं लोकांशी वाईट वागावंसं वाटायचं, तसं वाटणार नाही. वाईट वागण्याची लहर आली की, कर्मचाऱ्यांना व इतर मुलांना तर त्याचा त्रास होतोच, पण स्वत:लाही खूप त्रास होतो. वाईट वागणारं मूल स्वत:ही दु:खी असतं. इथं ओव्हरस्टोनमध्ये तू आनंदानं राहावंस असं आम्हांला वाटतं.'' त्यांनी मला हेही सांगितलं, ''आता सुट्ट्या आहेत, त्यामुळे आणखी चार आठवडे तुला शाळा नसेल. त्यामुळे तू मिस शेफर्ड आणि मिस केली ह्या आपल्या शिक्षिकांना इतक्यात भेटणार नाहीस. इथं नीट वागलास, तर तुला ही जागा खूप आवडेल आणि सगळंकाही ठीक होईल. बरं! आता तुला काही विचारायचं असेल तर विचार मला.''

''बरं!''

''काय विचारायचंय तुला?''

''माझी बहीण मला कार्ड पाठवेलसं वाटतं तुम्हाला?''

''तिला वाटेल तेव्हा ती तुला पत्र लिहू शकते सँडी.''

''हं, पण तिच्याकडून आलेलं कार्ड पाहिजेय मला.''

''मला खात्री आहे. लवकरच लिहील ती तुला कार्ड.''

''आज लिहील ती?''

''तिला थोडा वेळ द्यायला पाहिजेस तू.''

''हं, पण मला आजच पाहिजेय तिच्याकडून कार्ड.''

''कधीकधी आपल्याला पाहिजे असतात त्या गोष्टी आपल्याला लगेच नाही मिळत. बहिणीच्या पत्रासाठी तुला थोडी वाट पाहावी लागेल, पण मला खात्री आहे, ती लवकरच तुला पत्र पाठवेल.''

मेट्रनचं-माझं बोलणं झाल्यानंतर रॅबिट परत माझ्याकडं आला.

''आम्ही साठवणतलावाच्या बाजूला जाणार आहोत. तू येणार आहेस?'' त्यानं विचारलं.

''हो. कुठंसा आहे तो?''

''तो... तिकडे!'' झोपड्यांच्या पलीकडच्या बाजूला बोट दाखवत तो म्हणाला.

''तुम्हाला परवानगी आहे तिथं जायची?''

''हो. आम्ही कुठं जातोय वगैरे गोष्टींकडं त्यांचं लक्ष नसतं. एखाद्या वेळी आमच्याबरोबर एखादी नर्स येते, पण बहुतेकदा आमचे आम्हीच हिंडत असतो.''

झोपड्यांच्या रांगेपलीकडून एक वाट जंगलाकडं जात होती. तीच वाट पुढं तलावाकडं जायची. आम्ही म्हणजे रॅबिट, टॉमी आणि जॅक ओढ्याच्या कडे-कडेनं गेलो. कालव्यातून पाणी खाली येत होतं अन् त्या स्वच्छ पाण्यात तपकिरी रंगाचे मासे सुळसुळत होते. मला छान वाटत होतं. माझ्याबरोबर माझी बहीण असती, तर

मला आणखी छान वाटलं असतं. एके ठिकाणी आमच्या पायाखालची वाट संपली. बाकीची मुलं तिथं खडे गोळा करू लागली.

“खडे कशाला गोळा करताहात?” मी त्यांना विचारलं.

“बदकांसाठी आहेत ते.” टॉमी म्हणाला. मग ते एका झपाट्यात टेकडी चढून गेले आणि काहीही तरंगताना दिसलं की, तिकडं नेम धरून दगड फेकू लागले. बदकं बिचारी घाबरून हवेत उडायचा प्रयत्न करत होती आणि त्यांच्याकडं पहात मुलं खो खो हसत होती.

“तो बघ बगळा!” तिकडं दगड फेकत जॅक ओरडला.

“हुकला तुझा नेम.” त्याला वेडावत टॉमी ओरडला.

आम्ही तलावाच्या काठाने पलीकडच्या बाजूस गेलो.

“वा! पाहिलंस तू?” एक मोठ्ठा मासा पाण्याबाहेर उडून पडलेला पाहून जॅक ओरडला. त्या तलावात खूप मासे होतेसं दिसलं. त्यातले काही मासे खूप मोठे होते. चढावरचं गवत छान कापलेलं होतं. मला टेकडीच्या त्या बाजूला काय आहे ते जाणून घ्यायची उत्सुकता होती. टेकडीवर चांगलाच चढ होता; पण तरीही मी चढतच राहिलो आणि वरचं दृश्य पाहून मला चढण्याचे श्रम सार्थकी लागले, असं वाटलं.

टेकडीवर आणखी एक साठवण तलाव होता. मी त्याच्या हिरव्या काठावर बसून राहिलो. तलावाचं पाणी शांत, नितळ होतं. खालच्या तलावातून वर उडालेली बदकं इथं निर्वेधपणे तरंगत होती. मी तिथं एक करड्या रंगाचा बगळा पाहिला. तलावाच्या पाण्यावर नजर रोखून तो समाधीत असल्याप्रमाणे गुपचूप उभा होता. मी सभोवार नजर टाकली. बाकीची मुलंही आता वर येत होती. वर येऊन ती माझ्याशेजारी उभी राहिली.

“तो बघ, केवढा मोठा पक्षी आहे तो!” जॅक म्हणाला.

“तो बगळा आहे.” मी म्हटलं.

“खरं?”

“हो.”

“अन् काय करतोय तो?”

“तो लहान-लहान माशांच्या मागे असतो.”

“कशासाठी?”

“कशासाठी म्हणजे? गट्टम करून टाकतो तो त्यांना.”

“ह्याआधीही पाहिलंय मी ह्या पक्ष्याला.” तो म्हणाला.

“तो पाण्याच्या अगदी जवळ उभा असतो. म्हणजे त्याला माशांची चांगली शिकार करता येते.”

“त्याला मासा मिळेलसं वाटतं तुला?”

“हो. एखादा मासा दिसला की, तो लगेच चोच पाण्यात बुडवेल आणि त्याला पकडेल!” मी म्हटलं.

आम्ही वाट पाहत राहिलो, पण तो एखाद्या पुतळ्यासारखा निश्चल उभा होता. दहा मिनिटं वाट पाहिल्यावर आम्हाला कंटाळा आला. मग आम्ही काठा-काठानं दुसरीकडं जाऊ लागलो. जॅक म्हणाला, “आपण असंच चालत-चालत कार्नबीपर्यंत जाऊ या.”

“हे कार्नबी कुठं आहे?” मी विचारलं तेव्हा त्यानं टेकडीवर एक मैल दूर दिसणाऱ्या काही घरांकडं बोट दाखवलं.

आता आम्ही एका रस्त्यावरून चालू लागलो. रस्त्याच्या कडेकडेनं कुंपणाच्या झुडपांची रांग होती. एका शेतात मला एक पांढरा आणि एक काळा घोडा दिसला; पण ह्या मुलांचा उच्छाद त्यांना माहीत असावा, कारण आम्ही तिथं पोहचण्यापूर्वीच ते दूर निघून गेले होते. रस्त्यापासून थोड्या अंतरावर एक बऱ्यापैकी मोठं घर होतं.

“हे चर्चमधल्या मिनिस्टरचं घर आहे.” जॅक म्हणाला.

“रविवारी तोच असतो चर्चमध्ये.” टॉमी म्हणाला.

“तुम्हाला चर्चमध्ये जावं लागतं इथं?”

“हो. आम्ही दोन चर्चमध्ये जातो.” जॅक म्हणाला, “एक आठवडा आम्ही कार्नबीमधल्या चर्चमध्ये जातो आणि एक आठवडा आर्नक्रोचच्या.”

“आणि चर्चला जाताना आपल्याला किल्ट – पारंपरिक पोशाख घालावा लागतो.” टॉमीनं आणखी माहिती पुरवली.

“हं!”

आम्ही एक टेकडी चढून गेलो. तिथल्या एका लहानशा पाटीवरून आम्ही कार्नबीला आल्याचं मला कळलं. मी सभोवार नजर टाकली. तशी ती काही फार मोठी वस्ती नव्हती. दोन-तीन झोपड्या होत्या. एक छोटीशी शाळा होती आणि थोडं पलीकडं एक चर्च. आम्ही चर्चपर्यंत चालत गेलो. त्याचा लोखंडी दरवाजा उघडताना कर्र-कर्र असा आवाज आला. तिथं बरीच थडगी होती. त्यांच्यावर लिहिलेली मेलेल्या माणसांची नावं मी वाचत होतो. त्यातील काही दगड निखळून खाली हिरवळीवर पडले होते. काही पडायला आले होते. मला वाटलं, ही थडगी इतकी जुनी दिसताहेत की, सुरुवातीला त्यांची देखरेख करणारी माणसं बहुतेक स्वत:च आता थडग्यांमध्ये गेली असतील. आम्ही थोडा वेळ असेच इकडं-तिकडं हिंडत राहिलो. मग टॉमीनं चर्चचं दार उघडलं. जॅक म्हणाला, “मी नाही आत येणार. मेट्रननी सांगितलंय की, फक्त रविवारी जायचं असतं चर्चला. बाकीच्या दिवशी चर्चच्या बाहेर बसायचं असतं.” आम्ही स्मशानभूमीतून बाहेर आलो. जॅकनं लोखंडी दरवाजा परत बंद केला.

नंतर आम्ही आर्नक्रोचला जाणाऱ्या रस्त्यावर भटकत राहिलो. काय छान दृश्य दिसत होतं वरून! बास रॉक समुद्राच्या पाण्यातून डोकावत होता. त्याच्यापलीकडच्याही गोष्टी इथून दिसत होत्या. ह्या रस्त्यावर अर्धं अंतर चालून गेल्यावर एक किल्ला होता. टॉमचं म्हणणं होतं की, आपण जाऊन तो किल्ला पाहून येऊ या. मग आम्ही एक शेत तुडवत पुढं गेलो. शेतात एक माणूस ट्रॅक्टर चालवत होता, पण त्यानं आमच्याकडं लक्षच दिलं नाही. किल्ल्याकडं जाणाऱ्या उतारावरून आम्ही चालतच राहिलो. जॅकनं सांगितलं की, ह्या जागेचं नाव होतं, केली कॅसल आणि ह्याची राखण करणारा माणूस तुम्ही कुठं हिंडताय इकडं लक्षच देत नसे.

आम्ही गवतात बसलो होतो. टॉमीनं तिथंच शू केली. ते पाहून सायकलवरून दुकानात जाणारी एक बाई ओरडली, "ए, तिथं शू करायची नसते."

"ती बाई दर रविवारी चर्चला येते. तिथं तू तिचं गाणं ऐकायला पाहिजेस. ती आपले सूर इतके चढवते की, त्या जोरानं चर्चच्या खिडक्या उघडू शकतील." रॅबिटनं माहिती दिली.

मी त्या सगळ्या मुलांकडं नीट निरखून बघितलं. रॅबिट तसा शांत मुलगा होता. त्याच्याकडं सांगण्यासारखं फारसं काही नव्हतं. जॅकचं बोट नेहमी नाकात होतं आणि तो काय दिसेल ते उचलून खात होता. टॉमीचं डोकं थोडं सटकलेलं वाटत होतं. एकेक जण एकेक नमुना होता, पण तसे मित्र म्हणून ते बरे होते. किल्ल्यात हिंडायचा कंटाळा आल्यावर आम्ही ओव्हरस्टोनच्या रस्त्याला लागलो.

आम्ही परत गेलो तेव्हा तिथं वेगळेच कर्मचारी होते. एक बाई माझ्याजवळ येऊन म्हणाली की, ती तिथली स्टाफ नर्स होती आणि सगळे तिला 'स्टाफी' म्हणत होते. मीही तिला त्याच नावानं हाक मारावी असं सांगून चहाची वेळ झालीये असं तिनं आम्हाला सांगितलं. आम्ही हात नीट धुतले नाहीत, तर आम्हांला चहा-फराळ मिळणार नाही, असंही तिनं आम्हांला बजावलं. मग तिनं आम्हांला समजावून सांगितलं, "तुम्ही घाणेरड्या हातांनी फराळ केलात, तर तुमच्या शरीरात घाणेरडे जंतू जातील. तुमचं पोट दुखायला लागेल. कदाचित तुम्हाला तापही येईल. मग तुम्हाला अंथरुणावर पडून राहावं लागेल. तुमच्यातील एक जरी आजारी पडला, तरी तुम्हाला सगळ्यांना आजारपण येईल आणि मग सगळं होम आजारी माणसांनी भरून जाईल. मला ते नकोय, म्हणून तुम्ही सगळ्यांनी जाऊन हात धुऊन आलं पाहिजे."

आम्ही स्वच्छ होऊन डायनिंग रूममध्ये गेलो. फराळात मॅकरोनी आणि चीज होतं. ताज्या हवेत फिरून आल्यानं आम्हांला कडकडून भूक लागली होती. त्यामुळे आम्ही खाण्यावर अगदी तुटून पडलो. खरंतर आम्ही आणखी थोडा ब्रेड-जॅम आणि एखादं बिस्किटही खाऊ शकत होतो. ग्रीनबँक्समध्ये होते, तसे इथे खाण्यापिण्याचे

फारसे कडक नियम नव्हते. म्हणजे तुम्ही ब्रेडच्या आधी बिस्किटं किंवा खाता-खाता मध्येच दूध पिऊ शकत होता.

चहा-फराळ करून आम्ही जाणार, इतक्यात स्टाफीनं आम्हाला थांबायला सांगितलं. खाणं-पिणं झाल्यावर ह्या मुलांना तिथं घुटमळायला बहुतेक आवडत नसावं. त्यामुळे ती कुरकुरू लागली. तेवढ्यात एक नर्स एक मोठ्ठा वाढदिवसाचा केक घेऊन जेवणघरात आली.

"आज सँडीचा वाढदिवस आहे!" स्टाफी म्हणाली. तेव्हा ती मुलं मला "हॅपी बर्थ डे! तुझा वाढदिवस सुखाचा जावो!" असं म्हणाली. मी केकवरच्या मेणबत्त्या फुंकून विझवल्या. तोवर स्टाफीनं माझ्यासाठी काही भेटवस्तू आणून ठेवल्या. त्यांची कव्हर्स मी पटापट उघडली. मला माहीत होतं, त्यातली एक भेटवस्तू माझ्या बहिणीनं पाठवलेली होती. "ही माझ्या बहिणीकडून आहे" म्हणत मी पहिली भेटवस्तू उघडली. तिच्यावरची चिठ्ठी वाचली, तेव्हा कळलं की, ती भेट मला ओव्हरस्टोनच्या सर्व कर्मचाऱ्यांनी मिळून दिलेली होती. ती टेबलावर फेकून देऊन मी दुसरं कार्ड वाचलं. 'हे नक्की माझ्या बहिणीचं असणार!' मला वाटलं, पण ते होतं 'ओव्हरस्टोनच्या सगळ्या मुलांकडून.' "आणखी एखादं कार्ड आहे का मला आलेलं?" मी विचारलं. स्टाफीनं 'नाही' म्हटल्यावर मला सगळ्याचाच कंटाळा आला. मॅगी मला विसरली तर नाही ना ह्या विचारानं मी फार बेचैन झालो.

रात्री आमच्याबरोबर फक्त एकच नर्स असायची. ती झोपायच्या दोन खोल्यांमध्ये असलेल्या एका लहानशा खोलीत झोपायची. माझ्या खोलीत सात बिछाने होते. ह्या होममध्ये एकच लहान मुलगी होती. ती दुसऱ्या डॉर्मिटरीमध्ये बहुधा एकटीच झोपत होती. ग्रीनबँक्समध्ये बिछान्यावर गेल्यावर आम्हाला बोलायची बंदी होती, पण इथली नर्स आम्हांला बोलू द्यायची. इथले नियम वेगळे होते. बिछान्यात बोललं तरी इथं आम्हांला तासन् तास उघड्या पायांनी दगडी गार फरशीवर उभं केलं जात नव्हतं. आम्हांला पाहिजे तेवढं बोलू दिलं जात होतं. सगळी मुलं घोरू लागली. मी आपला माझ्या बहिणीचा, मॅगीचा विचार करत राहिलो.

मध्येच उठून मी बाथरूमला गेलो. लाइट आहे की नाही इकडं माझं लक्षच नव्हतं. शू करून झाल्यावर मी खिडकीतून बाहेर पाहिलं. बाहेर अंधार होता, पण चांदण्यामध्ये शेतं, जंगलं दिसत होती. माझ्या मनात फक्त बहिणीचे विचार होते. मला तिची फार आठवण येत होती. 'आता तीपण जागी असेल का? मी तिचा विचार करतोय तसा ती माझा विचार करत असेल का?' मी विचार करत होतो. 'वेल्फेअरनं आमची अशी ताटातूट केली नसती, आम्हांला एके ठिकाणीच ठेवलं असतं, तर किती छान झालं असतं! मेट्रनच्या पायाखालची घडवंची परत काढणार नाही, असं वचन मी दिलं, तर कदाचित मला परत मॅगीकडं, ग्रीनबँक्सला जाऊ

देतील. कदाचित मला फक्त घाबरवण्यासाठी आणि त्यांच्या नियमांप्रमाणे नीट वागायला लावण्यासाठी त्यांनी मला इथं पाठवलं असेल.' मी खिडकीत बसून विचार करत होतो.

पावलांच्या आवाजावरून नर्स माझ्याजवळ येतेय हे मला कळलं, पण मी खिडकीतच बसून राहिलो.

"का रे झोप येत नाही का?" तिनं मला विचारलं.

"मला माझ्या बहिणीची खूप आठवण येतेय." मी म्हटलं. ह्यावर ती म्हणाली, "चल, पलंगाकडं चल." मग मी पलंगावर बसलो. तीही माझ्याबरोबर येऊन माझ्या शेजारी बसली.

"हळू आवाजात बोल म्हणजे बाकीची मुलं उठणार नाहीत." ती म्हणाली. मग मी तिला मॅगीबद्दल बोललो. तिनं माझं सगळं बोलणं ऐकून घेतलं. मी तिला सांगितलं की, मला मॅगीची खूप खूप आठवण येत होती. मला तिच्याबरोबर राहायचं होतं. ह्यावर ती म्हणाली, "मेट्रन तिला लवकरच तुझ्या भेटीसाठी बोलावणार आहेत." ती म्हणाली, "पाहिजे तर तू माझ्या खोलीत चल. मी तुला एक कप कोको करून देते. कोको प्यायल्यावर तुला बरं वाटेल. झोप येईल."

तिची खोली खूप लहान होती. तिथं एका माणसाला झोपता येईल एवढाच पलंग होता. ड्रॉवर्सचं एक कपाट होतं. ती कोको करून घेऊन आली. "हळू, एकेक घोट घे. कारण कोको खूप गरम आहे." ती म्हणाली.

"मला वाटतं, मी इथं आल्यानं मॅगीला बरंच वाटत असेल."

"कशावरून सँडी?"

"कारण मी तिला खूप त्रास देत होतो. कदाचित मॅगीनंच वेल्फेअरला मला लांब पाठवून द्यायला सांगितलं असेल. आता तिला छान राहता येईल."

"लवकरच भेटशील तू तिला सँडी."

"नाही. आम्हांला एकमेकांपासून पार दूर करून ठेवलंय त्यांनी. मला नाही वाटत, आम्ही परत भेटू असं!"

"नाही रे, नक्की भेटशील तू तिला!"

कोकोला तोंडही न लावता, मी तसाच ठेवून दिला. मॅगीला मला भेटायला यायला आणखी किती दिवस लागतील, ते मी नर्सला विचारलं. ती म्हणाली, "तुला मॅगीची किती आठवण येतेय हे मी मेट्रनना सांगेन." मी तिला सांगितलं की, मॅगीनं मला 'बर्थ डे कार्ड'ही पाठवलं नव्हतं ह्याचं मला फार वाईट वाटत होतं.

डॉक्टर कार्लाइल लठ्ठ-मुठ्ठ माणूस होता. चांदीसारखी पांढरी दाढी आणि खिशात चांदीचं घड्याळ! त्यांचं घड्याळ खूप छान होतं. ते हरवून जाऊ नये,

म्हणून त्यांनी चेन लावून ते आपल्या खिशात ठेवलं होतं. "मला ते पाहायचंय." असं मी सांगितल्यावर त्यांनी ते काढून माझ्या हातात ठेवलं. त्यांनी मला वर असलेली एक कळ दाबायला सांगितली. मी तसं केल्यावर घड्याळावरचं कव्हर बाजूला झालं आणि घड्याळाच्या तबकडीवरची वेळ मला दिसली. मी घड्याळ बघत होतो, तेव्हा ते माझ्याकडं बघत हसत खुर्चीवर बसलेले होते.

"तुम्ही हसताय काय असे?" मी डॉक्टर कार्लाइलना विचारलं, तेव्हा ते म्हणाले, "मी नेहमी खूश असतो म्हणून हसत असतो." त्यावर मी म्हटलं, "हे फार छान झालं. कारण मी नेहमी दु:खी-कष्टी असतो."

"एवढं कसलं दु:ख आहे तुला?" त्यांनी गंभीर होत विचारलं.

"मला सारखी माझ्या बहिणीची आठवण येत असते आणि दु:ख वाटत असतं." मी म्हटलं.

मग मी त्यांना माझी बहीण मला केव्हा भेटायला येणार आहे, हे विचारलं. त्यावर त्यांचं उत्तर होतं की, तुमच्या भेटीबद्दलची बोलणी चालली आहेत.

"मी तिच्याबरोबर परत ग्रीनबँक्सला जाणार आहे का?" मी विचारलं. तेव्हा त्यांनी ठामपणे सांगितलं, "तुला परत ग्रीनबँक्सला मुळीच पाठवलं जाणार नाही."

"माझी बहीण कधी येणार आहे इथं?" मी त्यांना परत एकदा विचारलं. माझ्या प्रश्नाचं उत्तर मिळालं नाही, तेव्हा मी त्यांना तिथंच सोडून ऑफिसमधून बाहेर पडलो.

त्यांनी मला केशरी रंगाच्या गोळ्या दिल्या होत्या. त्या न चावता गिळून टाकायच्या होत्या. चावल्यास त्यातून एक प्रकारचा, विचित्र चवीचा रस तोंडात येई. त्या खाल्ल्यानं शांत वाटे, वाईट वागावंसं वाटत नसे; पण मी इथं एकदम छान वागत होतो. मग ती त्या गोळ्या का घ्यायच्या, असं मी एकदा मेट्रन बाईंना विचारलं. त्या म्हणाल्या, "त्या गोळ्या घेतल्यानं तुला आणखी चांगलं वागावंसं वाटेल." त्या मला दिवसातून तीनदा औषधं द्यायच्या. माझ्याबरोबरच्या आणखी काही मुलांनाही औषधं दिली जात होती. वेगवेगळ्या मुलांना वेगवेगळ्या गोळ्या दिल्या जात होत्या. कोणत्या मुलाला कोणत्या गोळ्या किती वेळा द्यायच्या, हे त्यांना नीट माहीत होतंसं दिसतं.

कर्मचाऱ्यांमध्ये दोघं जण नर्सचं काम करत. त्यात एक माणूस होता. त्याचं नाव होतं मिस्टर वॅटसन. त्याच्या डोक्यावर जाम मोठं टक्कल होतं. तो काळ्या फ्रेमचा चष्मा वापरायचा. हा माणूस हाताचा प्रसाद देण्यात तरबेज होता, हे माझ्या लक्षात आलं. त्यानं रॅबिट आणि जॅकला वठणीवर आणलेलं मी एक-दोनदा पाहिलं होतं. त्यांचे हात घट्ट पकडून ठेवून तो स्वत:चे हात दुखेपर्यंत त्यांच्या ढुंगणावर हाणत राहायचा. त्यानं मला कधी त्रास दिला नव्हता, पण मी त्याच्यावर

बारीक लक्ष ठेवून असायचो. त्यानं मला मारायचं ठरवलं असतं, तर मला पकडायला त्याला खूप त्रास पडला असता.

एके दिवशी त्याला बिल्डिंगसमोरच्या दगडी पायऱ्यांवर हातात मासे पकडायचा गळ घेऊन बसलेला पाहून मी विचारलं, ''तू मासे पकडायला जाणार आहेस का?''

तो म्हणाला, ''हो!''

ते ऐकून मी दुसरीकडं जायला लागलो तशी त्यानं मला हाक मारली, ''तू येणार का मासे पकडायला? माझ्या व्हॅनमध्ये आणखी एक गळ आहे.''

त्याला टाळण्यासाठी मी म्हटलं, ''विचार करून सांगतो.'' पण तेवढ्यात तो पटकन व्हॅनमधला गळ घेऊन आला. त्यानं माझ्या हातात तो गळ ठेवला तेव्हा तो गळ मी उलटा-पालटा करून बघितला. मग विचार केला, 'काय हरकत आहे जाऊन पाहायला!' आणि मी त्याच्याबरोबर मासेमारीला जायचं ठरवलं. तो म्हणाला, ''मासेमारीला सुरुवात करण्यापूर्वी त्या गळाची दोरी नीट घट्ट आहे का ते पाहून तिला एका बाजूला फिरकी आणि दुसऱ्या बाजूला हूक लावावं लागेल.'' मी बराच वेळ शांतपणे बसून राहिलो, तर तो ते सर्व मला दाखवेल असंही तो म्हणाला. म्हणून मी खूप वेळ शांतपणे बसून राहिलो. मासेमारीसाठी गळ कसा तयार करावा, हे त्यानं मला दाखवलं.

गळाची सगळी तयारी झाल्यावर तो मला म्हणाला की, माशांना आकर्षित करण्यासाठी आम्हाला हूकला काहीतरी आमिष लावावं लागेल. त्यासाठी आम्ही बागेत गेलो. फावड्यानं माती खाली-वर केल्यावर मातीतून कितीतरी गांडूळं, अळ्या वर आल्या. त्यानं मला ती गांडूळं, अळ्या एका काचेच्या बाटलीत घालायला सांगितली. बाटलीत बरीच गांडूळं, अळ्या साठल्यावर तो म्हणाला, ''चल, आता आपण मासेमारीला जाऊ या.''

''रॅबिट आणि जॅकही येणार आहेत आपल्याबरोबर?'' मी विचारलं. त्यावर तो म्हणाला, ''नाही. आपण दोघंच जाणार आहोत. त्यांना दुसरं काहीतरी करत बसू दे.''

मासेमारीची जागा ओव्हरस्टोनपासून दोन-एक मैल दूर होती. ह्या तळ्यासाठी आर्नक्रोचवरून पुढे जावं लागत होतं. टेकडीच्या मध्यावर असलेल्या ह्या तळ्याचं नाव होतं गिलिंगशील. त्याचा काठ फार उतरता असल्याने आम्हाला तिथं फार जपून चालावं लागलं. पाण्याजवळच्या दगडांवर शेवाळं साचलेलं असल्याने घसरून पडून आपला कपाळमोक्ष होऊ नये म्हणून फार काळजीपूर्वक एकेक पाऊल टाकावं लागत होतं.

मिस्टर वॅटसनला मासे पकडायची फारच घाई झाली होती त्यामुळे त्यानं लगेचच पाण्यात गळ टाकायची तयारी सुरू केली. मी शांतपणे सगळीकडं नजर फिरवत होतो, तेवढ्यात त्याने गळाला आमिष लावून तो पाण्यात टाकलासुद्धा!

माझ्या हातात गळ देऊन तो म्हणाला, ''गळाला मासा लागतोय का इकडं जरा लक्ष दे. मी आलोच आता.'' आणि तो लघवी करायला एका झुडपाशी गेला. जाताना त्यानं मला बजावून सांगितलं होतं, ''गळाची दोरी खाली खेचली जाताच मला हाक मार.'' तो झुडपामागं गेला आणि माझ्या हाताला हिसडा बसला. गळाला लावलेलं आमिष एका माशाच्या तोंडात होतं आणि तो मासा पाण्याच्या वरखाली करत होता.

''वॅटसन, लवकर ये! लवकर ये!'' मी जोरात ओरडलो तसा तो लगेच धावत आला. चिखलातून धावता धावता तो रपकन का दगडावर आपटला. चांगलाच मार बसला त्याला ढुंगणावर. तो पटकन उभा राहिला खरा; पण मनातल्या मनात चांगलाच हादरला होता.

''शांत राहा. दमानं घे. नाहीतर सरळ पाण्यात जाऊन पडशील.'' मी त्याला शांत करत म्हटलं. त्यानं गळाची काठी नीट पकडून दोरीला हिसका दिला आणि तो म्हणाला, ''अरे, चांगलाच मोठा मासा आहे की!'' त्या माशाच्या वजनानं काठी तुटायला आली होती. ती तुटलीच तर हातानंच मासा पकडायचा असा विचार करून तो म्हणाला, ''सँडी, एकदम गप्प बस म्हणजे मला माझा मासा नीट किनाऱ्यावर आणता येईल.''

पाण्याच्या बाहेर गळ काढल्यावरही माशाला बरंच खेळवावं लागतं. त्यासाठी अंगात बरीच शक्ती आणि कौशल्य असावं लागतं. ''माशाला खेळवायचं कसब आहे माझ्यात.'' तो म्हणाला. तो फिरकीनं हळूच गळाची दोरी ओढून घेत होता. मध्येच दोरी सैल सोडून त्यानं माशाला सुटायची धडपड करू दिली.

''ह्या धडपडीनं मासा आपोआपच थकून जाईल आणि मग आपण त्याला जमिनीवर खेचायचं आणि तो मासा नक्की केवढा मोठा आहे ते पाहायचं.'' तो म्हणाला. त्याच्या गळाला नक्की मोठा मासा लागलेला असावा. काही वेळानं दोरी सैल पडली.

''मासा सुटून गेलायसं वाटतंय मला.'' मी म्हणालो.

''नाही. कुठं सुटून गेलेला नाही.''

''मला तरी तसंच वाटतंय.''

''नाही रे! विश्रांती घेतोय तो थोडी.''

''बरं. मग ओढ बरं आता दोरी.''

''अशी लगेच नसते दोरी ओढायची. त्यासाठीदेखील वाट पाहावी लागते. बरोबर वेळ पाहून ही खेळी खेळायची असते.''

''मी तर लगेच ओढली असती दोरी!'' मी म्हणालो.

''पण सँडी, हा तुझा मासा नाहीये. तुझ्या गळाला मासा लागेल तेव्हा तुला पाहिजे तेव्हा त्याला बाहेर ओढ.''

फारच जास्त वेळ गमावत होता वॅटसन.

"आतापर्यंत मासा पाण्याच्या बाहेर काढून मी जमिनीवर टाकला असता." मी म्हटलं. त्यानं मला गप्प बसायला सांगितलं. मग मी गुपचूप बसून पाहत राहिलो. दोरी अजूनही सैल पडलेली होती. मला वाटलं, माशाच्या गळ्यातला हूक आतापर्यंत सुटला असेल, पण मध्येच माशानं हवेत उडी घेतली. पाण्यात शिरल्यावर त्याची धडपड नव्या जोमानं सुरू झाली. मग आणखी काही वेळानं मिस्टर वॅटसन म्हणाला, "आता मासा माझ्या पूर्ण कह्यात आलेला आहे. आता काढतो बघ त्याला पाण्याबाहेर!" ह्या वेळी त्यानं दोरी भराभरा गुंडाळली. मासा किनाऱ्याजवळ यायला लागला तसा तो किती मोठा होता, ते मला दिसलं. त्यानं गुडघ्यावर बसून हात पुढे पसरले. शेवटचा झटका दिल्यावर मासा गळातून सुटला असता आणि मग वॅटसननं त्याच्यावर झडप घालून त्याला पकडलं असतं, पण त्या शेवटच्या झटक्यानंतर मासा त्याला हुलकावणी देऊन पाण्यात सटकला.

"छ्या!" तो ओरडला.

"तो मासा तुझ्या अगदी जवळ येऊन पळून जाणार होता." मी म्हटलं.

वॅटसननं परत गळ तयार केला. हुकाला आमिष लावून त्यानं गळ पाण्यात टाकला.

"आणखी एक मासा पकडणार आहेस?" मी विचारलं.

"हो." त्याचं उत्तर.

माझा गळ अजून तसाच खडकाशी उभा होता. अजूनही मला पाण्यात गळ टाकावा, असं वाटत नव्हतं. थोडीशी पाहणी करण्यासाठी मी मग निघालो.

"दगड घसरडे आहेत. जपून पाय टाक." तो बसल्या जागेहून ओरडला. ह्या गोष्टीचा प्रसाद त्याला आधीच मिळालेला होता.

"तू घसरून रानटी गवतात पडलास ना, तर त्यातून तुला काढताना माझ्या नाकी नऊ येतील आणि पाण्यात पडलास, तर पार तळाशी जाशील. त्यामुळे सांभाळून चाल बाबा."

मी गवत असणाऱ्या बाजूनं गेलो. इथं चालणं थोडं सोपं होतं. एक मोठा दगड पाण्यातून डोकावत होता. पाण्यापर्यंत जायचा तो छोटासा पूलच वाटत होता. तिथवर चालत जाऊन मी पाण्यात डोकावून पाहू लागलो. बरेच मासे सुळसुळत होते तिथं. मी मिस्टर वॅटसनला ओरडून सांगितलं, "तू चुकीच्या जागेवर मासेमारी करत आहेस." मी चालत चालत पलीकडच्या किनाऱ्यावर गेलो. माझ्या सल्ल्याकडं लक्षच न देता तो आधीच्याच जागी बसून राहिला. मी एका सपाट खडकावर चढलो. मासेमारीसाठी मला ती जागा छान वाटली.

मी माझा गळ न्यायला त्याच्याकडे आलो. हुकाला गांडूळ अडकवून त्यानं गळ माझ्याकडं दिला.

"कुठं चाललायस तू गळ टाकायला?"

"त्या खडकावर." मी बोटानं दाखवलं.

"नीट सांभाळून जा बाबा. नाहीतर माशाऐवजी तुलाच बाहेर काढावं लागेल मला."

मी आधी पाहून ठेवलेल्या जागी येऊन पाण्यात गळ टाकला आणि गप्प बसून वाट पाहत राहिलो. सभोवार नजर टाकली. ही जागा फारच शांत होती. इथं फक्त पक्ष्यांचं गाणं आणि माशांचं चुबुक-डुबुक ऐकू येत होतं. मी गळ नीट आधार देऊन उभा केला आणि थोडं इकडंतिकडं हिंडायला निघालो. हिंडत-हिंडत मी वॅटसनकडं आलो. तो पुस्तकात मान खुपसून बसलेला होता.

"काय वाचतोयस?" मी विचारलं. त्यानं मला पुस्तकाचं कव्हर दाखवलं. कव्हरवर एका मोठ्या माशाचं चित्र होतं. त्या पुस्तकात बहुतेक मासे कसे पकडावेत हे लिहिलेलं असावं. पहिला मासा आपल्या हातून का निसटून गेला हेच तो त्या पुस्तकात शोधत असणार.

मी परत आपल्या जागी आलो. गळाची काठी उचलून हळूहळू दोरा गुंडाळू लागलो. अचानक दोरीला एक झटका बसला आणि माझ्या गळाला मासा लागला. मी शक्य तितक्या पटापट दोरी गुंडाळत गेलो. तो तिथून ओरडत होता की, इतक्या भराभर दोरी गुंडाळलीस, तर तुझा मासा निसटून जाईल; पण त्याच्याकडे लक्षच न देता मी ताशी शंभर मैल वेगाने फिरकी फिरवून दोरी गुंडाळत गेलो. ह्या माशाला त्याच्या माशासारखी धडपड करायला, दमून जायला वेळच मिळाला नाही. पापणी लवायच्या आत मी माशाला पाण्याबाहेर काढलं. माझ्या गळाच्या शेवटी तो हवेत लोंबकळत होता. हुकातून बाहेर पडायसाठी तो चळवळ करत होता; झटपट करत होता. त्याच्याकडं बघत मी जोरात गळ ओढून हवेत भिरकावला. माझ्या डोक्यावरून तो मासा मागे उडाला आणि दोरी तटकन तुटली. मी मागे वळून पाहिलं. उंच गवतात तो मासा तडफडत होता. मी जोरात जाऊन त्याला टाचेखाली दाबलं.

"तसं नसतं मारायचं माशाला." वॅटसन ओरडला. पण मी त्याच्याकडे लक्षच न देता त्याला पायानं तुडवीत राहिलो. "पार चेंदामेंदा करून टाकशील तू त्या माशाचा!" तो जोरात ओरडला, पण माशाचा चेंदामेंदा होईल का रगडा, इकडं माझं लक्षच नव्हतं. मला फक्त त्याला मारून टाकायचं होतं. अखेर तो मेला. मरता मरता त्यानं मान टाकली आणि तो हूक त्याच्या तोंडाला फाडत बाहेर आला. आता मासा वॅटसनच्या हातात होता. तो अजूनही वळवळत होता. काय मोठ्ठा होता तो मासा!

''छान मिळाला रे मासा तुला सँडी! जवळजवळ चार पौंडाचा असेल.''

''हं!''

''आता ह्याला हातानं मारून टाकावं लागेल मला.'' तो म्हणाला आणि त्याला शेपटीनं पकडून त्यानं आपल्या वॅली बूटनं लाथा मारून मारून त्याचा मेंदू बाहेर काढला. त्याला जीवे मारण्यासाठी वॅटसनला खूप मारावं लागलं. तो मेला तेव्हा वॅटसननं त्याला उंच वाढलेल्या गवतात फेकून दिलं. तिथंही त्याची शेपटी वळवळत होती.

''खूप छान मासा पकडलायस तू. चला, आपल्या चहाची चांगली व्यवस्था झाली. हा गोड्या पाण्यातला इंद्रधनुष्यी मासा आहे,'' असं म्हणून त्या माशाला उलटं-पालटं करून त्याचे सात रंग दाखवून तो म्हणाला, ''म्हणूनच ह्याला इंद्रधनुष्यी मासा म्हटलं जातं.''

आतापर्यंत मी फक्त तपकिरी रंगाचेच मासे पाहिले होते. मी पाहिलेला हा पहिला सप्तरंगी मासा होता. ''इतका छान मासा पकडलायस तू! छान वाटत असेल ना? आणखी एक मासा पकडायचाय?'' वॅटसननं मला विचारलं. पण मी म्हटलं, ''मी आता शांत बसून तू काय करतोयस ते बघणार आहे.'' आम्ही तळ्याकाठी आणखी काही तास काढले, पण नंतर त्याला एकही मासा मिळाला नाही. त्यामुळे माझ्या गळाला लागलेला तो एकुलता एक मासा घेऊन आम्हांला ओव्हरस्टोनला परतावं लागलं. त्याला एकही मासा न मिळाल्यानं तो थोडा खट्टू झाला होता. मी त्याला म्हटलं, ''तू हे पुस्तक नियमित वाचलंस आणि त्यात दिलेल्या सूचनांचं पालन केलंस, तर तुलाही एक दिवस सप्तरंगी मासा मिळेल.''

होममध्ये परत आल्यावर मी आधी रॅबिट आणि जॅकला मी पकडलेला मासा दाखवला. मग नर्सना आणि सगळ्यात शेवटी मेट्रननाही दाखवला.

ऑफिसमध्ये जाऊन मी मेट्रनच्या डेस्कवर तो मासा नेऊन आदळला. ते पाहून त्यांच्या अंगावर शहाराच आला.

''आधी तो मासा माझ्या डेस्कवरून दूर ने!'' त्या किंचाळल्या.

''तो काही तुमच्या मागे लागणार नाही. तो मेलेला मासा आहे.''

''तो खरंच मेलाय की नाही हे नाही पाहायचं मला. त्याला ताबडतोब हलव बरं इथून!'' त्या म्हणाल्या.

मी त्यांना आधी शांत केलं. शांत झाल्यावर त्या माशाकडं पाहून म्हणाल्या, ''चांगलाच मोठा आहे की रे मासा! पण म्हणून मी त्याला माझ्या डेस्कवर नाही ठेवू देणार हं!''

मग काही क्षणानं त्या म्हणाल्या, ''तो मासा स्वयंपाकीणबाईंकडे घेऊन जा.'' मेट्रनना मासा नीट पाहायला मिळावा म्हणून मी त्या माशाला घेऊन उभा राहिलो,

पण त्यांचं आपलं एकच टुमणं सुरू होतं, ''माझ्या ऑफिसच्या बाहेर जा आणि जाताना आपला मासाही घेऊन जा.''

मी स्वयंपाकघरात जाऊन स्वयंपाकीणबाईंना मासा नेऊन दिला. त्यांना तो मासा खूप आवडला. त्या म्हणाल्या, ''मी शिजवून प्लेटमध्ये ठेवेन तेव्हा तो आणखी छान दिसेल.'' मी त्यांना म्हटलं की, मी हा मासा त्यांना देईन; पण मला अजून काही लोकांना तो दाखवायचा होता. मी तो मासा स्वयंपाकघरातून धुण्याभांड्याच्या खोलीत नेला. नेलीलाही मासा आवडला. माळीही तेच म्हणाला. ''पहिल्यांदाच मासेमारीला जाऊन खूपच चांगला मासा पटकावलास की रे तू!'' तो म्हणाला. ते ऐकून मी फुशारून म्हणालो, ''गिलिंगशीलला ह्याच्याहूनही खूप मोठे-मोठे मासे आहेत. मी परत जाणार आहे तिथं मासे पकडायला.'' काही वेळाने मला त्या माशाला मिरवायचा कंटाळा आला. मग मी तो स्वयंपाकीणबाईंना देऊन टाकला.

मला इथं येऊन आता महिना झाला होता. तसं माझं बरं चाललं होतं. त्या दिवशी माझी शाळा सुरू होणार होती. ह्या आठवड्याच्या शेवटच्या दिवशी माझी बहीण मला भेटायला येणार होती. त्या वर्गातला माझा पहिलाच तास होता तो. पार्कहिल शाळेच्या वर्गापेक्षा खूप वेगळा होता तो वर्ग. मिस शेफर्ड आणि मिस केली ह्या आमच्या शिक्षिकांबरोबर आम्ही एका मोठ्या टेबलाभोवती बसलो होतो. वर्ग बऱ्यापैकी मोठा होता. एका बाजूला मॉडेल्स आणि इतर गोष्टी करण्यासाठी प्लास्टिसिन-क्ले ठेवलेलं होतं. तिथं जाऊन आम्ही पेंटिंग किंवा मातीपासून वेगवेगळ्या गोष्टी करू शकत होतो. वर्गाला मोठमोठ्या खिडक्या होत्या. अभ्यासाचा कंटाळा आला, तर आम्हाला खिडकीतून बाहेर बघून आपली करमणूक करून घेता येत होती.

मिस शेफर्ड म्हणाल्या, ''आज आपण पाढे म्हणू या.'' त्यांनी आम्हांला दोनपासून बाराच्या पाढ्यापर्यंत पाढे म्हणायला लावले. मग आम्ही जेवायसाठी बाहेर आलो. दुपारी आम्ही वायरलेसवर निसर्गाबद्दलची माहिती ऐकली. मिस केलींनी त्या निसर्गाबद्दलच्या कार्यक्रमाबद्दल आम्हाला आणखी थोडी माहिती दिली. मग आमचा त्या दिवसाचा अभ्यास संपला.

बहुतेक सगळी मुलं वर्गात वेळेवर येत होती, पण काही मुलांना अभ्यासात मुळीच गोडी नव्हती. ती आपली बाहेरच हिंडत राहत. मग त्यांना वर्गामध्ये बोलावून आणावं लागे, पण मी मात्र रोज नेमाने वर्गात जात होतो. मला जाणं भागच होतं, कारण माझ्या बहिणीच्या भेटीसाठी होममधल्या लोकांनी ती एक अट घातलेली होती.

शेवटी एकदाची शनिवारची दुपार झाली. होमच्या आवारात एक हिरवी इंप कार आली. मी दगडी पायरीवर उभा राहून पाहत होतो. कारमधून ग्रीनबँक्सच्या मेट्रन, माझी बहीण व आणखी दोन मुली बाहेर आल्या.

"तुमचा पाय बरा झालेला दिसतोय मेट्रन!" मी म्हटलं, पण माझ्याकडं लक्षही न देता त्या लंगडत दगडी पायऱ्यांकडं आल्या.

"सँडी ऽ ऽ" माझ्या बहिणीनं हाक मारली.

"मॅगी!" मी ह्या कानापासून त्या कानापर्यंत हसत तिला हाक मारली.

"हॅलो सँडी!" एक लहान मुलगी म्हणाली.

"तुम्हां दोघींना काय हवंय इथं?" मी विचारलं.

"गाडीत जागा होती, म्हणून मेट्रन त्यांना घेऊन आल्या." मॅगी म्हणाली.

"पण मला त्यांना मुळीच भेटायचं नाही. मला फक्त तुला आणि तुलाच भेटायचंय मॅगी."

आम्ही दोघं जंगलाकडं जाऊ लागलो. त्या दोघी मुलीही आमच्या मागोमाग आल्या. त्यांना तसं येताना पाहून मला आलेली चीड माझ्या चेहऱ्यावर दिसत होती.

"त्यांच्या येण्याचं तू मनाला नको लावून घेऊस सँडी!" मॅगी म्हणाली.

"फार लांब नका जाऊ." आपल्या ऑफिसमधून ओव्हरस्टोनच्या मेट्रन ओरडल्या.

आम्ही किल्ल्याच्या आत गेलो. मॅगी आणि मी तिथल्या चबुतऱ्यावर बसलो आणि त्या दोघी आमच्याकडे आ वासून बघत राहिल्या.

"अशा काय बघताय तुम्ही?" त्यांच्याकडं बघून मी ओरडलो.

"जाऊ दे ना सँडी!" मॅगी म्हणाली.

"इथं काय काम आहे त्यांचं?"

"आम्ही तुला भेटायला आलोत." त्यांच्यातली एक मुलगी म्हणाली.

"बरं. भेटलात मला? आता इथून जाऊ शकता तुम्ही." मी तिला वेडावत म्हटलं. मग त्या दोघी जरा दूर गेल्या.

"सँडी, आवडली तुला ही जागा?"

"हो. ग्रीनबँक्सपेक्षा बरी आहे."

"मीही असते इथं तुझ्याबरोबर, तर किती छान झालं असतं नाही?"

"खरंच! तू इथं असतीस ना, तर खूप खूप छान झालं असतं मॅगी!"

"मला अजिबात आवडत नाही ग्रीनबँक्स!" ती म्हणाली.

"मग वेल्फेअरला सांगून तू इथं नाही येऊ शकत?"

"ते तसं करणार नाहीत सँडी."

"का बरं नाही करणार?"

"मला माहीत आहे. ते तसं मुळीच करणार नाहीत."

दबक्या आवाजात मी तिला विचारलं, ''मॅगी, आपण परत पळून जायचं का? आता पळून जाऊ शकतो आपण.''

''मला नाही वाटत, आपण तसं करावं म्हणून.''

''का बरं?''

''कारण आता मी तसं केलं, तर ते मला कधीही तुला भेटू देणार नाहीत.''

''पण या वेळी आपण पकडले जाणार नाही.''

''आपण नीट वागायला पाहिजे सँडी. तुला भेटता यावं, म्हणून फक्त तेच करणं माझ्या हातात आहे.''

''बरं. ठीक आहे.''

मॅगीची आणि माझी भेट उणापुरा एक तास झाली. मग त्या परत ग्रीनबँक्सला गेल्या. रस्त्याच्या कडेला उभं राहून हात हलवून मी तिला निरोप दिला. आणखी किती दिवसांनी तिला मला भेटायची परवानगी परत मिळेल याचा विचार मी करत होतो. तिला निरोप देताना मला खूप वाईट वाटत होतं. मग मी विचार केला, 'मी नीट वागलं पाहिजे. म्हणजे सगळंकाही नीट होईल.' पण किती चुकीचा होता माझा हा विचार! मिस ब्लॅकनी मॅगीला माझ्यापासून खूप खूप दूर पाठवायचा बेत आधीच केलेला होता.

मी बिल्डिंगच्या मागच्या हिरवळीवर बसलो होतो, तेव्हा एका नर्सनं मला हाक मारली. तिच्याबरोर एक माणूस होता. मी त्याला ह्याआधी कधी पाहिलं नव्हतं. नर्स म्हणाली की, तो संगीताचा शिक्षक होता आणि तो मला पियानो शिकवणार होता. मी त्याच्या कारमध्ये जाऊन बसलो. तो मला त्याच्या पिटनवीमच्या घरी घेऊन गेला. तिथं पोहोचल्यावर तो मला त्याच्या पियानोच्या खोलीत घेऊन गेला. ''तू पियानो वाजवायला लाग. तोपर्यंत मी माझ्यासाठी एक कप चहा करून आणतो.'' तो म्हणाला. मी खूप दिवसांनी पियानो वाजवत होतो. त्यामुळे मी उगाचच वेगवेगळे स्वर काढत होतो. थोड्या वेळाने तो परत आला आणि खुर्चीत बसून माझ्याकडं पाहत राहिला.

''तुम्हाला वाजवायचाय का पियानो?'' मी विचारलं तसा तो म्हणाला, ''नाही. मी इथंच बसून तू पियानो कसा वाजवतोयस ते पाहतो.''

मी स्टूलवरून उठून खिडकीबाहेर पाहत राहिलो. मग चहा खाली ठेवून तो पियानोजवळ आला आणि त्यानं एक गाणं वाजवलं. त्याचं गाणं संपल्यावर मी म्हटलं, ''तुम्ही फार छान वाजवता पियानो!'' ते ऐकून त्याला पियानो वाजवायला आणखी उत्साह आला. त्यानं आणखी छान आणि खूप वेळ गाणं वाजवलं.

त्याचं गाणं वाजवणं झाल्यावर मी स्टूलवर येऊन बसलो आणि तो मला

पियानोवर हात कसे ठेवायचे, वेगवेगळे सूर कसे काढायचे हे शिकवायला लागला. हे सर्व मी आधीच शिकलो होतो, पण माझी बोटं पियानोवर पटापट हलत नव्हती. "ओव्हरस्टोनला गेल्यावर तिथल्या जुन्या पियानोवर तू पियानो वाजवायचा सराव कर." तो म्हणाला.

माझं डोकं ठिकाणावर आहे ना, हे पाहण्यासाठी माझी एक परीक्षा घेण्यात येणार होती. ही परीक्षा एडिंबरोला होणार होती. सगळे म्हणत होते की, तिथं गेल्यावर तुला पाहिजे ते खेळणं विकत घेता येईल. तिथल्या उंची रेस्टॉरंटमध्ये चहाफराळ घेता येईल. तुझा दिवस छान जाईल! मला खेळणं पाहिजे होतं, चहाफराळही पाहिजे होता; पण परीक्षा मात्र अजिबात नको होती.

मिस ब्लॅक म्हणाल्या, "काही काळजी करू नकोस सँडी. कितीतरी मुलांची अशी परीक्षा घेतली आहे. त्याच्यात एवढं बेचैन होण्यासारखं काहीच नाही." पण तरी माझ्या टाळक्यात नाही-नाही ते विचार येत होते. एडिंबरोला जाण्याच्या आधीच्या रात्री माझा जराही डोळा लागला नाही.

माझ्याबरोबर कारमध्ये तीन जण बसलेले होते. तिघंही गप्प बसून होते. मिस ब्लॅकबरोबर पुढं एक आणि मागं माझ्याबरोबर एक माणूस बसलेला होता. त्यातला एकही माणूस मला माहीत नव्हता. मिस ब्लॅकनी सांगितलं की, ते समाजसेवक होते. चांगले लोक होते. समोरच्या माणसाला त्या काहीतरी म्हणाल्या. माझ्याजवळचा माणूस मात्र फक्त खिडकीबाहेर बघत राहिला.

"त्यांचं नाव काय आहे?"

"कोणाचं?"

"ते माझ्याशेजारी बसलेत त्यांचं?"

"त्यांना तू स्वतःच का विचारत नाहीस सँडी?"

"तुम्ही विचारा ना!"

"नाही. मी नाही विचारणार." मिस ब्लॅक ठामपणे म्हणाल्या.

"तुमचं नाव काय आहे हो?"

"मिस्टर क्लिफोर्ड."

तो प्रवास खूप वेळ चालला होता. माझ्या आतापर्यंतच्या प्रवासातला सर्वांत लांबलचक प्रवास होता तो. इतका वेळ कधीच बसलो नव्हतो मी कारमध्ये. खूप खूप वेळ कार रस्त्यावर धावत होती. तिथं गेल्यावर नक्की काय होणार होतं, हे मला माहीत नव्हतं. कोणी सांगतही नव्हतं. मी गप्प बसून पुढं काय होतंय, त्याची वाट पाहायचं ठरवलं. एवढं मात्र बरं होतं की, माझ्या बहिणीची परीक्षा घेतली जात नव्हती. तिची परीक्षा होणार असती आणि तिला हा मोटारचा प्रवास करावा लागला

असता, तर एव्हाना ती गाडीत ओकायला लागली असती आणि कारभर तिच्या उलटीचा वास पसरला असता. गाडीत थोडा वेळ जरी फिरून आलं, तरी मॅगीला मळमळायला होत असे. तिला गाडीचा त्रास होत होता. ग्रीनबँक्सला राहायचा त्रास होत होता. मला वाटलं, 'तिला माझाही त्रास होतो.'

"माझ्या बहिणीला भेटलाहात कधी तुम्ही मिस्टर क्लिफोर्ड?"

"नाही." ते म्हणाले.

"तिचं नाव आहे मॅगी."

"छान आहे नाव!" ते म्हणाले.

पुढच्या माणसानं मागं वळून मिस्टर क्लिफोर्डला एक सिगरेट दिली. सिगरेट शिलगावत क्लिफोर्डनं विचारलं, "सँडी, तुला घ्यायचाय एखादा झुरका?"

"नाही."

"घे रे पाहिजे तर! पण लवकर. नाहीतर माझ्या बोटाला चटका बसेल." मी त्यांच्याकडं फक्त एक नजर टाकली. विझलेली काडी बाहेर टाकून त्यांनी मग सिगरेटचा एक झुरका घेतला.

दवाखान्यात गेल्यावर आम्हाला खूप वेळ ताटकळत बसावं लागलं. मिस्टर क्लिफोर्ड पुस्तकात नाक खुपसून बसले होते. दुसरा माणूस वर्तमानपत्र वाचण्यात मग्न होता. खूप वेळानं माझ्या नावाचा पुकारा झाला. मग आम्हांला एका बाईच्या मागे मैलभर चालत जावं लागलं, तेव्हा कुठं माझी जिथं परीक्षा होणार होती, ती जागा आली. इथं मला डॉक्टरांच्या दवाखान्यात असतात तशा एका बाकावर झोपावं लागलं. माझं डोकं वेगवेगळ्या ठिकाणी डिंक लावून घट्ट बसवलं गेलं. नंतर डॉक्टरनं डोक्याच्या वेगवेगळ्या ठिकाणी तारा लावलेली पॅड्स चिकटवली. मिस ब्लॅक आणि ती दोन माणसं काय काय चाललं होतं, ते पाहत होती. मी आपला गुपचूप पडून होतो. 'इथं काय होतंय ते होऊन जाऊ दे.' मी स्वत:शीच म्हणत होतो. 'हे सगळं झाल्यावर मला आपलं आवडतं खेळणं मिळेल. छानशा हॉटेलात चहा-फराळ करता येईल. गंमत येईल!' मी विचार करत होतो. टेस्ट झाल्यावर आम्ही कारपर्यंत चालत आलो. बाहेर खूप थंड हवा होती. आभाळात ढगही आलेले होते. सूर्य ढगांआड लपलेला होता.

खेळण्याच्या दुकानात कोणत्या रस्त्यानं जायचं ते मिस ब्लॅकना माहीत नव्हतं. आमच्याबरोबरच्या माणसांनाही त्याचा अंदाज नव्हता. आम्ही कोणत्या रस्त्यानं जाणार होतो, हे जाणून घ्यायची मलाही गरज नव्हती. काही वेळ गेल्यावर त्यांना वाटलं की, आम्ही रस्ता चुकलो होतो. पुढच्या माणसानं आम्ही कोणत्या बाजूला चाललो आहोत, हे समजून घेण्याचा प्रयत्न केला; पण माझ्याशेजारी बसलेला माणूस मात्र एकदम शांत होता. त्याला कसलीच काळजी वाटत नव्हती.

आम्ही वाट चुकलो होतो ह्या गोष्टीनं मला काहीच फरक पडत नव्हता.

मी मिस ब्लॅकना म्हटलं, ''काही काळजी करू नका. फक्त खेळण्यांचं दुकान कुठं आहे ते शोधून काढा.'' त्या म्हणाल्या, ''आता ह्या क्षणी तुझ्या खेळण्यांच्या दुकानाहून जास्त महत्त्वाचं आहे एडीबरोतून बाहेर पडणं आणि ओव्हरस्टोनला जाणारा रस्ता शोधून काढणं.'' मी परत त्यांना सांगितलं, ''आपण कुठं आहोत ह्याची काही काळजी करू नका. फक्त पहिलं खेळण्यांचं दुकान दिसलं की, गाडी थांबवा.'' पुढे बसलेल्या माणसानं मला दटावलं, ''गप्प बस बघू!'' मग मीही त्याला म्हणालो, ''तुम्ही गप्प बसा.'' ह्यावर मिस ब्लॅक मला म्हणाल्या, ''उगीच उद्धटपणा करू नकोस.'' मिस्टर क्लिफोर्ड म्हणाले, ''जरा नीट वाग रे!''

शेवटी मिस ब्लॅकनी एका खेळण्यांच्या दुकानासमोर गाडी उभी केली. मला तिथं टिकल्यांची बंदूक मिळाली. कारमध्ये परत आल्यावर मी बंदुकीत टिकल्या घालू लागलो. मी काय करतोय इकडं मिस्टर क्लिफोर्डचं लक्ष होतं. मी त्यांच्याकडे पाहून बंदुकीचा घोडा ओढला. धम्म! आवाज आला; पण ते माझ्याकडं दुर्लक्ष करून खिडकीबाहेर पाहत राहिले.

''ओव्हरस्टोनला गेल्यावर संपव तुझ्या टिकल्या.'' मिस ब्लॅक म्हणाल्या. पण त्यांच्याकडं लक्षच न देता मी धम्! धम्! धम्! करत टिकल्या उडवत राहिलो.

''तू बंदूक चालवणं थांबवशील का सँडी?''

पण धम्! धम्! धम्! करत मी एकूण एक टिकल्या उडवून टाकल्या.

''आता मला चहा-फराळ मिळणार आहे का?''

''मला रेस्टॉरंट दिसेल तेव्हा तुलाही चहा-फराळ मिळेल.'' त्या म्हणाल्या.

''खिडक्या उघडाल का?''

''का बरं? तुला उकडतंय का?'' ह्यावर मी काहीच उत्तर दिलं नाही. कारची खिडकी उघडताच मी हातातली बंदूक बाहेर फेकून दिली.

''असं का केलंस तू?'' त्यांनी विचारलं.

''कारण माझ्याकडच्या टिकल्या संपून गेल्या.''

परीक्षेतून काहीच निष्पन्न झालं नव्हतं, असं मला वाटलं; पण आता मला त्याबद्दल काही ऐकू येत नव्हतं. ते त्यांना काय वाट्टेल ते करू शकत होते, पण त्या टेस्टवरून एवढं तरी कळलं होतं की, माझ्या डोक्यात काहीही बिघाड झालेला नव्हता.

* * *

माझ्या हातात क्रिकेटची बॅट होती. टॉमी माझ्याकडं बॉल फेकत होता. त्यानं फेकलेल्या बॉलला मी चांगला झोडपत होतो. तो धावत जाऊन बॉल घेऊन येत होता. परत माझ्याकडं फेकत होता. तो हे सर्व खुशीनं करत होता. जंबो परत आला

होता. खूप अवाढव्य मुलगा होता तो. त्याच्याबद्दल खूपकाही ऐकलं होतं मी. त्याच्या वेल्फेअरबाई तासाभरापूर्वी त्याला घेऊन आल्या होत्या आणि परत जायची तयारी करत होत्या. आम्ही हिरवळीवर खेळत असताना त्या कारमध्ये बसून निघून गेल्या. जंबोनं हात हलवून त्यांना निरोप दिला. त्यांची गाडी वळणावर वळली, तेव्हा त्यानं हात हलवणं थांबवलं.

मग तो आम्ही खेळत होतो तिथं आला. आपण कोण आहोत वगैरे काहीच न सांगता त्यानं मला बॅट द्यायला सांगितली. मी त्याच्याकडे पाहत असताना टॉमीनं बॉल दुसरीकडं फेकला आणि तो म्हणाला, ''बास झालं. मला कंटाळा आलाय आता.'' जंबोला बॅट पाहिजे होती. त्यानं मला धमकी दिली, ''बऱ्या बोलानं बॅट दिलीस तर ठीक आहे. नाहीतर बेदम मारेन मी तुला.'' जंबो चांगलाच थोराड होता. त्याने मनात आणलं असतं, तर तो नुसत्या हातांनीही आम्हाला मारून टाकू शकला असता. म्हणून त्याच्याशी कसं वागायचं, ते मला नीट विचार करून ठरवावं लागणार होतं. शेवटी 'ह्याच्याशी वाकड्यात शिरण्यात अर्थ नाही.' असा विचार करून मी त्याला कानाशी बॅटनं मारून तिथं बॅट ठेवून दिली.

मग मी स्वयंपाकघरात गेलो. स्वयंपाकीणबाईंनी विचारलं, ''सुकी मासळी पाहिजेय का रे? कोणत्याही प्रकारची मासळी तब्येतीसाठी फार चांगली असते. तिच्यामुळे बुद्धी तल्लख होते. बुद्धी तल्लख झाली की, आपण कोणत्याही प्रकारच्या अडचणींवर मात करायचा उपाय शोधून काढू शकतो आणि उपाय शोधण्यात तरबेज झाल्यावर आयुष्यात कोणतीच अडचण येत नाही.'' त्यांचं बोलणं ऐकून मी एखाद-दुसरी सुकी मासळी खाल्ली, पण मला तिची चव आवडली नाही. मला मिळालेल्या बुद्धीवरच मला सर्वकाही निभावून न्यावं लागणार होतं.

बाकीच्या मुलांनी दिलेली सगळी सुकी मासळी खाल्ली. मग स्वयंपाकीणबाईंनी मला उकडलेल्या अंड्यांची भुर्जी दिली. आमचं जेवण संपता-संपता एक नर्स जंबोला घेऊन आली. ती म्हणाली, ''हा गुंगीत असल्यासारखा इकडं-तिकडं भटकताना मी ह्याला पाहिलं आणि इथं घेऊन आले. त्याला बहुतेक आपल्या घरच्यांची आठवण येत असावी.'' जंबोला मासळी आवडत नाहीसं दिसलं. मला वाटलं की, त्यानं जन्मात मासा खाल्ला नसावा. त्यालाही माझ्यासारखीच उकडलेल्या अंड्यांची भुर्जी देण्यात आली. जेवणानंतर त्याला मेट्रनकडं नेण्यात आलं.

मी त्याला बॅटनं कानापाशी मारलं, हे ऐकून मेट्रनचा पारा चढला.

''असं कानापाशी बॅटनं मारणं चांगलं नाही सॅंडी! त्या मुलाला मारून टाकलं असतंस की तू! आणि ते खिडकीतन बाहेर पाहणं बंद कर बघू. मी काय सांगतेय ते नीट लक्ष देऊन ऐक.''

मग जंबोची वैद्यकीय तपासणी करून घेण्यात आली. त्याला तसं फारसं काही झालेलं नव्हतं, हे कळलं.

"त्याला 'सॉरी' म्हण बघू!" मेट्रन मला म्हणाल्या.

"बरं!"

"तुला थोडं तरी वाईट वाटतंय का तू जे काही केलंस त्याबद्दल?"

"हो."

"खरंच वाटतंय वाईट?"

"हो."

"मग तो इथं आल्यावर तू त्याला 'सॉरी' म्हणशील?"

"हो."

"आणि तू खरंच नीट वागशील त्याच्याशी?"

"हो."

त्या जंबोला शोधायला गेल्या आणि त्याचा फायदा घेऊन मी तिथून पळ काढला.

आमच्या स्कॉटलंडचा पारंपरिक पोशाख आहे किल्ट-मांडजोळणा, गुडघ्यापर्यंतचा घागरा. चर्चला आम्हाला किल्ट घालून जावं लागे. तिथं एक कपाटभर मांडजोळणे होते. काही मोठे; काही छोटे. आम्हांला आपापल्या मापाचे किल्ट निवडावे लागत. किल्टच्या पुढे घालायच्या लोकरीच्या पिशव्याही खूप होत्या तिथं. मी माझ्यासाठी एक किल्ट आणि स्पोरान म्हणजे लोकरीची पिशवी निवडली. ह्या आठवड्यात आम्हाला अर्नक्रोचच्या चर्चला जायचं होतं. आम्हाला एक तासभर शांत बसून चर्चच्या मिनिस्टरचं, धर्मोपदेशकाचं भाषण ऐकावं लागे.

धर्मोपदेशकाचं भाषण म्हणजेच सर्व्हिस झाल्यानंतर मी बाहेर येऊन एका दगडी भिंतीला टेकून उभा होतो, तेव्हा शेतावर काम करणारा एक मुलगा माझ्याजवळ येऊन म्हणाला, "मी एम. एफ. आणि जे. डी. चालवू शकतो."

"एम. एफ. आणि जे. डी. म्हणजे काय?"

"ते ट्रॅक्टर्स आहेत." तो म्हणाला.

"खरंच?" मी विचारले.

"हो. एम. एफ. म्हणजे मेसी फर्ग्युसन आणि जे. डी. म्हणजे जॉन डीरे."

"आणि तुला चालवता येतात ते?"

"हो."

"तुला कापणी करणारं मशीन चालवता येतं?"

"नाही."

"का बरं?"

"कारण मला फक्त ट्रॅक्टरच चालवता येतात."

"तुला कापणी करणारं मशीन चालवता येईपर्यंत तुला खरा शेतकरी म्हणता येणार नाही."

"तुला कसं माहीत? शेतकऱ्यांबद्दल तुला काय काय माहीत आहे?"

"खूपकाही!"

"तुला येतो ट्रॅक्टर चालवता?" त्यानं विचारलं तेव्हा मी त्याला सांगितलं, "बक बक बंद कर" आणि मी तिथून निघून गेलो.

मॅगी मला परत भेटायला येणार होती. मला तिला भेटायची खूप उत्सुकता होती. मधले दिवस कधी एकदा संपताहेत असं वाटत होतं. संपत चाललेल्या दिवसांबरोबर मॅगी यायचा दिवस जवळ जवळ येत चालला होता.

ग्रीनबँक्सची गाडी आली, तेव्हा मी दगडी पायऱ्यांवर वाटच पाहत उभा होतो. मॅगीला भेटायची इतकी घाई झाली होती मला, पण कार येऊन माझ्यापाशी थांबली तेव्हा मला कारमध्ये मॅगी दिसलीच नाही. कारमधून एक छोटासा मुलगा उतरला. तो मला 'हॅलो' म्हणाला, पण मी त्याच्याकडे लक्षच दिलं नाही. त्याच्यानंतर दोन लहान-लहान मुली उतरल्या. मी त्यांच्याकडेही दुर्लक्षच केलं.

"माझी बहीण कुठं आहे?" मी मेट्रनना विचारलं, पण माझ्याकडं लक्षच न देता त्या आमच्या होमच्या इमारतीत शिरल्या. एक लहान मुलगी म्हणाली, "ह्या वेळी तुला भेटायची मॅगीची पाळी नाही."

"म्हणजे काय?" मी विचारलं. पण ती माझ्याकडे नुसतीच बघत राहिली.

मी ऑफिसमध्ये जाऊन जोरात विचारलं, "माझी बहीण का आली नाही मला भेटायला?" ग्रीनबँक्सच्या मेट्रन उत्तरल्या, "ह्या वेळी तुला भेटायची मॅगीची पाळी नाही. ग्रीनबँक्सच्या बाकी सगळ्या मुलांनाही मॅगीइतकीच तुझी आठवण येते. त्यांनाही संधी मिळाली पाहिजे तुला भेटण्याची." त्यावर मी म्हणालो, "मला नाही भेटायचं दुसऱ्या कोणाला. मला फक्त माझ्या बहिणीला भेटायचंय. ग्रीनबँक्सला परत जा आणि माझ्या बहिणीला घेऊन या." पण त्या म्हणाल्या, "मी असं काही करणार नाही. ग्रीनबँक्सहून आलेल्या ह्या मुलांना भेटायचं असेल, तर भेटून घे. नाहीतर तुझी मर्जी!"

मी बाहेर उभा होतो. धुण्याच्या खोलीजवळ ओव्हरस्टोनची सगळी मुलं जमून ग्रीनबँक्सहून आलेल्या मुलांशी खेळत होती. ग्रीनबँक्सहून आलेल्या छोट्या मुलाच्या चेहऱ्यावर मोठ-मोठे तपकिरी डाग होते. मुलीही येडचापच होत्या. मी त्या मुलांजवळ जाऊन विचारलं, "काय नाव आहे रे तुझं?" "बिली. सँडी मला ओळखलंस तू?"

“हो. ओळखलं तर! पण इथं काय करतोयस तू?”

“तुला भेटायला आलोय.”

“का आलास तू मला भेटायला?”

“त्यानं हात वर केला म्हणून मेट्रन त्याला घेऊन आल्या.” त्यांच्यातली एक मुलगी म्हणाली.

“हात वर केला म्हणजे काय?”

“मेट्रननं आम्हाला विचारलं की, सँडी गेलाय त्या नवीन होममध्ये त्याला भेटायला कोणाला यायचंय?”

“असं विचारलं त्यांनी?”

“हो.”

“आणि मग माझ्या बहिणीनं हात वर केला होता?”

“हो.”

“मग ती कशी आली नाही ह्या वेळी?”

“मेट्रन म्हणाल्या मागच्या खेपेला तिला तुला भेटायला मिळालं होतं.”

“मग काय झालं?”

“मेट्रन म्हणाल्या, इतर मुलांनाही तुला भेटायची संधी मिळाली पाहिजे.”

“तुम्ही हात वर केला होता?” मी त्या मुलीला विचारलं.

“हो.” ती म्हणाली.

“लक्षात ठेवा, पुढच्या वेळी मला भेटायला यायचं का, असं मेट्रननी विचारलं, तर अजिबात हात वर करू नका. तुम्ही परत दिसलात, तर तुमची खैर नाही. इथं मला भेटायला येणाऱ्या कोणत्याही मुलाला किंवा मुलीला मी सोडणार नाही. म्हणून सांगून ठेवतोय, मला भेटायचंय का म्हणून मेट्रननी विचारलं, तर कोणीही हात वर करू नका.”

“चल, आजच झोडपून काढू या त्यांना.” जंबो म्हणाला आणि त्यानं खरंच त्या लहान मुलाला खाली पाडलं. ते पाहून मलाही चेव आला. बागेत जाऊन मी एक मोठ्ठा दगड घेऊन आलो. त्या दगडानं मी मेट्रनच्या गाडीची विंडस्क्रीन, पुढंची काच फोडून टाकली. काच फुटल्याचा आवाज ऐकून दोन नर्सेस आणि स्टाफी धावत-पळत आल्या आणि त्यांनी मला घट्ट पकडून ठेवलं.

“माझ्या गाडीची काच फोडली गं बाई कार्ट्यानं!” ग्रीनबँक्सच्या मेट्रन किंचाळल्या. मी मोकळा असतो, तर गाडीच्या काचेप्रमाणेच मेट्रनची कवटीही फोडून टाकली असती.

तेवढ्यात ओव्हरस्टोनच्या मेट्रन बाहेर येऊन म्हणाल्या, “बास झाला आरडाओरडा! तुम्ही त्याच्या बहिणीला आणलं असतंत, तर हा प्रकारच नसता घडला.”

एव्हाना माझा स्वत:वरचा ताबा सुटत चालला होता. मी दणादण पाय आपटू

लागलो. नर्सेसच्या हातून सुटायचा प्रयत्न करू लागलो, पण त्यांनी मला अगदी घट्ट पकडून ठेवलं होतं. मी फारच हात-पाय झाडायला लागलो, तेव्हा मला दरा दरा ओढत त्या डॉर्मिटरीत घेऊन आल्या. मला जमिनीवर पाडून एक नर्स माझ्या छातीवर बसली. दुसरी नर्स माझ्या पायांवर बसली आणि स्टाफीनं माझे हात घट्ट पकडून ठेवले. मी गुरासारखा ओरडत होतो. गुरांसारख्याच लाथा मारायच्या होत्या मला, पण मी माझे पाय हलवूसुद्धा शकत नव्हतो. माझ्या किंचाळण्याकडं, आरड्याओरड्याकडे दुर्लक्ष करून त्या घट्ट बसून राहिल्या माझ्या अंगावर. ओरडून, ओरडून माझा घसा दुखायला लागला. राग-राग येत होता मला. माझी बहीण मला भेटू शकत नव्हती म्हणून मला राग येत होता आणि मला अजिबात हलता येत नव्हतं ह्याचाही मला राग येत होता. ग्रीनबँक्सच्या मेट्रन फार फार वाईट होत्या. तिथली सगळी मुलं फार फार वाईट होती आणि इथल्या नर्सेसही फार फार वाईट होत्या. सगळ्या जगावर मी चिडलो होतो. माझं डोकं शांत झालं, तेव्हा मी निपचित पडून राहिलो. नर्सेसही गप्प बसून राहिल्या. कुठं काही घडत नव्हतं. सगळं कसं शांत, शांत होतं.

नंतर मेट्रन येऊन एका खुर्चीवर बसल्या. शांत बसून राहिल्या त्या. कोणीच काही बोललं नाही. माझ्याकडेही कुणीच लक्ष दिलं नाही. मी पार थकून गेलो होतो. आरड्याओरड्याने घसा बसला होता. दुखत होता. मला उठून दुसरीकडं जायचं होतं, पण सगळ्यांनी मला घट्ट पकडून ठेवलं होतं.

''मला संडासला जायचंय.''

कोणी काहीच बोललं नाही.

''ऐकलंत ना, मला संडासला जायचंय.'' मी ओरडलो.

तरीही कोणी माझ्याकडं लक्ष दिलं नाही.

मी मेट्रनकडे वळलो. त्या खिडकीतून बाहेर पाहत होत्या. माझ्या छाताडावर बसलेली नर्स आपल्या नखांकडं पाहत होती. माझ्या पायांवर बसलेली नर्स काय करत होती ते मला दिसत नव्हतं. काही काही करता येत नव्हतं. मला ह्या जागेची, इथल्या नर्सेसची फार चीड आली होती. माझ्या बहिणीला घेऊन न येणाऱ्या ग्रीनबँक्स मेट्रनची तर मला फारच चीड आली होती. मला वेल्फेअरच्या बाईंची चीड आली होती आणि बहिणीचीही चीड आली होती.

माझ्या डोळ्यांवर झापड आली होती. मी डोळे उघडले, तेव्हा माझ्या छातीवरचं ओझं दूर झालं होतं. मी तिथं एकटाच होतो. जमिनीवर पडलो होतो. मी उभा राहिलो. बाथरूमला गेलो. मी माझ्या लघवीकडं पाहत होतो. मी कितीतरी वेळ लघवी करत होतो. तिच्यातून वाफा येत होत्या. अशी लघवी मी तोपर्यंत कधीही पाहिली नव्हती. माझं डोकं कमालीचं ठणकत होतं. मला गरम गरम वाटत होतं.

अंगातली गरमी कमी करण्यासाठी मी तोंडावर गार पाण्याचा हबका मारला.

मग मी व्हरांड्यात जाऊन बसलो. इथली हवा जास्त थंड होती. मी इकडं-तिकडं पाहिलं. नर्स, मेट्रन, मुलं ह्यांच्यापैकी कोणी कोणी नव्हतं. मी स्वयंपाकघरात गेलो. स्वयंपाकीणबाईंनी मला टेबलाशी बसायला सांगितलं. ''तिथंच आणते मी काहीतरी.'' त्या म्हणाल्या. त्या माझ्यासाठी सूप घेऊन आल्या. ब्रेडवर लोणी पसरवून मी तो बाउलमध्ये बुडवला. मी खात असताना तिथं दोन नर्सेस आल्या. स्वयंपाकीणबाईंनी त्यांना चहा आणून दिला. सिगरेट शिलगावून धुरांची वलयं तयार करत त्यांनी सिगरेटी ओढल्या. त्या बीटल्सबद्दल बोलत राहिल्या. त्यांनी माझ्याकडं लक्षच दिलं नाही. माझं सूप संपल्यावर मी तिथून निघून आलो.

मग मी टेलिव्हिजन रूममध्ये आलो. तिथं स्टाफीबरोबर बसून काही मुलं टेलिव्हिजन पाहत होती. चित्रपट बघण्यात काही माझं लक्ष नव्हतं. मनात सारखा तिथून पळून जाण्याचा विचार येत होता. मॅगीनं त्या वेळी ऐकायला पाहिजे होतं माझं. आम्ही दोघं मिळून पळून जायला पाहिजे होतं.

''अरे ए मुला, इकडं ये बरं थोडा!'' रस्त्याच्या पलीकडे राहणाऱ्या बाईनं मला बोलावलं. ''तुझ्याशी काही बोलायचंय मला.'' ती म्हणाली.

मी गेट उघडून तिच्याकडं गेलो. ती एका शेतातल्या घरात राहत होती. ती बागेतलं गवत काढायची, तेव्हा मी तिला पहायचो. तिनं मात्र ह्याआधी कधीच माझ्याकडं लक्ष दिलेलं नव्हतं. आता पहिल्यांदा ती माझ्याशी बोलत होती. मोटरबाइक चालवणारा माणूसही तिथंच राहत होता. ती मोटरबाइक समोर, घराला टेकून उभी होती.

''काय नाव आहे रे तुझं?'' तिनं विचारलं.

''सँडी.''

''मी मिसेस टेलर आहे.''

''हं!''

''तुला बिस्किटं आवडतात?''

''हो!''

''इथंच थांब. ओव्हनमधनं काढण्यासारखी बिस्किटं आत तयार आहेत. आता घेऊन येते.''

''बरं!''

इथं राहणाऱ्या माणसाची मोटरबाइक लालचुटुक रंगाची होती. आताही ती उन्हात छान चमकत होती. मी त्याला तासन् तास कपड्यानं बाइक चमकवताना पाहिलं होतं. तो टेलिव्हिजन पाहत नसला किंवा काही खात नसला की, बाइक

चमकवत असायचा. बाइकचा इंचन् इंच तो साफ करत असे. धुळीचा एखादा कणही त्याच्या नजरेतून सुटत नसे. त्यानं बाइक सुरू केल्यावर काय छान गुर्र गुर्र आवाज यायचा आणि बाइक सुरू करून तो रस्त्यावर गेला म्हणजे वाटे की, जणू एखादं रॉकेट तुमच्याजवळून गेलं. एकदा मी ह्या रस्त्याच्या खालच्या बाजूला गेलो होतो. तिथं एक खूप धोक्याचं वळण होतं. तो माणूस त्या वळणावरून सुळकन वळताना मी पाहिला होता. त्याचा गुडघा अजून शाबूत होता हे एक नवलच होतं. मोटरबाइक चालवताना तो एक काळं कातडी जॅकेट घालायचा. पायात छान चमकदार बूट असायचे. ती बाई बिस्किटं घेऊन परत आली. तिनं बिस्किटं माझ्या हातात ठेवली.

"ती मोटरसायकल कोणाची आहे?"

"माझ्या मुलाची आहे ती बाइक." ती म्हणाली.

"तो फक्त दुपारीच कसा चालवतो बाइक?"

"कारण तो सकाळी उठतच नाही. फार आळशी आहे. दुपारपर्यंत उठतच नाही तो."

"माझी अशी मोटरबाइक असती ना, तर तिला चालवायला मी रोज सकाळी सकाळी उठलो असतो."

मी बिस्किटं संपवली, तेव्हा तो माणूस दारातून आत आला. त्यानं लेदर जॅकेट आणि मोठे बूट घातले होते. म्हणजे तो आता मोटरबाइकवर बाहेर जाणार होता. त्यानं भिंतीजवळून मोटरसायकल काढून वळवली आणि गेटपर्यंत नेली. गेटमधून तो कच्च्या रस्त्यावर गेला. तो बाइक कशी चालवतोय ते पाहायला मी गेटपर्यंत गेलो होतो. त्यानं माझ्याकडं पाहून त्याच्या पाठीमागं चढून बसायची खूण केली.

"माझ्याभोवती हात टाक आणि मला घट्ट पकड." तो म्हणाला.

"बरं."

"तयार आहेस?"

"हो."

"मोटरबाइकवरून खाली उतर सँडी." मिसेस टेलर ओरडल्या, पण मी लक्षच दिलं नाही.

त्यानं बाइक सुरू करण्यासाठी किक मारली. थोडासा आवाज आला, पण ती चालू झाली नाही.

"त्याला त्या बाइकवरून खाली उतरव." मिसेस टेलर परत ओरडल्या.

"लवकर सुरू करा!" मी त्या माणसाला घाई केली.

त्यानं आणखी एकदा किक मारली आणि त्या वेळी जोरात आवाज करत बाइक सुरू झाली. बाइकच्या धडधडाटानं माझं अंग थडथडत होतं.

"चल. लवकर नीघ!" मी ओरडलो.

त्यानं शेतातून, खेड्यापाड्यातून खूप वेळ वेगानं बाइक पळवत नेली. मग शेवटी आम्ही जिथून बाइक सुरू केली तिथं परत आलो. मस्त मजा आली! मी बाइकवरून खाली उतरलो, तेव्हा माझे पाय एकमेकांना चिकटून बसल्यासारखे झाले होते. आतापर्यंत मी केलेल्या गोष्टींमधली ही सर्वांत जास्त मजेशीर गोष्ट होती. मला तिथंच सोडून त्याची बाइक जोरात आवाज करत रस्त्यावरून निघून गेली. जातानाही सूर्याच्या प्रकाशात चम, चम चमकत होती ती!

तो ख्रिसमसच्या आधीचा आठवडा होता. मी सोडून बाकी सगळी मुलं आपापल्या घरी, आपापल्या माणसांकडं जायची तयारी करत होती. आता ती कॅलेंडरच्या पुढच्या वर्षीच ओव्हरस्टोनला येणार होती. मी मात्र इथंच राहाणार होतो. ख्रिसमससाठी कुठंही जाणार नव्हतो. एक आशा होती की, ते मॅगीला मला भेटायला पाठवतील. माझी ख्रिसमसची इच्छाही हीच होती.

मला ऑफिसमध्ये बोलावण्यात आलं. मेट्रन मला काहीतरी बातमी देणार होत्या. तिथं गेल्यावर त्यांनी मला सांगितलं की, मिस ब्लॅकनी फोन करून मला एक निरोप द्यायला सांगितलंय. तो निरोप होता – मॅगीला ग्रीनबँक्सहून खूप लांब, अबरडीनला पाठवलं गेलं होतं. नवीन जागेत स्थिरस्थावर व्हायला तिला वेळ लागणार होता, त्यामुळे ती मला ख्रिसमसला भेटायला येणार नव्हती. ऑफिसमधून बाहेर पडताना मला वाटलं की, कोणत्याही गोष्टीची इच्छा करण्याची ती माझी शेवटची वेळ असणार होती. कारण माझी इच्छा मुळीच खरी होत नसते. मागं वळून पाहताना मला आता वाटतं की, त्या क्षणापासून माझं आयुष्य पार बदललं. माझ्याबद्दलचे सगळे निर्णय वेल्फेअर घेत होतं. मी कुठं राहावं, माझ्या कुटुंबातल्या कोणत्या लोकांना भेटावं, काय खावं, केव्हा झोपावं, सगळं सगळं वेल्फेअर ठरवत होतं. माझं पूर्ण आयुष्य वेल्फेअरच्या हातात होतं, हे विदारक सत्य मला तेव्हाच प्रकर्षानं जाणवलं होतं. निर्णयाच्या प्रक्रियेत माझा थोडासाही सहभाग नव्हता. माझ्या नशिबाची वळणं त्यांच्या मर्जीनं ठरत होती. सैनिकांच्या भाषेत बोलायचं, तर प्रत्येक गोळीवर कोणाचंतरी नाव असतं. अशाच गोळ्या वेल्फेअर डागत होतं. ह्या वेळी त्यांनी माझ्या डोक्यावर नेम धरून गोळी डागली होती. मग मीही जगून दाखवायचंच, असा निश्चय केला होता.

आपल्या डोक्यातले सगळे गोंधळ दूर करायला जंगलासारखी दुसरी जागा नसते. डोकं धारदार करण्यासाठीही तीच सगळ्यात उत्तम जागा असते. मीही आता तिथंच जाणार होतो. टॉमीनं माझ्याबरोबर जाण्याची परवानगी मागितली. रॅबिटही माझ्यामागोमाग आला.

ग्रँगमूरला जाऊन आम्ही कोंबड्यांच्या खुराड्यांवर हल्ला केला. तिथली सगळी अंडी फोडून टाकली. त्याचा कंटाळा आला, तेव्हा एका बांधावर पाय हलवत आम्ही बसलो. टॉमीला ख्रिसमसची, घरी जाण्याची आणि अंडी फोडून टाकण्याची मजा वाटत होती. रॅबिटला ख्रिसमसचा किंवा घरी जाण्याचा काही उत्साह नव्हता. तो आपल्या गुडघ्यावरचे डाग चिमटीत धरण्याचा प्रयत्न करत होता.

''उद्या ह्या वेळी मी घरी असेन.'' टॉमी उत्साहाने म्हणाला.

''हं!''

''माझ्या घरी मी पाहिजे ते करू शकतो.''

''इथंही तर तू तुला वाटेल ते करू शकतोस.''

''हो, पण तिथं ते आणखी छान करता येतं.''

आम्ही शेळ्या-मेंढ्या चरत असलेलं एक कुरण पार करून परत ओव्हरस्टोनच्या जंगलात आलो. टॉमी धावत धावत पुढं गेला. आम्ही जेमतेम निम्मच अंतर चालून गेलो असू, तेवढ्यात टॉमी घाईघाईनं परत आला.

''जंगलात टिंक्स आलेत. लवकर येऊन पाहा!'' तो धापा टाकत म्हणाला.

आम्ही त्याच्या मागं धावत-पळत गेलो. जंगलातल्या मोकळ्या जागेत शेकोटीभोवती टिंक्स बसलेले होते. त्यातल्या दोन टिंक्सकडं माझी नजर गेली. एक माणूस आणि एक बाई आमच्याकडं टक लावून पाहात होते. मला आठवलं, मॅगीनं मला सांगितलं होतं की, तुला कधी कुठं टिंक्स दिसले, तर त्यांच्याकडे जाऊन तू स्वत:चं नाव सांग. ते तुझ्याशी नीट वागतील, पण मी पाहिलेले टिंक्स इतके रानटी दिसत होते की, मला त्यांच्याकडं जावंसंच वाटेना. मी लांबूनच त्यांच्याकडं पाहात राहिलो होतो.

''आपल्याकडंच पाहताहेत ते!'' रॅबिट कुजबुजला.

''हं!''

''काय करायचं आता आपण सँडी?''

''काही नाही. फक्त त्यांच्याकडं पाहत राहू या.''

''ते आपल्याला हाकलून देतील का?''

''नाही.''

टॉमीनं त्यांच्याकडं एक दगड फेकला आणि तो टणकन एका जुन्या भांड्याला लागला. ते पाहून तो माणूस पटकन उठून आमच्याकडं येऊ लागला.

''पळ!'' टॉमी ओरडला आणि त्यानं धूम ठोकली. आम्हीही त्याच्यामागोमाग लाकडी गेटकडं धावत सुटलो.

''त्या टिंक माणसानं आपल्याला पकडलं ना तर जीवच घेईल तो आपला.'' धापा टाकत रॅबिट म्हणाला.

"म्हातारा माणूस आहे तो. तो काय आपल्याला पकडतोय!" टॉमी म्हणाला.

पळता पळता मलाही धाप लागली. मी क्षणभर थांबून वर पाहिलं आणि माझा श्वासच अडकल्यासारखा झाला. तो म्हातारा माणूस चक्क आमच्यासमोर उभा होता.

"कोणी फेकला तो दगड?" त्यानं जोरात विचारलं.

"त्यानं!" रॅबिटकडं बोट दाखवत टॉमी म्हणाला.

"मी नाही फेकला." रॅबिटनं टॉमीला विरोध करत म्हटलं.

"दगड कोणी का फेकलेला असेना, पण असं माणसांकडे दगड फेकणं वाईट आहे हे सांगायला आलोय मी. मी तुम्हाला दगड मारला, तर चालेल का तुम्हाला?"

त्याच्या प्रश्नाचं उत्तर आमच्याकडं नव्हतं. आम्ही त्याच्याकडं पाहत गप्प उभे राहिलो. त्यानं एक चौकटी-चौकटीचं जॅकेट घातलेलं होतं आणि त्याच्या डोक्यावर एक वापरून, वापरून झिजून गेलेली हॅट होती.

"माझ्यासाठी थोड्या काटक्या-कुटक्या गोळा करा आणि माझ्या तंबूत घेऊन या!" आमच्याकडं पाठ फिरवून जाण्याआधी तो म्हणाला.

"काही नको." टॉमी म्हणाला.

"नाही. त्याच्यासाठी काटक्या-कुटक्या गोळा करू या आपण." मी म्हणालो.

"मी नाही गोळा करणार काटक्या-कुटक्या." तो म्हणाला.

"का बरं?"

"कारण त्याला पाहिजेत, तर तो गोळा करू शकतो की काटक्या-कुटक्या! चला, आपण निघून जाऊ या इथून."

मी आणि रॅबिट काटक्या-कुटक्या गोळा करू लागलो. टॉमी गेटवर रेलून आमच्याकडं नुसता बघत उभा राहिला. बऱ्यापैकी काटक्या गोळा झाल्यावर आम्ही त्यांची मोळी बांधली आणि टिंकींच्या तंबूकडं निघालो. मग टॉमीही आमच्या मागोमाग आला.

"तुम्हाला पुरतील ना इतक्या काटक्या?" मी विचारलं.

"वा! पुरतील ना! शाबास मुलांनो." तो माणूस म्हणाला.

आम्ही त्याच्याकडे बघत उभे राहिलो. त्यानं आम्हाला खाली बसायला सांगितलं आणि 'माझ्याबरोबर गप्पा मारणार का?' म्हणून विचारलं. आमचे थोडे घाबरलेले चेहरे पाहून तो म्हणाला, "अजिबात घाबरू नका. मी तुमच्या अंगाला हातही लावणार नाही." मग आम्ही खाली बसलो. मी त्याच्याकडं नीट निरखून पाहिलं. तो एक लहान चणीचा, दाढीमिशांचं जंगल वाढवलेला, उन्हातान्हात रापलेला माणूस होता; पण आमच्याबरोबर खूप मोकळेपणानं, आमचा मित्र असल्यासारखा बोलत होता. मला त्याची अजिबात भीती वाटली नाही. मी तिथं असलेल्या बाईकडं पाहिलं. पिवळसर केसांची, लठ्ठ, बुटकी बाई होती ती. तिचे

दातही तिच्या केसांसारखेच पिवळे होते. तिनं एक ढगळ कोट घातलेला होता आणि डोक्यावर चौकोनी रुमाल बांधलेला होता. तिनं आपल्या खिशातून काहीतरी काळा पदार्थ काढला. छोट्याशा चाकूनं त्याचे तुकडे पाडले आणि एक तुकडा त्याच्या हातात दिला. त्यानं तो तुकडा तोंडात टाकला. तीही एक तुकडा तोंडात टाकून चघळू लागली.

"ज्येष्ठमध आहे का तो?" टॉमीनं विचारलं.

"नाही. ती तंबाखू आहे."

"का बरं? सिगरेट नाहीये तुमच्याकडं?"

"नाही. ही सिगरेटपेक्षा जास्त चांगली असते." तो म्हणाला.

त्याने आम्हाला आम्ही कुठं राहतो म्हणून विचारलं. आम्ही सांगितलं की, आम्ही ओव्हनस्टोनच्या होममध्ये राहातो. मग टॉमी म्हणाला की, तो ख्रिसमससाठी घरी जाणार होता आणि रॅबिटही त्याच्या घरी जाणार होता. त्या माणसानं मग मलाही घरी जाण्याबद्दल विचारलं. मी गप्पच राहिलो. ती बाई माझ्याकडं टक लावून पाहत होती. ती त्याच्याशी खालच्या आवाजात आम्हाला न कळणाऱ्या भाषेत काही तरी भराभरा बोलली. मग तोही माझ्याकडं बघून तिला काहीतरी म्हणाला. त्यांची भाषा एकदमच वेगळी होती.

"काय नाव आहे तुझं मुला?" त्यानं मला विचारलं.

"सँडी."

"मी म्हटलं ना!" ती म्हणाली.

"तुझं आणि माझं नाव एकच आहे." तो म्हणाला.

"हो?"

"मी सँडी स्टुअर्ट आहे."

"मी सँडी रीड आहे."

"मी म्हटलं ना, तोच आहे तो म्हणून! त्याच्याकडं पाहिल्याक्षणीच मला वाटलं होतं की, हा मेरीचा मुलगा आहे."

"बरं. तू थोडं गप्प बस आता पेगी. मी विचारतो त्याला. तुझ्या आईचं नाव काय आहे रे सँडी?"

"मेरी रीड."

"अरे देवा! अरे मी तुझा सख्खा मामा आहे रे!"

"आणि मी तुझी सख्खी मामी."

ती उठून उभी राहिली. मीही उठून उभा राहिलो. मी टॉमीकडं पाहिलं. मग रॅबिटकडं. ती दोघंही माझ्याकडंच बघत होती. त्या बाईच्या चेहऱ्यावरून आनंद नुसता ओसंडत होता.

"इकडं ये सँडी!" म्हणत तिनं मला आपल्या कुशीत घेण्यासाठी आपले दोन्ही हात पसरले. ती एक पाऊल पुढं आली आणि मी एक पाऊल मागं झालो. तिनं माझ्याकडं पाहिलं. मी तिच्याकडं पाहिलं आणि मी तिथून निघून आलो.

आम्ही ओव्हरस्टोनला परत आलो, तेव्हा होममध्ये संध्याकाळची शिफ्ट सुरू झाली होती. आज रात्री डॉर्मिटरीमध्ये स्टाफी राहणार होती. बरचं झालं. कारण मला ती आवडायची. तीही माझ्याशी छान वागायची. आम्हाला चहा-फराळ मिळाला, तेव्हाच काळोख पडला होता. अंधार लवकर होत असे, तेव्हा सगळंच बदलून जात असे. आम्हांला खेळायला बाहेर जाता यायचं नाही. होममध्येच बसून खूप, खूप वेळ टेलिव्हिजन पाहावा लागे. त्याचा मला फार कंटाळा येत असे. फारच झालं, तर आम्हाला पत्ते खेळता येत असत. मला उन्हाळ्याच्या रात्री आवडायच्या कारण आम्हांला बाहेर खूप धावपळ करायला मिळत असे. पाहिजे ते खूप वेळपर्यंत करता येत असे. हिवाळ्यातल्या रात्री मात्र मला अजिबात आवडत नसत. कारण तेव्हा आम्हाला करण्यासारखं असं काहीच नसे.

बिछान्यात पडल्या पडल्या मी जंगलात भेटलेल्या टिंकर्सबद्दल विचार करत होतो. मला वाटलं, 'ह्या वेळी मॅगी तिथं असती तर किती छानं झालं असतं! टिंकर्स भेटल्यावर काय करावं, त्यांच्याशी काय आणि कसं बोलावं हे माझ्यापेक्षा तिला जास्त चांगलं कळलं असतं. त्यांनी 'आम्ही तुझे मामा-मामी आहोत' असं सांगितल्यावर तिला केवढा आनंद झाला असता! तिनं त्या बाईला आपल्याला कुशीतही घेऊ दिलं असतं, पण मॅगीला कळतात तशी मला माणसं कळत नाहीत. मॅगी इथं असती, तर मी तिला कितीतरी गोष्टी सांगितल्या असत्या. मला विचारावे वाटत होते ते सगळे प्रश्न तिनं त्यांना विचारले असते. कारण तिला प्रश्न छान विचारता येतात. मला तसे प्रश्न विचारता येत नाहीत. म्हातारे सँडी किती छान होते! म्हाताऱ्या पेगी मामीही छान होत्या. मी त्यांना नीट भेटलो असतो, तर मॅगी अबरडीनला असल्याचं सांगितलं असतं. त्यांना हेही सांगितलं असतं की, मॅगीला पेगीमामीच्या कुशीत घुसून, गोंजारून घेणं आवडलं असतं.' पण आता माझी मात्र कोणाहीकडून असं गोंजारून घेण्याची तयारी नव्हती.

मी पडल्या पडल्या विचार करत होतो, 'सँडी आणि पेगी आता काय करत असतील?' मला वाटलं, 'त्यांनी तंबूत छानशी शेकोटी पेटवली असेल आणि रात्र झाल्यावर ते एकमेकांशी जोरजोरात बोलत असतील. त्यांच्या तंबूत कसं वाटत असेल. रात्री तंबूत कसं दिसत असेल? फक्त चुलीच्या उजेडातच त्यांचा वावर होत असेल का! कारण होममध्ये असतो तसा विजेचा लाइट तंबूत नसतोच. त्यांच्याकडे टेलिव्हिजन नसणार. बोर्डगेम्स नसणार. पत्तेही नसणार.

मला इथं वाटते त्यापेक्षाही त्यांना जंगलात काढावी लागणारी रात्र मोठी वाटत असणार. मला त्यांना परत भेटावं वाटलंच, तर रात्री जावं. म्हणजे तिथलं जीवन कसं आहे ते तरी मला कळेल. ते कुठं झोपत असतील? त्यांच्या तंबूत इथल्यासारखी कॉट असेल असं वाटत नव्हतं. कदाचित ते जमिनीवरच झोपत असतील आणि चुलीतली आग विझली की, जमिनीवरचा बर्फ त्यांच्या शरीराला चिकटत असेल.' दुसऱ्या दिवशी टॉमी आणि रॅबिट आपापल्या घरी जाणार होते. इथं फक्त मीच एकटा उरणार होतो. मी इथं नसतो, तर कदाचित नर्सेसही आपापल्या घरी जाऊ शकल्या असत्या. त्यांना आपल्या लोकांबरोबर ख्रिसमस साजरा करता आला असता.

दुसऱ्या दिवशी माझे पियानो शिक्षक ख्रिसमसपूर्वीच्या माझ्या शेवटच्या क्लाससाठी मला घेऊन जाण्यासाठी आले. त्यांनी मला एक छोटीशी भेटवस्तू दिली. ती पाहून मला अर्थातच छान वाटलं. त्यात वेगवेगळ्या प्रकारची निवडक चॉकलेटं होती. मी चॉकलेटच्या डब्यावरचं कव्हर काढून लगेच चॉकलेटं खायला सुरुवात केली. तो माणूस त्याच्या मऊ खुर्चीवर बसून चहा पीत होता आणि माझ्याकडं थोडा नाराजीनं, थोड्या काळजीनं पाहत होता. मी पियानोच्या स्टूलवर बसून 'सा रे ग म'ची प्रॅक्टिस करू लागलो. मधून-मधून मी चॉकलेट्सही तोंडात टाकत होतो. प्रॅक्टिस संपली, तेव्हा डब्यातली चॉकलेट्सही संपली होती. आतापर्यंत मी इतकी चॉकलेट्स खाल्ली होती की, होममध्ये परत आल्यावर जेवण्यासाठी पोटात जागाच उरली नव्हती.

दुपारी टॉमीला घरी घेऊन जायला वेल्फेअरचा माणूस आला आणि तो त्याच्याबरोबर आपल्या लोकांकडं निघून गेला. आता होममध्ये फक्त मी आणि रॅबिटच उरलो.

"आता तुला घेऊन जायलाही वेल्फेअर येईल." मी त्याला म्हटलं.

"मला घेऊन जायला कोणी येऊ नयेसं वाटतं मला."

"का? तुला नाही जायचं घरी?"

"नाही."

"का बरं?"

"कारण मला इथं राहायलाच जास्त आवडतं."

"खरंच?"

"हो."

"मग मेट्रनना सांग ना की, ख्रिसमस आणि नवीन वर्षासाठी तुला इथं माझ्याबरोबर राहायला आवडेल म्हणून."

"त्या नाही तसं करू देणार मला."

"का बरं?"

"माहीत नाही, पण त्या नाही करू देणार मला तसं?"

"मी विचारून पाहू का त्यांना?"

"हं." तो म्हणाला.

मग मी मेट्रनकडं जाऊन सांगितलं, "रॅबिटला त्याच्या घरी जायचं नाही. त्याला ख्रिसमसला इथंच राहायचं आहे. ख्रिसमस आणि नूतन वर्षासाठी तो इथं माझ्यासोबत राहू शकेल का?"

पण त्या म्हणाल्या की, त्याला तिथं राहता येणार नव्हतं. त्याला आवडो वा न आवडो, त्याला घरी जावंच लागणार होतं.

मी परत आल्यावर त्यानं मला विचारलं, "भेटलास तू मेट्रनना?"

"हो."

"काय म्हणाल्या त्या?"

"त्या म्हणाल्या की, त्याला आवडो वा न आवडो, घरी हे जायलाच पाहिजे."

"असं म्हणाल्या त्या?"

"हो."

"मग आता काय करायचं?"

"तुला घरी जावंच लागेल."

"छ्या!!"

मला रॅबिट आवडायचा. वेल्फेअरच्या माणसाबरोबर मोटारीतून घरी जाताना त्यानं माझा हात हलवून निरोप घेतला. मीही त्याच्याकडे पाहून हात हलवला. रॅबिटकडे लक्ष द्यायला वेल्फेअरचा माणूस होता. माझ्याकडं आणि बाकी सगळ्या मुलांकडं लक्ष द्यायला वेल्फेअरच्या बाई होत्या. तो गेल्यावर मी दगडी पायऱ्यांवर बसून राहिलो. आता माझ्याकडं करायला खूपकाही होतं, पण बरोबर कोणीच नव्हतं. पूर्ण होममध्ये मी एकटाच मुलगा उरलो होतो.

थंडीचे दिवस असल्याने दुपारी चार वाजताच अंधार पडायला लागायचा. मी म्हाताऱ्या नेलीला कपडे धुण्याच्या खोलीतून बाहेर पडताना पाहिलं. ती येऊन माझ्याबरोबर दगडी पायऱ्यांवर बसली. ती म्हणाली, "बाकी सगळी मुलं ख्रिसमससाठी त्यांच्या त्यांच्या घरी गेलीत. तूच बिचारा एकटा इथं राहिलास. मी तुला ख्रिसमससाठी आपल्या घरी नेलं असतं रे! तेही नाही, तर निदान थोडे पैसे तरी दिले असते, पण त्याला परवानगी नाहीय रे इथं. तुझ्या बाबतीत एकच करू शकते मी." असं म्हणून त्या चकण्या बाईनं मला मिठीत घ्यायचा प्रयत्न केला, पण ही मिठी तिला फार महागात पडली. मी तिला चक्क ढकलून दिलं. तिला लंगडत जाताना पाहिलं तेव्हा मला वाटलं की, मी असं करायला नको होतं. म्हातारी मला मिठीत घेऊन

माझ्याशी चांगलं वागायला पाहत होती आणि मी मात्र तिला ढकलून देऊन खाली पाडलं होतं.

मी मॅगीबद्दल विचार करू लागलो. 'तिचं नवीन गाव अबरडीन तिला आवडलं असेल का? आवडलं असेल, तर बरं आहे. मी जसा तिच्याबद्दल विचार करतोय तसा ती माझ्याबद्दल करत असेल का? ह्या ख्रिसमसला ती मला भेटायला येणार नव्हती, हे मला माहीत होतं आणि त्याचं मला खूप वाईट वाटत होतं. मी तिला पाठवलेलं कार्ड तिला आवडलं असेल का आणि तिनं मला आठवणीनं कार्ड पाठवलं असेल का?' दुसरा दिवस ख्रिसमसची कार्ड मिळण्याचा शेवटचा दिवस होता. पूर्ण दिवस मी पोस्टमनची वाट पाहणार होतो.

दुसऱ्या दिवशी सकाळच्या नाश्त्यासाठी मी वेळेच्या आधीच डायनिंग रूममध्ये गेलो. माझं पोस्टमनच्या येण्याकडे लक्ष लागलेलं होतं. पत्र वाटायला पोस्टमन सायकलवरून येत असे. तो कधी खूप लवकर येत असे, तर कधी खूप उशिरा. तो सर्वांबरोबर छान गप्पा मारत असे, म्हणूनच लोकांबरोबर बडबड करण्यात, वेगवेगळ्या ठिकाणी चहा पिण्यात त्याचा बराचसा वेळ जात असे. त्यामुळे आपल्याला एखादं पत्र किंवा कार्ड येणार आहे, असं वाटलं, तर खूप वेळपर्यंत त्याची वाट पाहण्याची तयारी ठेवावी लागत असे. मला मिसेस टेलरच्या घराजवळ त्याची सायकल दिसली, म्हणजे तो आता इथंच येणार होता.

तो आला तेव्हा मी म्हटलं, ''खूप वेळ लावलात तुम्ही इथं यायला.''

''लोकांशी बोलून ख्रिसमसचा आनंद द्विगुणित करायला मला आवडतं.'' तो म्हणाला.

''हं!''

''सँडी, मिसेस टेलर सांगत होत्या की, ख्रिसमसला तू एकटाच इथं आहेस म्हणून?''

''हो. तुमच्या पत्रांच्या गठ्ठ्यात माझ्यासाठी काही आहे का?''

''हो, आहे तर!'' असं म्हणून त्यानं मला एक ख्रिसमस कार्ड दिलं.

मी ते घाईघाईनं उघडलं. बघतो तर काय, ते त्यानंच दिलेलं कार्ड होतं.

''हे तर तुम्ही देताय मला!'' मी म्हटलं.

''हो!''

''ह्याच्याशिवाय दुसरं काही आहे का माझ्यासाठी?''

''नाही. आणखी काही नाही.'' पोस्टमन म्हणाला. ते ऐकून माझी इतकी निराशा झाली की, ते कार्डही मी त्याला लगेच परत देऊन टाकलं. मॅगीनं मला कार्ड पाठवलं नव्हतं, ह्या गोष्टीवर माझा विश्वासच बसत नव्हता.

मी नर्सबरोबर स्वयंपाकघरात बसलो होतो. ती चहा पीत होती. वायरलेसवर

काय येत होतं ते ऐकता ऐकता ती अधूनमधून सिगरेटचा झुरकाही घेत होती. माझ्याकडं मात्र तिचं लक्षही नव्हतं. मला राहवलं नाही, तेव्हा मी तिला म्हटलं, ''मी माझ्या बहिणीचं कार्ड येईल म्हणून खूप वाट पाहत होतो, पण ते आलंच नाही.'' त्यावर ती म्हणाली, ''ख्रिसमसच्या दिवसांत लोक खूप कार्डं पोस्टात टाकतात. तेवढी कार्डं वाटायला पोस्टमनना वेळ नसतो. त्यामुळे ही कार्डं आपल्याला कधीकधी उशिरा मिळतात. शिवाय तुझ्या बहिणीच्या गावापासून इथपर्यंत कार्ड यायला पाहिजे. एखाद्या वेळी ख्रिसमसनंतरही ते मिळेल.''

नंतर आमचं फारसं बोलणं झालं नाही. मग मी इकडं-तिकडं भटकायला गेलो. मी आधी केली कॅसलला गेलो. पूर्ण सकाळ मी तिथंच घालवली. तिथं कुठंही हिंडलो, तरी कोणी काही म्हणत नसे. आम्हांला मनसोक्त हुंदडता येत असे. तिथं राहणारा माणूस खूप चांगला होता. तो आपला नेहमी दगडांवर ठक ठक करत मूर्ती बनवत असे. तिथं बसून मी तो काय करतोय ते पाहत राहिलो, तरी तो रागवत नसे. तिथं बराच वेळ बसून राहिलं, तर तो आपल्या चहाबरोबर आमच्यासाठी सरबत आणि बिस्किटं मागवत असे. त्यानं मध्येच काही वेळापुरतं आपलं काम थांबवलं, तर तो थोडा वेळ गप्पा-गोष्टी करत असे आणि मग परत छिन्नीने दगड तासत बसे.

दुपारी मी गिलिंगशील तळ्यावर गेलो आणि शेत पार करून मी ओव्हरस्टोनला परत आलो तेव्हा काळोख होत आला होता. आमच्या होमच्या बिल्डिंगसमोर एका चमकदार लाल गाडीला रेलून एक माणूस उभा होता. त्याच्या चेहऱ्यावर खूप प्रसन्न स्मित होतं. त्याच्याबरोबर दोन लहान लहान मुली होत्या. मला पाहून मला त्यांची ओळख करून देत तो म्हणाला, ''ही एडना आहे आणि ही एथेल.'' मी त्यांच्याकडं पाहिलं. त्यांच्यातली एक बरी वाटली, पण दुसरी बावळटच होती. मी त्यांच्याकडं लक्षही न देता दगडी पायऱ्या चढू लागलो. तितक्यात आमच्या मेट्रन बिल्डिंगमधून बाहेर पडल्या. त्या मला म्हणाल्या, ''आम्ही सगळे ख्रिसमस पार्टीसाठी अ‍ॅन्स्ट्रथरला जाणार आहोत. तू येणार आहेस का?'' मी पटकन म्हटलं, ''नाही.'' मॅगीबद्दल काहीच न कळल्याने मी अजूनही बेचैनच होतो.

स्वयंपाकीणबाईही कुठंतरी निघून गेल्या होत्या. त्यामुळे रात्रीचं जेवण सँडविचेसवर भागवण्यात आलं. नाहीतरी होममध्ये मी आणि एक नर्सच काय ते होतो.

''त्या छोट्या मुली पार्टीच्या कपड्यात किती छान दिसत होत्या नाही? त्यांच्याबरोबर ख्रिसमस पार्टीसाठी तू अ‍ॅन्स्ट्रथरला जायला पाहिजे होतंस. तिथं सांताक्लॉज येईल. पार्टीला गेला असतास, तर तुलाही एखादी भेटवस्तू मिळाली असती.'' ती नर्स म्हणाली; पण मला कशातच काही गम्य राहिलं नव्हतं.

माझं खाऊन झाल्यावर मी म्हटलं, ''मी थोडासा हिंडून येतो.''

''जा, पण फार दूर जाऊ नकोस. मी हाक मारली की, लगेच यायला पाहिजेस. ह्या काळोखात मला हुडकायला लावू नकोस.''

''बरं. तुम्ही हाक मारलीत की, मी लगेच परत येईन.'' मी म्हटलं तेव्हा कुठं तिनं मला जायची परवानगी दिली.

थोडा वेळ भुरू भुरू बर्फ पडलं, पण पडलं तसं ते वाळूनही गेलं. जमिनीवर त्याचं चिन्हही राहिलं नाही. मेट्रन म्हणाल्या होत्या की, ह्या वेळी कदाचित पांढरा ख्रिसमस होईल आणि तो तसा झाला तर छानच होईल. मी रस्त्यावरून चालता चालता इकडं-तिकडं पाहत होतो. शेतातल्या लहान-लहान घरांमध्ये ख्रिसमसचे दिवे चमकत होते. छान उबदार वाटत होतं ते दिवे पाहून. मी वरच्या अंगाच्या शेतातून जात होतो. मी काय करतोय हे पाहण्यासाठी तिथं चरणाऱ्या शेळ्यांनी माझ्याकडं वळून पाहिलं, पण मी त्यांच्याकडं लक्ष देत नाही हे पाहिल्यावर त्या परत चरण्यात मग्न झाल्या. जुनाट लाकडी गेटपाशी पोहचल्यावर मला सँडी आणि पेगीचा आवाज ऐकू आला. इथून त्यांचा तंबू फार लांब नव्हता. ते काहीतरी गप्पा मारत होते. त्यांचा तंबू तंबू विकणाऱ्या दुकानांमध्ये मिळतात तसा नव्हता. त्यांनी तो स्वत:च बनवलेला होता. जमिनीवर ठोकलेल्या काठ्यांवर त्यांनी हिरवी ताडपत्री घालून तो तंबू तयार केला होता. ताडपत्र्यांवर जुन्या गालिच्याचे, ब्लँकेटचे तुकडेही त्यांनी घातलेले होते. सोसाट्याच्या वाऱ्याने तो उडून जाऊ नये किंवा पावसाच्या, बर्फाच्या माऱ्याने खाली बसू नये म्हणून त्यांनी तंबूवर आणखीही काही गोष्टी घातलेल्या होत्या. दोरीनं बांधलेल्या मोठमोठ्या दगडांच्या आधाराने त्यांनी तो तंबू अशा तऱ्हेने उभारलेला होता की, कितीही वारा आला, पाऊस आला तरी तो जसाच्या तसा उभा राहू शकत होता.

मी गेटवर रेलून तंबूकडं पाहत असताना तो म्हातारा गृहस्थ तंबूतून बाहेर आला अन् माझ्याकडं बघून म्हणाला, ''तू आहेस होय?''

''हो. मीच आहे.''

''तू इकडे येतोयंस याची चाहूल मला लागलीच होती.'' तो म्हणाला. त्याचे कान कुत्र्याच्या कानांपेक्षा तिखट असले पाहिजेत. कारण मी इकडंतिकडं फिरताना उंदीर फिरताना करतात तेवढाही आवाज करत नसे. तो माझ्याकडं आला. गेटच्या त्या बाजूला तो होता आणि ह्या बाजूला मी. मी त्याच्याकडं पाहत होतो आणि तो माझ्याकडं.

''बाकीची मुलं कुठं आहेत?'' त्यानं विचारलं.

''ती गेलीयत ख्रिसमससाठी आपापल्या माणसांकडं. फक्त मीच काय तो आहे आता इथं.''

आमचं बोलणं ऐकून पेगीही बाहेर आली. मला पाहून तिचा चेहरा खुलला. ती हसत हसत म्हणाली, ''तुला परत आलेला पाहून मला इतका आनंद होतोय

ना! मला माहीत होतं तू परत येशीलच म्हणून!''

हवा बरीच थंड होती, म्हणून ती म्हणाली, ''खूप थंडी आहे. आत जाऊन गप्पा मारू या. आत चांगलं उबदार आहे.''

मी त्यांच्याबरोबर तंबूत गेलो. तंबूतलं जग किती वेगळं होतं! तीन सपाट दगडांवर ठेवलेल्या ड्रममध्ये आगीच्या ज्वाळा धगधगत होत्या. ड्रममधून निघणारा धूर धुराड्यातून तंबूबाहेर निघून जात होता. त्यामुळे तंबूत धुराचा मागमूसही नव्हता. सँडी मांडी घालून जमिनीवर बसला. त्यानं मलाही तसंच बसायला सांगितलं. ड्रमच्या वर जुन्या भांड्याचं झाकण ठेवलेलं होतं. सँडीनं ते उचलून ड्रममधल्या जाळात आणखी थोड्या काटक्या टाकल्या. ड्रम लाल-लाल दिसत होता. धुराडंही लाल-लाल झालं होतं. तंबूत एवढं गरम वातावरण होतं, तरीही पेगीनं एक जुना कोट आपल्याभोवती घट्ट लपेटून घेतला होता. मला वाटलं, फूटपाथवरून चालताना, कडक उन्हातही ती आपला कोट असाच घट्ट लपेटून घेत असेल. चिल्ड्रन्स होममधल्या खोल्यांपेक्षा तंबूत खूप उबदार वातावरण होतं. तिथं ऊब आणायला फक्त काही पाइप असत आणि तेही बहुतेक वेळा दगडासारखे गारढोण असत. मी सँडीकडं पाहिलं. त्याच्या पायात गंमतशीर बूट होते. अंगठे किंवा फिती नसताना ते बूट त्याच्या पायात कसे राहत होते कोणास ठाऊक! एके ठिकाणी एक छोटीशी मेणबत्ती जळत होती. तंबूत फक्त त्या मेणबत्तीचा आणि आगीच्या झळांचाच काय तो उजेड होता. त्या उजेडातच त्यांचे चेहरे उठून दिसत होते. सँडी खूप आपुलकीनं बोलत होता. तीही खूप मायेनं बोलत होती. त्यांच्याबरोबर तंबूत बसून गप्पा मारायला मला खूप छान वाटत होतं.

सँडीनं मला विचारलं, ''तुझ्या बहिणीशी तुझी गाठभेट होते की नाही?'' मी म्हटलं, ''कित्ती दिवसांत ती मला भेटलेली नाही. वेल्फेअरनं तिला अबरडीनला पाठवलंय. आता तिची-माझी फारशी भेट होईल असं मला नाही वाटत!''

''फारच वाईट झालं रे!'' म्हणून सँडी चुकचुकला.

खूप आधी सँडी अबरडीनमध्ये राहत होता म्हणे. तो म्हणाला, ''ह्यापुढं कधी तिकडं गेलो, तर मी मॅगीचा नक्की शोध घेईन. तिच्याबरोबर गप्पागोष्टी करेन.''

त्यानं मला हेही सांगितलं, ''तुझ्या आईनं तुमचा शोध घेण्याचे प्रयत्न कधीच सोडले नव्हते. ती असताना तुम्ही तिला सापडला असतात ना, तर तुमचे चिल्ड्रन्स होममधले दिवस कधीच संपले असते. तुमचं कुटुंब एकत्र आलं असतं. तुम्ही परत पूर्वीसारखे सुखात राहिला असतात. अरे, तुम्ही खूप भाऊ-बहिणी आहात. वेल्फेअरनं ही माहिती तुमच्यापासून लपवून ठेवली होती का?''

पेगी म्हणाली, ''पोरा, तुझ्या आईबरोबर मीही तुझा आणि तुझ्या बहिणीचा शोध घेत कितीतरी ठिकाणी हिंडले. पण सँडी, तू तर कधीच पडला नाहीस

आमच्या नजरेस. तुम्ही एखाद्या ठिकाणी आहात आणि आम्ही तुमच्या शोधात तिकडं येत आहोत असं त्यांना कळलं ना की, ते तुम्हाला दुसरीकडंच कुठंतरी पाठवून देत. आम्ही तुम्हाला भेटू नये, पाहू नये ह्यासाठी ते आमचीही त्या शहरातून हकालपट्टी करत. लेवनमधली दोन काठ्या टेकत जाणारी ती म्हातारी आठवते तुला सँडी?''

''हो!''

''तिचं नाव सँडी होतं आणि तू तिला दुकानातून वस्तू आणून द्यायचास म्हणे.''

''हो.''

''तुझी आई भेटली होती तिला. तिनं तुझ्या आईला हे चित्र दिलं होतं बघ!'' एका जुनाट पिशवीतून तिनं एक नीट घडी करून ठेवलेला कागद काढला. मेणबत्तीपाशी कागद नेऊन, डोळे बारीक करून तिनं तो कागद पाहिला. तिच्या हातात एक छोटंसं चित्र होतं.

''सँडीनं हे चित्र तुझ्या आईला दिलं होतं. तू शाळेत असताना काढलं होतंस हे चित्र. हे चित्र काढल्याचं आठवतंय तुला सँडी?''

''नाही.''

''अरे, तूच काढलं होतंस हे चित्र. हे छोटंसं चित्र तुझ्या आईनं नीट जपून ठेवलं होतं. आता मी जपून ठेवलंय ते. अरे, तुझी आई तर नेहमी आपल्याजवळच ठेवायची हे. तुझी आठवण म्हणून ही एकच तर गोष्ट होती तिच्याकडं. तुझा फोटो किंवा दुसरं काहीच नव्हतं. म्हणूनच हे चित्र तिला फार फार आवडायचं. ह्या चित्राकडं तासन् तास पाहत राहायची ती. एवढं काय पाहतेयस म्हणून विचारलं, तर म्हणायची ''माझ्या लेकरानं शाळेत काढलेलं चित्र आहे हे!''.''

''ती माझा अजून शोध घेत असेल, तर तिला मी आता कुठं आहे ते नक्की सांग.'' मी म्हटलं.

''आता ती तुझा शोध नाही घेऊ शकत बाळा.''

''का बरं?''

ह्यावर तिनं माझ्याकडं पाहिलं आणि मी तिच्याकडं.

''मला वाटतं, ह्या मुलाला काही माहीत नाही.'' पेगी सँडीला म्हणाली.

''सांगून टाक आता त्याला.'' तो म्हणाला.

थोडं पुढं झुकून तिनं सावकाश एकेक शब्द उच्चारला, ''सँडी, तुझी आई आता देवाघरी गेलीये बाबा. ती वारलीये.''

''हं!''

''तुला माहीत होतं हे?''

''नाही.''

''बरेच दिवस झाले तिला मरून.''

''हं!''

''तू ठीक आहेस ना?'' तिनं विचारलं.

''हो. मी ठीक आहे.''

''तुझी आई वारलीये हे वेल्फेअरनं सांगायला पाहिजे होतं तुला. कदाचित तुला वाईट वाटेल म्हणून त्यांनी तुला सांगितलं नसेल.'' ती म्हणाली.

''मुलांना वाईट वाटेल वगैरे काही विचार करत नाही वेल्फेअर. कदाचित ते मला सांगायला विसरून गेले असतील.'' मी म्हणालो.

''तुझी आई वारली हे वेल्फेअरला नक्की माहीत असणार, कारण त्यांना सगळ्यांच्या सगळ्या गोष्टी माहीत असतात. एवढंच काय, लोकांना स्वत:बद्दल माहीत नसतात, त्या गोष्टीही त्यांना माहीत असतात. समजा, तू एखादी गोष्ट केलीस आणि ती कोणाला माहीत नाही असं तुला वाटलं, तरी वेल्फेअरला ती गोष्ट नक्की माहीत असते.''

त्यांच्याबरोबर मी खूप वेळ तंबूत बसलो. पेगीनं चुलीवर एका भांड्यात पाणी उकळायला ठेवलं आणि थोडा चहा केला. मला तिनं एका बीन्स ठेवायच्या टिनमध्ये चहा दिला. ''टिन लगेच गरम होतं. त्यामुळे नीट लक्ष देऊन चहा पी.'' ती म्हणाली. पेगीनं स्वत:साठी चिनी मातीच्या एका टवका उडालेल्या मगमध्ये चहा घेतला. सँडीला चहा प्यावासा वाटला तेव्हा त्यानं किटलीच्या तोटीलाच तोंड लावलं. पेगी त्यासाठी त्याला काही म्हणालीही नाही.

मी सँडीच्या बॅगपाइप्सकडं बघत होतो. त्याचे बॅगपाइप्स छान होते.

''तू वाजवू शकतोस ते?'' मी विचारलं तेव्हा सँडी म्हणाला, ''हो. वाजवू शकतो ना!''

''मग वाजव ना!'' मी आग्रह केला, पण तो म्हणाला, ''फार रात्र झालीये. आता नको वाजवायला. आता वाजवलं, तर लोक पोलिसांकडं तक्रार करतील, इतक्या उशिरा वाजवतोय म्हणून आणि मग ते माझ्या मागेच लागतील.''

''सकाळी ऐकू शकशील तू माझे बॅगपाइप्स. मी इथून तुझ्यासाठी वाजवेन. ते तुला ओव्हरस्टोनमध्ये ऐकू येईल. बॅगपाइप्स कित्येक मैल दूरपर्यंत ऐकू येतात. बरं, कोणती गाणी वाजवू तुझ्यासाठी?''

''कोणतंही गाणं चालेल मला.'' मी म्हटलं.

''तुझ्यासाठी खूप छान गाणं वाजवेन मी. उद्या सकाळी लक्ष देऊन ऐक.''

मी खूप थकलो होतो. पेगी म्हणाली, ''खूप रात्र झालीये. आता तू ओव्हनस्टोनला परत जा.''

''चल. मी सोडायला येतो तुला तिथपर्यंत.'' म्हातारा सँडी म्हणाला. मी निघालो तेव्हा मला निरोप द्यायला पेगी तंबूच्या बाहेर आली होती.

माझ्या सँडीमामानं मला किल्ल्यापर्यंत सोडलं. मी हिरवळ पार केली, तेव्हा मी पाहिलं की, ओव्हनस्टोन होममध्ये एक पोलिसांची गाडी येत होती. गाडीतून एक सार्जंट बाहेर आला. त्यानं मेट्रनना सांगितलं की, सगळी दार-खिडक्या नीट बंद करून घ्या. इथं जवळपास टिंक्स हिंडताहेत अशी बातमी आहे. इथं येऊन ते सगळं लुटून नेणार नाहीत, ह्याची खबरदारी घ्या.

मेट्रन म्हणाल्या की, झोपायला जाण्यापूर्वी होममध्ये कडेकोट बंदोबस्त आहे की नाही हे त्या नीट तपासतील.

''टिंक्स अजिबात लूटमार करणार नाहीत इथं.'' मी म्हणालो.

''नक्की करतील ते.'' पोलीस म्हणाला.

''नाही. अजिबात करणार नाहीत ते.'' मी परत ठासून म्हटलं.

''तुला रे कसं माहीत?''

''कारण त्यांच्याबरोबर मी बोलत होतो.''

''काय, तू त्यांच्याशी बोलत होतास?''

''हो.''

''कधी बोलत होतास?''

''आत्ता काही वेळापूर्वी. मी त्यांच्याबरोबर त्यांच्या तंबूत बसलो होतो. माझा सँडीमामा मला इथपर्यंत सोडायला आला होता.''

''सँडीमामा तुला इथपर्यंत पोहचवायला आला होता? काय म्हणतोयस काय तू?''

''तो मला म्हणाला की, ते माझे मामा-मामी आहेत. मी जंगलात त्यांच्या तंबूत गेलो होतो. मी त्यांच्याबरोबर बोलत बसलो होतो.''

''टिंक्सबरोबर?''

''हो.''

''हा त्रास थांबवला पाहिजेत तुम्ही.'' मेट्रन सार्जंटला म्हणाल्या. ''ह्यानं त्यांच्यात मिसळता कामा नये.'' सार्जंट म्हणाला.

अंघोळ करून बाहेर येऊन मी पायजमा घातला, तेव्हा मेट्रन मला भेटायला आल्या. त्या टिंक्सबद्दल खूप काहीबाही बोलत राहिल्या. शेवटी त्या मला म्हणाल्या, ''सँडी, तू त्यांच्यापासून चार हात दूर राहा. नाहीतर ते तुलाही कुठल्या तरी भानगडीत अडकवतील बघ! इथलं काही चोरीला गेलं, तर संशय टिंक्सवरच येणार.'' त्या हेही म्हणाल्या, ''आतापर्यंत कोणत्याही प्रकारची भानगड झालेली

नाही इथं. आतापण होता कामा नये.''

मी त्यांना सांगितलं, ''असं काही होणार नाही. माझे मामा-मामी खूप चांगले आहेत. मला ते आवडतात. त्यांनी उद्या सकाळी माझ्यासाठी पाइप्सवर एक गाणं वाजवायचं कबूल केलंय. ते गाणं त्यांनी मला ऐकायला सांगितलंय.''

माझं बोलणं ऐकून घेऊन मेट्रन म्हणाल्या, ''हे बघ सँडी, टिंक्स सारखे भटकत असतात. ते कधीच एका जागी जास्त काळ राहत नाहीत. त्यामुळे उद्या सकाळपर्यंत ते इथं असणारही नाहीत. त्यांनी उद्या सकाळी आम्ही इथं असू म्हणून सांगितलं असलं, तरी ते इथं असणार नाहीत.'' मी अंथरुणावर पडलो. काही वेळ मेट्रन आणि नर्स माझ्याजवळ थांबल्या. मग निघून गेल्या.

दुसऱ्या दिवशी ख्रिसमसची संध्याकाळ होती. मेट्रन आणि नर्स म्हणाल्या होत्या की, मला ख्रिसमसला जास्तीत जास्त भेटवस्तू पाहिजे असतील, तर मी त्या टिंक्सपासून दूर राहायला हवं आणि नीट वागायला हवं. मी मेट्रनना विचारलं, ''मला खूप भाऊ-बहिणी आहेत हे तुम्हाला माहीत आहे का?'' त्या म्हणाल्या की, ह्या बाबतीत त्यांना काहीही माहीत नव्हतं. अशी माहिती मला वेल्फेअरलाच विचारावी लागेल असंही त्यांनी सांगितलं. त्या मला म्हणाल्या, ''आज छान झोपून घे कारण उद्याचा दिवस फार गडबडीचा असेल. आपल्याला तुझ्यासाठी एक छानसा मोजा टांगून ठेवावा लागेल म्हणजे त्यात सांता गोळ्या, चॉकलेटं आणि आणखी कितीतरी गोष्टी घालून ठेवेल.''

''माझ्या आईबद्दल तुम्हाला काही माहीत आहे का?'' मी विचारलं.

''नाही.'' त्या म्हणाल्या.

''मला माहीत आहे.''

''काय म्हणालास?'' त्यांनी विचारलं.

''मला माहीत आहे.''

''सँडी, तुला काय माहीत आपल्या आईबद्दल?''

''ती वारली आहे.''

ह्यावर काहीही न बोलता मेट्रन झोपायला निघून गेल्या.

दुसऱ्या दिवशी मी लवकर उठलो. मला काही करता येणार नव्हतं, कारण मी त्यांच्या तावडीत सापडलो होतो. त्या मला कुठंही जाऊ देणार नव्हत्या. मला जाम कंटाळा आला होता. डोकं कलकलत होतं. मला खूप रागही येत होता. कारण सँडीनं बॅगपाइप्स वाजवलेच नव्हते. मेट्रननं येऊन सांगितलं की, डॉक्टर कार्लाइलनं सांगितलं होतं की, त्या टिंक्सच्या गोंधळामुळं मी फारच उत्तेजित झालो होतो. त्यामुळे मला जास्त औषध घ्यावं लागणार होतं. मला रोजच्या दुप्पट औषध देण्यात आलं होतं. ते औषध घेतल्यानं मला इतकं दमायला झालं की,

माझ्यात काहीही करायची शक्तीच उरली नाही. मी खुर्चीतल्या खुर्चीतच झोपून गेलो. मी उठलो तेव्हा माझ्या जवळपास कोणीही नव्हतं. त्याचा फायदा घेऊन मी पटकन तिथून सटकलो.

मी थेट सँडी-पेगीच्या तंबूकडं गेलो; पण तिथं तंबू असेल तर ना! एक जुनं-पानं धातूचं भांडं आणि एक-दोन गंजके डबे सोडून तिथं काहीच नव्हतं. सँडी आणि पेगी खरंच तिथून निघून गेले होते आणि तिथं जळलेल्या लाकडांची राख नसती, तर दोन दिवसांपूर्वी इथं कोणी तंबू उभारला होता, हेही कोणाच्या लक्षात आलं नसतं. सँडी आणि पेगी कुठं गेले असतील, हे कळायला काही मार्गच नव्हता. मला न सांगता ते का निघून गेले, हा प्रश्नही मला भंडावत होता. 'मेट्रन म्हणत होत्या तेच खरं असेल. ते कधीच कुठं थांबत नसतील.' मनात आलं, 'तंबू उखडून ते दुसरीकडं निघून जात असतील. कदाचित ते दुसऱ्या कुठल्यातरी जंगलात गेले असतील. त्यांनी तिथं तळ ठोकला असेल.' कुंपणावरून उडी मारून मी रस्त्याच्या वरच्या अंगाला असलेल्या शेतात शिरलो. तिथं मला लाकडाचा पाय असलेला एक माणूस भेटला. ह्या माणसाला मी ह्याआधीही पाहिलं होतं. तो माझ्याशी छान वागत असे.

"ते टिंक्स कुठं गेले आहेत, हे माहीत आहे तुम्हाला?"

"काल रात्री पोलिसांनी येऊन त्यांना ह्या जंगलातून हाकलून दिलं."

"का बरं?"

"कारण त्यांना ह्या जंगलात तंबू टाकायची परवानगी नाही."

"त्या तंबूत माझे मामा-मामी होते."

"खरंच?"

"हो. ते कुठं गेलेत ते माहीत आहे तुम्हाला?"

"जिथून आले होते, तिथंच परत गेले असतील ते."

"कुठं आहे ती जागा?"

"मला नाही माहीत."

मी सँडी आणि पेगीचा सगळीकडं शोध घेतला. मला माहीत असलेल्या जवळपासच्या सगळ्या जंगलांमध्ये आणि ते कुठं तंबू घालतील असं मला वाटलं, त्या सगळ्या जागी मी त्यांना शोधलं. त्यांच्याबद्दल मी कितीतरी लोकांना विचारलं, पण ते कुठं निघून गेले होते ते कुणालाच माहीत नव्हतं. मेट्रनना पोलिसांना फोन करायला लावून त्यांनी त्यांना कुठं ठेवलं होतं ते जाणून घेणं एवढंच मी आता करू शकत होतो; पण मेट्रन म्हणाल्या की, ते इथं लोकांना त्रास देत होते म्हणून पोलिसांनी त्यांना दुसरीकडं जायला सांगितलं आणि ते इथून निघून गेल्याने आणि परत येण्याची शक्यता नसल्याने मी त्यांना विसरून जावं. मी मेट्रनना म्हटलं, "मी

त्यांना जंगलात भेटून त्यांच्याशी गप्पागोष्टी केल्यावर मला ते खूप आवडले होते. मला त्यांना परत भेटायचंय. त्यांच्याबद्दल आणखी गोष्टी जाणून घ्यायच्या आहेत.'' मामा-मामींबद्दल मी लावलेल्या भुणभुणीला कंटाळून मेट्रन कुठंतरी निघून गेल्या. मीही हिरमसुला होऊन होमसमारेच्या दगडी पायऱ्यांवर बसून राहिलो. मी तिथं बराच वेळ बसून राहिलो. नर्सनं मला चहासाठी बोलावलं, तेव्हाही मी तिथंच बसून होतो. माझं खाणं झाल्यावर मी पाहिलं की, नर्सच्या सिगरेट्स आणि काडेपेटी अजून टेबलावरच होती. मी काडेपेटी उघडून थोड्या काड्या माझ्या खिशात घातल्या आणि जंगलाकडं गेलो.

जंगलात सँडी-पेगीचा तंबू होता तिथं येऊन मी उभा राहिलो. आता त्याचा मागमूसही नव्हता. सँडी, पेगी तर कुठंतरी निघून गेले होते. माझ्या मनात त्यांच्या आठवणी तेवढ्या उरल्या होत्या. त्यांच्या गप्पागोष्टी मी खूप आवडीनं ऐकल्या होत्या. पेगीचा आनंदी स्वभाव आणि सँडीचा खराखुरा जिव्हाळा मला खूप भावला होता. ते माझे मामा-मामी होते हे ऐकून मला फार आनंद झाला होता. माझ्या दृष्टीनं ती दोघं महत्त्वाची होती. मॅगी जशी माझ्या जीवनाचा एक भाग होती, तसे तेही माझ्या जीवनाचा एक भाग झालेले होते. माझ्या संपूर्ण आयुष्यात भेटलेल्या सगळ्या लोकांत ते सर्वांत चांगले लोक होते. त्यांनी मला खूप भाऊ-बहिणी असल्याचं मला सांगितलं होतं. मला खूप काका-काकू, मामा-मामी, मावश्या वगैरे नातलग होते हेही त्यांनीच मला सांगितलं होतं. वेल्फेअरला हे सगळं कळायला पाहिजे. त्यांनी मला माझ्या कुटुंबाबद्दल काहीच का सांगितलं नव्हतं? मला ह्या सगळ्यांपासून दूर का ठेवलं होतं? माझ्या आईनं अशी काय मोठी चूक केली होती की, मला तिच्यापासून दूर करण्यात आलं होतं? मला परत कधीही तिला का भेटू दिलं गेलं नव्हतं? ह्या सगळ्या प्रश्नांची मला उत्तरं हवी होती. गेटपाशी उभं राहून मी रानाकडं पाहत होतो. माझ्या मनात विचारांनी थैमान घातलं होतं. वेल्फेअरनं माझ्या बहिणीलाही माझ्यापासून दूर केलं होतं. पोलिसांनी माझ्या मामा-मामींना जवळच्या रानातून दूर हाकलून दिलं होतं. माझी आई बिचारी मुलांसाठी झुरून झुरून मेली होती. मी दाट जंगलात गेलो. एक काडी पेटवली, झाडांखालच्या वाळलेल्या गवतावर टाकली आणि शेत ओलांडून होममध्ये आलो.

एका आठवड्याने रॅबिट परत होममध्ये आला. मी त्याच्याबरोबर आणि टॉमीबरोबर दगडी पायऱ्यांवर बसलो होतो. जंगलातले टिंक्स माझे मामा-मामी होते, हे मी त्यांना सांगितलं आणि ख्रिसमसच्या दिवशी मी गवताला, झाडांना आग लावल्याचंही त्यांना सांगितलं.

“तू जंगलाचा एक हिस्सा जाळलास फक्त?” टॉमीनं विचारलं.

“हो, पण तसा तो मोठाच हिस्सा होता.” मी.

“मग आग विझवायला आगीचे बंब आले?”

“हो आणि ते आले नसते, तर हे पूर्ण जंगल जळून खाक झालं असतं. नावालासुद्धा एखादी काडी राहिली नसती.”

मी जंगलात आग का लावली, ह्या बाबतीत टॉमीनं मला काहीच विचारलं नाही, पण रॅबिटनं विचारलं.

मी म्हटलं, “माझ्या मामा-मामींना इथून हाकलून देण्यात आलं आणि माझी आई वारली म्हणून मी हे केलं.”

ह्यावर तो म्हणाला, “माझी आई जिवंत आहे आणि त्याचा मला खूप आनंद आहे, पण माझे वडील मरायला पाहिजे होते. ह्या वेळेस मी घरी गेलो, पण परत कधीही मला घरी जायचं नाही. पुढच्या ख्रिसमसला मी इथंच राहीन तुझ्याबरोबर.”

सुट्टीनंतर परत शाळा सुरू झाली. मिस्टर वॅटसननी ॲन्स्ट्रथरच्या वैड ॲकेडेमीमध्ये पोहायला न्यायला चार मुलांची निवड केली होती. त्यात माझीही निवड झालेली होती. टॉमी आणि इतर दोघांबरोबर मलाही व्हॅनमध्ये कोंबण्यात आलं. मिस्टर वॅटसनची व्हॅन फार लहान होती. मी त्याच्याबरोबर समोरच्या सीटवर बसलो होतो. बाकीची तीन मुलं व्हॅनच्या मागच्या बाजूला बसलेली होती. पिटनवीमपाशी रस्त्यावर एक मोठा उंचवटा होता. तो जवळ आल्यावर ॲक्सलरेटरवर पाय ठेवून वॅटसननं गाडीचा वेग वाढवला. त्यामुळे आम्ही एखाद्या रेसिंग कारप्रमाणे त्या उंचवट्यावरून उडालो. गाडीचा वेग एव्हाना इतका वाढला होता की, तिच्या चाकांनी जमीन सोडून दिली की काय आणि आम्ही विमानाप्रमाणे आकाशातून उडत चाललोय की काय असं वाटत होतं. उंचवट्याच्या दुसऱ्या बाजूला आम्ही पोहोचलो तेव्हा धम्म असा जोरदार आवाज आला. वैड ॲकेडेमीमध्ये खूप मुलं होती. तिथं सगळ्या वयाची मुलं होती. स्कूल युनिफॉर्म घातल्यामुळे ती एकसारखीच दिसत होती. आम्ही इथं शिकायला नाही, तर फक्त स्वीमिंग पूलमध्ये पोहायला आलो होतो, त्यामुळे आम्ही आपल्या आवडीचे कपडे घातलेले होते. आम्हांला पोहण्यासाठी एक तास मिळाला होता. तासभर आम्ही आरडा-ओरडा करत, एकमेकांवर पाणी उडवत पोहत राहिलो. मिस्टर वॅटसन आम्ही कसे पोहत होतो हे पाहत होता. आम्ही चिल्ड्रन होमला परत गेलो, तेव्हा त्यांनी सांगितलं की, आठवड्यातून एक दिवस आम्हाला पोहायला नेण्यात येईल. त्याच्यासाठी पूर्ण आठवडा आम्ही कसं वागतो ते पाहण्यात येईल. चांगलं वागतील त्यातल्या निवडक मुलांना पोहायला नेण्यात येईल. ह्याचाच अर्थ असा होता की, भांडाभांडी,

चिडवाचिडवी, मारामारी ह्या गोष्टींपासून दूर राहिलो, तरच आम्हांला पोहायला जायची संधी मिळणार होती.

एके दिवशी आम्ही जंगलातून जात असताना आम्हाला एक मेलेला कोल्हा दिसला. टॉमीनं त्याला शेपटाला धरून उचललं. डोक्याजवळ गरागरा फिरवलं आणि त्याची पाठ झाडावर आदळली. त्यानं कोल्ह्याला फरफटत होमपर्यंत आणलं. आम्ही त्याच्या गळ्याभोवती एक तार बांधून त्याला एका फांदीला लटकवलं आणि काठ्यांनी बदड बदड बदडलं. मारून मारून आमचे हात दुखायला लागले तेव्हा आम्ही दगड गोळा करून त्याच्याकडे फेकायला लागलो. नर्सनी आम्ही काय करतोय इकडं लक्षच दिलं नाही. दगड फेकायचाही कंटाळा आला तेव्हा त्याला तिथंच लटकत ठेवून आम्ही निघून गेलो, पण त्या वेळीही कोल्ह्याच्या ढुंगणात टॉमीनं घुसवलेली काठी होतीच.

मेलेल्या कोल्ह्याची आम्ही अशी परवड केली असली, तरी जिवंत पशू-पक्ष्यांबद्दल आम्ही खूप सावधगिरी बाळगत असू. क्वचित त्यांची काळजीही घेत असू. एकदा आम्हांला उडू न शकणारा असा एक बहिरी ससाणा दिसला. टॉमी म्हणाला, ‘‘त्याचं दुःख दूर करण्यासाठी आपण त्याला मारून टाकू या.’’ पण आम्हां सगळ्यांना तो जिवंत राहावा असं वाटत होतं. त्यामुळे आम्ही त्याला होममध्ये घेऊन जाऊन आमच्या केली टीचरना दाखवलं. त्या म्हणाल्या की, त्याचा पंख तुटलेला होता आणि तो नीट सांधण्यासाठी त्याला पशू-पक्ष्यांच्या डॉक्टरकडं न्यावं लागणार होतं. आम्ही त्याला डॉक्टरकडे घेऊन गेलो. त्यानं तो जखमी बहिरी ससाणा चार दिवस ठेवून घेऊन नंतर आमच्याकडे परत दिला. मिस केली म्हणाल्या, ‘‘तो खडखडीत बरा होईपर्यंत तुम्ही मुलांनी त्याची काळजी घ्यायला हवी.’’ त्या पक्ष्याबद्दल सर्व माहिती देणारं एक पुस्तक त्या घेऊन आल्या. त्या पुस्तकात वाचून त्या पक्ष्याला काय खायला आवडतं, त्याचं घरटं कुठं असतं, तो किती मोठी अंडी घालतो ह्यासारखी माहिती आम्ही मिळवली. त्या म्हणाल्या की, तो पक्षी खूप थकलेला होता. आम्ही त्याला घेऊन आलो हे फार चांगलं केलं. त्याला वैद्यकीय मदतीची फार गरज होती. त्याला आम्ही वर्गाच्या पाठीमागच्या बाजूला एका पिंजऱ्यात घालून ठेवलं. आम्ही त्याला हातात घेऊन खूप फोटो काढले आणि ते भिंतीला चिकटवले. तो पक्षी बरा होऊन त्याच्यात उडण्याची शक्ती येईपर्यंत आमचे त्याच्याबरोबर असंख्य फोटो काढले गेले. शेवटी त्याला पिंजऱ्यातून काढून खुल्या आकाशात सोडून देण्याचा दिवस आला. टीचर्सनी वर्गातून पिंजरा बाहेर काढला. पिंजऱ्याचं दार उघडून त्या त्याला बाहेर काढण्याचा प्रयत्न करू लागल्या, पण तो पठ्ठ्या बाहेरच येईना. पिंजऱ्यात बसून तो आमच्याकडं टुकु-टुकु पाहात होता. मिस ब्राऊन म्हणाल्या, ‘‘आपण सगळे मागं

जाऊ या आणि त्याच्याकडे दुर्लक्ष करू या.'' तसं केल्यावर तो हळूहळू बाहेर आला. त्यानं आपले पंख पसरले. थोड्या उड्या मारल्या. तो आकाशाकडं बघत होता. तो बहुतेक दूर उडून जायचा विचार करत असावा. मग त्यानं पंख पसरून तिथल्या तिथं दोन-तीन घिरट्या घातल्या. तो परत पिंजऱ्यावर जाऊन बसला. तो परत उडेल, असं मिस ब्राऊनना वाटत होतं म्हणून त्या आम्हाला म्हणाल्या, ''अजिबात जाऊ नका तुम्ही त्याच्याकडं.'' आणि खरंच तो परत उडाला. ह्या वेळी तो आकाशात उंच उंच उडत गेला. त्याच वेळी त्याला शेवटचं पाहिलं.

एके दिवशी मिस ब्लॅक मला भेटायला आल्या. त्या म्हणाल्या, ''मी मॅगीला भेटायला जाणार आहे. मॅगीला काही निरोप द्यायचा असेल, तर मला सांग. मी तिला सांगेन. अबरडीन खूप लांब आहे. पूर्ण दिवसाचा मोटरचा प्रवास आहे.'' त्या असंही म्हणाल्या, ''माझ्यावर खूप मुलांची जबाबदारी आहे. प्रत्येकालाच काही ना काही पाहिजे असतं. ते सगळं मी देऊ शकत नाही. तुला अबरडीनला घेऊन जायला माझ्याकडं वेळ नाही.''

ओव्हनस्टोनच्या मेट्रन म्हणाल्या होत्या की, ह्याची आणि ह्याच्या बहिणीची जमेल तितक्या वेळा भेट घालून देता आली तर बरं होईल, पण ते सगळं वेल्फेअरनं ठरवायचं होतं आणि वेल्फेअरच्या मिस ब्लॅकना आम्हाला काय वाटतं त्याची थोडीही पर्वा नव्हती. मला सगळ्याच गोष्टींचा जास्तीत जास्त वैताग येऊ लागला होता. त्यामुळे मी वाट्टेल तसा वागू लागलो होतो. दिवसेंदिवस माझी वागणूक बिघडतच गेली. त्यांनी मला मॅगीला भेटायला न्यावं असं मला खूप वाटे, पण शेवटपर्यंत त्यांनी मला तिला भेटायला नेलंच नाही. पूर्ण जगात मी अगदी एकटा आहे असं तेव्हा मला वाटायचं.

डॉ. ग्रॅहॅम खरेखुरे डॉक्टर नव्हते. ते डॉक्टरी शिकत होते. एके दिवशी त्यांनी मला 'कारनं फिरायला जाण्यासाठी येतोस का' म्हणून विचारलं. मी त्यांच्या कारमध्ये जाऊन बसलो. मग ते मला पिटनवीमला घेऊन गेले. तिथं आम्ही समुद्रकिनाऱ्यावर गेलो. बीचवर कुठं कसं हिंडायचं ते मला माहीत होतं. मी त्यांना बीचवर आणि खडकाळ भागात फिरणाऱ्या खेकडे आणि इतर जिवांना कसं पकडायचं ते दाखवलं. त्यांनी पायातले बूट आणि मोजे काढून ठेवले होते. पँट गुडघ्यापर्यंत वर घेतली होती. त्यांना बीचवर हिंडताना खूप मजा येत होती. आकाशात सूर्य तळपत होता. आम्ही थोडा वेळ बीचवर हिंडत राहिलो. हिंडता हिंडता त्यांनी मला कितीतरी गोष्टी सांगितल्या. मला डॉक्टर आवडले होते.

थोड्या वेळानं त्यांनी मी ओव्हरस्टोनला येण्यापूर्वी कुठं-कुठं होतो ते विचारलं. त्यांना माझ्या आधीच्या चिल्ड्रन होम्सचीच नाही, तर मी ज्या-ज्या दत्तक कुटुंबांमध्ये राहिलो होतो, त्या सगळ्यांची माहिती हवी होती. त्या-त्या घरी माझ्या आणि माझ्या बहिणीच्या बाबतीत काय काय घडलं, आम्हाला तिथले लोक आवडले की नाही हे सगळं त्यांना जाणून घ्यायचं होतं. काही वेळानं मला त्यांच्याबरोबर राहायचा कंटाळा आला. "मला त्या सगळ्या गोष्टी आठवायला आवडत नाही. तुम्ही आता मला काही विचारू नका, गप्प बसा." असं मी त्यांना म्हटलं. तरीही ते आमच्या भूतकाळाबद्दल खोदून खोदून प्रश्न विचारू लागले तेव्हा त्यांच्यापासून दूर पळून जाऊन मी डोंगरमाथ्यावरच्या सुळक्याकडं जाऊ लागलो. त्यांनी मला ओरडून थांबायला सांगितलं, पण त्यांच्याकडं लक्ष न देता मी वर वर जातच राहिलो. मग तेही माझ्या दिशेनं वर येऊ लागले, तेव्हा मी हिरवळीवर बसून राहिलो. ते माझ्याजवळ येऊन बसले, तेव्हा माझा राग शिगेला पोहोचला. मी शिव्या देत उठलो आणि सुळक्याकडं जाऊ लागलो. ते पाहून ते ओरडले, "सँडी, आणखी पुढं जाऊ नकोस. तिथून खाली पडशील." पण तरी त्यांच्याकडं दुर्लक्ष करून मी पुढं जातच राहिलो. ते माझ्याकडे परत यायला लागले. ते पाहून माझ्या रागाचा पारा आणखी चढू लागला. पूर्ण आयुष्यात कधीच मी एवढा रागावलो नव्हतो. एक मोठा दगड उचलून मी किंचाळलो "माझ्यापासून दूर राहा. नाहीतर हा दगडच घालेन मी तुमच्या डोक्यात." पण त्यांना मी सुरक्षित राहीन की नाही ह्याची एवढी काळजी वाटत होती की, ते माझ्याकडं येतच राहिले. ते पाहून मी दोन्ही हातांनी तो दगड त्यांच्याकडे फेकला. तो त्यांच्या गुडघ्यावर जाऊन आदळला. "आई गं!" करत ते खाली बसले. त्यांना खूप इजा झाली होती, हे त्यांच्या पिळवटलेल्या चेहऱ्यावरूनच दिसत होतं. मी रागारागानं त्यांना तिथंच सोडून चालत-चालत ओव्हनस्टोनला परतलो. त्यानंतर मी त्यांना परत कधी म्हणून पाहिलं नाही. माझा राग शांत झाल्यावर जे काही घडलं त्याबद्दल मला वाईट वाटलं. पण ते डॉक्टर होते. माझ्यावर किती मानसिक दबाव आणावा, केव्हा गप्प बसावं हे त्यांना कळायला पाहिजे होतं. आधीच्या गोष्टींबद्दल कोणी बोलायला लागलं न लागलं की, मला राग येऊ लागे. मी सगळ्यांना कितीदा सांगितलं होतं हे, पण कोणी माझं ऐकतच नव्हतं.

एरवीही आम्हाला नर्सेस बीचवर घेऊन येत; पण त्या आमच्या आयुष्यात आधी काय घडलं होतं, त्याबद्दल एका शब्दानं त्या विचारायच्या नाहीत. आम्हांला आरामात इकडंतिकडं हिंडू द्यायच्या. मोकळं खेळू द्यायच्या. त्या स्वत: उन्हं अंगावर घेत बीचवर पडून राहायच्या. एलीमध्ये छान बीच होती. तिथल्या वाळूत आम्ही पळत सुटायचो. खडकांमध्ये साठलेल्या पाण्यामध्ये खेकडे शोधत बसायचो; पण त्या बीचवरची सर्वांत छान गोष्ट होती, ती तिथली गाढवं! तिथं लवकर गेलं, तर गाढवांवर बसायसाठी

रांगपण लावायला लागायची नाही. आम्हाला गाढवांवर बसू द्यावं की नाही हे नर्सना कळत नसे; पण तिथला माणूस म्हणे, आमची गाढवं खूप शहाणी आहेत. ती मुलांना कधी पाडत नाहीत. तेवढ्यानं नर्सेसचं समाधान होत असे.

"सगळ्यात जास्त वेगानं कोणतं गाढव पळतं?" एकदा मी त्या माणसाला विचारलं.

"ती सगळी गाढवं एकाच वेगानं पळतात." तो म्हणाला.

मी त्या गाढवांकडं पाहिलं. सगळ्यात तरतरीत गाढवाच्या पाठीवर उडी मारून चढलो. रॅबिट एका गाढवावर चढला. टॉमीही एका गाढवावर चढला. आम्ही सगळे एका रांगेत उभे होतो. आम्ही निघणार, एवढ्यात एका मुलीनं येऊन माझ्या गाढवाला पकडलं.

"काय करतेयस तू?" मी विचारलं.

"मी तुला गाढवावरून फिरवते." ती म्हणाली.

"चल हो बाजूला! मला चालवता येतं गाढव." मी म्हणालो.

गाढवांबरोबरचा माणूस म्हणाला, "गाढवं आपोआप चालायला लागतील. चालत चालत ती लाकडी खांबापर्यंत जातील आणि मग मागं वळून परत येतील. तुम्हाला काही त्रास होणार नाही."

मग खूप वेळानं गाढवं चालायला लागली. अर्ध अंतर चालायलाच त्यांनी खूप वेळ घेतला. फारच आळशी होती ती गाढवं. त्यांच्या पाठीवर बसून राहायचा आम्हाला जाम कंटाळा आला होता.

"चला, आपण शर्यत लावू या!" टॉमी जोरात म्हणाला.

मी माझ्या गाढवाला टाच दिली, तसं ते थोडं भराभरा पळू लागलं. रॅबिटचं गाढवही माझ्या गाढवाच्या बरोबरीनं पळू लागलं, पण टॉमीचं गाढव मात्र तसंच डकाव डकाव चालत राहिलं. मग टॉमीला राग आला.

"गाढवा, पळशील की नाही?" तो गाढवावर खेकसला, पण ते आपलं तसंच ढिम्म राहिलं. मग टॉमीनं वाळूत उतरून तिथं पडलेली एक काठी हातात घेतली. परत गाढवाच्या पाठीवर बसून त्यानं गाढवाला सपकन काठी मारली. झालं, ते गाढव जोरजोरात पळायला लागलं. मला मागं टाकून पुढं जाताना ते खुरानंही वाळू उडवत गेलं. पळता पळता ते एखाद्या चेकाळलेल्या कुत्र्याप्रमाणं जोरजोरात खिंकाळत होतं.

"ए, उतर त्या गाढवावरनं!" गाढवाला बीचवर असं बेफाम पळताना पाहून गाढववाला ओरडला, पण ते गाढव आता जाम थांबायला तयार नव्हतं. लाकडी खांबाला वळसा घालून ते एखाद्या शर्यतीच्या घोड्याप्रमाणे त्या माणसाच्या दिशेनं पळत होतं. टॉमी अजूनही त्याला काठीनं सपासत हाणत होता.

आम्ही गाढवावरून उतरेपर्यंत तो माणूस दात-ओठ खात ओरडत होता, ''परत कधी आणू नका ह्या पोरट्यांना एली बीचवर! त्यांना इथं यायची बंदीच करणार आहे मी.''

आम्ही मात्र त्याच्या आरड्याओरड्याकडं लक्षच दिलं नाही. टॉमी, मी आणि रॅबिट एव्हाना खडकांवर चढलो होतो आणि जमिनीवर सरकणाऱ्या किंवा पाण्यात पोहणाऱ्या गोष्टींकडे नीट लक्ष देऊन पाहत होतो. आम्ही गोळा केलेले खेकडे नर्सेसना दाखवण्यासाठी आम्ही खेकड्यांना एका बादलीत टाकलं, पण टॉमीनं त्यांच्या पाठीवरचे खवले काढून टाकले. त्यांचे हात-पाय तोडून टाकले आणि त्यांना समुद्रात फेकून दिलं. बीचवर गोळा केलेलं काहीही तो नर्सेसना दाखवत नसे.

आम्ही बीचवर परत येईपर्यंत नर्सेसनी आपल्या वरच्या भागाचे कपडे काढून टाकलेले होते, पण त्या पालथ्या झोपलेल्या असल्याने त्यांचं काहीच दिसत नव्हतं. मग आम्ही समुद्राकडे जाऊन आपल्या बादल्या पाण्यानं भरल्या आणि त्यांच्या पाठीवर गार गार पाणी ओतलं तशा त्या किंचाळत उठून आमच्यावर ओरडू लागल्या आणि आम्ही त्यांच्या छातीकडं टक लावून पाहू लागलो.

नंतर नर्सेसनी कपडे घालून आम्हांला खूपशी सँडविचं आणि फळांचा रस दिला. आम्ही कितीतरी वेळ समुद्रकिनाऱ्यावर खेळत राहिलो. चहाची वेळ केव्हा झाली ते आम्हाला कळलंच नाही. मग आम्ही सगळं सामान आवरलं आणि होमला जायला निघालो. दिवसभर समुद्रकिनाऱ्यावर उन्हात खेळल्यानं आमचे हात आणि पाठी रापल्यासारख्या दिसत होत्या.

नर्सेसबरोबर बीचवर जायला मजा आली, पण त्यांनी जंगलांमधून आणि शेतांमधून चालत परत जायचं ठरवलेलं मात्र आम्हाला फारसं आवडलं नव्हतं. त्यांना कुंपणांवरून किंवा बांधांवरून उड्या मारता येत नव्हत्या त्यामुळे शेतांच्या गेटमधून त्या बाहेर येईपर्यंत आम्ही त्यांच्या कितीतरी पुढं जात होतो. आम्ही होमला पोहचल्यानंतर कितीतरी वेळानं त्या तिथं आल्या.

एकदा आम्ही सहज हिरवळीवर बसलो असताना दोन मुलं रस्त्यावरून चालत आली. आम्ही त्यांच्याजवळ जाऊन ती कोण होती आणि इथं काय करत होती म्हणून विचारलं.

''आम्ही फिरायला निघालो आहोत.'' त्यांच्यातला मोठा मुलगा म्हणाला.

''कुठून आला आहात तुम्ही?''

''आम्ही आमच्या आजीला भेटायला आलो आहोत. आता असंच इकडं-तिकडं फिरत होतो.''

''असं नाही फिरू शकणार तुम्ही इथं.''

"का बरं?"

"कारण ही आमची जागा आहे. मुकाट्यानं निघून जा इथून."

तो मुलगा आम्हांला अजिबात घाबरला नाही. उलट म्हणाला, "मला चांगलं बॉक्सिंग येतं बरं का."

आम्ही त्याला ढकललं असतं, तर त्यानं आमचा चांगला समाचार घेतला असता. तो मुलगा चांगलाच धिप्पाड होता. त्यामुळे आपल्या हातात मोठी काठी असल्याशिवाय आपण त्याच्याशी न भांडलेलच बरं, असं आम्हांला वाटलं आणि आम्ही दमानं घ्यायचं ठरवलं.

"ते ह्या रस्त्यानं वर गेले असले, तरी त्यांना इथूनच परत जावं लागेल." मी म्हणालो.

"बरं. मग आपण त्यांची इथंच वाट बघत बसू या." टॉमी म्हणाला.

ती मुलं टेकडी चढून वर गेली. ती दिसेनाशी झाल्यावर आम्ही हातात मोठाल्या काठ्या घेतल्या आणि ते कधी परत येताहेत ह्याची वाट पाहू लागलो.

"तो मोठा मुलगा बॉक्सर आहे." रॅबिट म्हणाला.

"तुला भीती वाटतेय?" टॉमीनं त्याला विचारलं.

"हो!" तो म्हणाला.

"मग निघून जा ना तू." मी म्हणालो.

"हो. निघून जा इथून." टॉमीसुद्धा म्हणाला.

रॅबिटनं काठी कुंपणाबाहेर फेकून दिली आणि तो जायला निघाला, पण एकदम त्याच्यामागोमाग जाऊन टॉमीनं हातातली काठी त्याच्या डोक्यावर मारली. "आई गं!" असं जोरात ओरडून दोन्ही हातांनी डोकं पकडून रॅबिट जमिनीवर पडला. मग मीही टॉमीच्या डोक्यावर काठीचे चार घाव घातले. त्यामुळे त्यालाही चक्कर आल्यासारखं झालं. नंतर मी त्याला एक गुद्दाही घातला. त्यामुळे तो धाडकन जमिनीवर पडला. तो खाली पडल्यावर मी त्याला एक जोरदार लाथ मारली. झालं. त्याच्या नाकातून रक्ताची धार वाहू लागली. तो जोरजोरात आरडाओरडाही करू लागला त्यामुळे त्याच्याकडं नर्सचं लक्ष वेधलं गेलं. सर्वांत आधी तिथं मिस्टर वॅटसन आले. त्यांनी मला ताबडतोब काठी खाली टाकायला सांगितलं, पण मी तसाच काठी हातात घेऊन उभा राहिलो आणि त्यालाच त्याचं डोकं फोडण्याची धमकी दिली. मग पुढच्याच क्षणी सगळ्यांनी मिळून माझ्यावर झडप घातली आणि ते मला फरफटत होमकडं नेऊ लागले. मला होममध्ये आणल्यावर त्यांनी मला जमिनीवर झोपायला लावलं आणि तिघंही माझ्या अंगावर बसले. एक माझ्या छातीवर बसला. दुसरी माझ्या मांड्यांवर आणि तिसरी माझ्या पायांवर. मी शांत झालो, तरी एक तासभर ते माझ्या अंगावर बसून राहिले. त्यांनी मला जराही हलू

दिलं नाही. मी जोरजोरात ओरडत होतो. त्यांना शिव्या घालत होतो, पण त्यांनी माझ्याकडं पूर्ण दुर्लक्ष केलं. ते तसेच माझ्या अंगावर बसून राहिले.

या घटनेनंतर त्यांनी माझ्या औषधांचं प्रमाण आणखी वाढवलं. मला ते घेणं भागच होतं कारण मी औषध घेतलं नसतं, तर त्यांनी मला खेळायला बाहेर जाऊ दिलं नसतं. इथं जोवर तुम्ही त्यांनी दिलेलं औषध घेत राहता तोवर तुम्हाला जे पाहिजे ते तुम्ही करू शकाल असा नियम होता. ते औषध घशाखाली घातलं, तरच ते तुम्हांला मोकळं सोडत होते आणि तुम्हांला नेहमीसारखं वावरता येत होतं. माझ्या परत एकदा टेस्ट करण्यासाठी ते मला एडिंबरोला नेणार होते. मी वारंवार असा विचित्रपणे का वागतो, रागानं असा बेफाम का होतो हे शोधून काढण्यासाठी माझ्या परत वेगवेगळ्या टेस्ट होणार होत्या. त्यांना वाटत होतं की, मी खरंच विचित्र होतो. माझ्या डोक्यावर काहीतरी परिणाम झालेला होता, पण माझ्या डोक्यावर काही परिणाम झाला असला, तर तो एवढाच होता की, माझं डोकं, वेल्फेअरनं केलेल्या गोष्टींमुळं पार पिंजून निघालं होतं. त्यांनी तान्हेपणी मला माझ्या आई-वडलांपासून दूर केलं होतं. मग जरा मोठा झाल्यावर माझ्या बहिणीला त्यांनी माझ्यापासून दूर केलं होतं. आता माझ्या मामा-मामींनाही त्यांनी माझ्यापासून दूर केलं होतं. माझ्या आयुष्यात ज्या-ज्या माणसांना म्हणून काही स्थान होतं, त्या सगळ्यांना त्यांनी माझ्यापासून लगेच तोडलं होतं आणि तरी त्यांना मी सारखा रागावलेला का असायचो, ते कळत नव्हतं.

माझ्या तब्येतीची काळजी घ्यायला आणखी एक नवीन माणूस येऊ लागला होता. त्याचं नाव होतं डॉक्टर शार्पी. तो मला अजिबात आवडला नव्हता. एक संत्रं हातात खेळवत तो माणूस सारखा माझ्याकडं पाहत असे. माझ्याशी एका शब्दानंही बोलत नसे. मग मीही त्याच्याकडं नुसता बघत बसे. मी तसं केलं की, त्याला लगेच कंटाळा येई आणि मग तो मला तिथून निघून जायला सांगे.

माझं आणि टॉमीचं भांडण संपलं. मी परत त्याच्याशी खेळायला लागलो. त्याचं, माझं आणि रॅबिटचं परत चांगलं मेतकूट जमलं. एके दिवशी सकाळी वर्गाच्या बाहेर, मोकळ्या अंगणात आमचा तास झाला, पण दुपारी पाऊस पडू लागल्याने मिस केली आम्हांला वर्गात घेऊन आल्या. तसं पाहिलं, तर आमची जबाबदारी मिस शेफर्डवरच होती. ती आम्हांला छान ताब्यात ठेवत असे, पण त्या दिवशी ती कुठंतरी गेली होती. त्यामुळे मिस केलीवर आम्हांला शिकवायची जबाबदारी आली होती.

शिकवण्याची सुरुवात तशी चांगली झाली होती. वायरलेसवर येणारा निसर्गाबद्दलचा कार्यक्रम आम्ही ऐकत होतो. तो संपल्यावर मिस केलींनी तेच सगळं परत सांगितलं. तेच तेच परत, परत ऐकायचा मला कंटाळा आला. मी तटकन उभा राहिलो.

''काय चाललंय सँडी?'' मिस केलींनी विचारलं.

''मला बाहेर जायचंय.''

''असा वर्ग सोडून तू बाहेर नाही जाऊ शकत.'' त्या म्हणाल्या.

त्यांच्याकडं दुर्लक्ष करून मी दाराकडं जाऊ लागलो, पण त्यांनी चपळाईनं येऊन दारापाशी मला अडवलं. त्यांनी असं अडवल्यावर माझं डोकं तडकलंच.

''सँडी, तुला वर्गात बसलंच पाहिजे. मी नाही जाऊ देणार तुला बाहेर.'' मिस केली ठासून म्हणाल्या. त्यांच्या एकेका शब्दाबरोबर माझा राग वाढत गेला. मग मीही त्यांच्यावर जोरजोरात ओरडू लागलो. माझ्या ओरडण्याचा त्यांच्यावर काहीही परिणाम होत नव्हता, हे पाहून मी तिथली एक खुर्ची वर उचलून धरली. ते पाहून त्या शांतपणे दूर गेल्या आणि जमिनीवर बसल्या. आपल्या मांड्यांवर हात ठेवून त्या समोर बघत राहिल्या. मी खुर्ची घेऊन त्यांच्याजवळ गेलो. त्यांच्या डोक्यावर खुर्ची मारावी, असं मला खरंच वाटत होतं; पण माझा आवेश पाहूनही केली बाई आपल्या म्हणण्यावर ठाम राहिल्या. त्यांनी ना माझ्याकडं पाहिलं, ना मला निघून जायला सांगितलं. ''ही खुर्ची तुमच्या डोक्यावर आपटून कवटीच बाहेर काढेन तुमची.'' मी त्यांना धमकी दिली, पण माझ्या धमकीचा त्यांच्यावर तिळमात्र परिणाम झाला नाही. त्या शांतपणे बसून राहिल्या. जणू डोकं फुटलं असतं, तरी त्यांचं काहीच बिघडणार नव्हतं. त्यांनी मला काही म्हटलं असतं किंवा माझ्याकडं पाहिलं असतं, तर मी त्यांचा कपाळमोक्षच केला असता; पण त्यांनी तसं काहीही केलं नाही. मग चिडून जाऊन ती खुर्ची खोलीत नेऊन आदळली. भिंतीवर आदळून ती पार मोडून गेली. मग मी तिथून निघून गेलो.

मिस ब्लॅकनी एकदा येऊन मला सांगितलं की, ह्या ठिकाणासाठी तू आता मोठा होत चाललायस. आता तुझं व्यवस्थित शाळेत जायचं वय आहे. तू इतर मुलांमध्ये मिसळलं पाहिजे. आता तुझी दुसरीकडं जायची वेळ झालीये. त्या म्हणाल्या की, त्यांनी माझ्यासाठी एक छान चिल्ड्रन्स होम शोधलं होतं. ते होम चालवणाऱ्या माणसाला गोंधळलेल्या, चुकलेल्या मुलांना नीट वागवून ठीक करण्याचा चांगला अनुभव होता. त्याची मला ओव्हनस्टोनच्या कर्मचाऱ्यांपेक्षा जास्त मदत झाली असती. त्यांच्या बोलण्याचा अर्थच असा होता की, ह्यापुढं मला एडिंबरोला आणखी टेस्टही करून घ्याव्या लागणार नव्हत्या आणि रॅबिट, टॉमीबरोबर इथं राहताही येणार नव्हतं. मला माहीत होतं की, त्यांच्याशिवाय राहणं मला फार जड जाणार होतं. दोनच आठवड्यांनी मला ओव्हनस्टोनहून दूर पाठवण्यात आलं.

मार्गरिट

मी डायनिंग रूमच्या खिडकीजवळ उभा राहून बाहेर दिसणाऱ्या वाळूकडं आणि समुद्राकडं पाहत होतो. हे होतं सेंट मार्गरिट चिल्ड्रन्स होम. हे होम डेव्हिड मर्फी (अंकल डेव्ह) आणखी एका बाईबरोबर चालवत होते. त्या बाईंना मी आंट मार्गरिट म्हणायचं होतं. मला सांगण्यात आलं होतं की, मी तान्हा असताना, माझ्या आई-वडिलांपासून दूर केलं गेल्यानंतर मला इथं ठेवण्यात आलं होतं. त्या वेळी आंट मार्गरिटनं माझी आणि माझ्या बहिणीची काळजी घेतली होती म्हणे; पण मला हे होमही आठवत नव्हतं आणि आंट मार्गरिटही. त्यामुळं माझ्या दृष्टीनं आणखी एक होम एवढीच या होमला किंमत होती. मिस ब्लॅकनी मला सांगितलं होतं की, अंकल डेव्ह आधी पोलीस डिपार्टमेंटमध्ये होते. त्यामुळे त्यांच्याशी भांडण, वादविवाद करायच्या भानगडीत पडू नकोस. कारण आगाऊ मुलांना कसं वठणीवर आणायचं, हे त्यांना चांगलंच माहीत होतं.

हे अंकल डेव्ही उंच आणि धिप्पाड होते. ते तोकड्या दिसणाऱ्या शॉर्टमध्ये इकडं-तिकडं हिंडत. शॉर्ट्सही त्यांनी पार वरपर्यंत ओढलेल्या असत. त्यांनी आपले केस मागे वळवलेले होते. त्यांच्या पायात टेनिस शूज असत आणि त्यांचे सॉक्स मला ग्रीनबॅंक्समध्ये घालायला लागायचे तसे, घोट्याच्या वरपर्यंत आलेले होते.

मला सांगण्यात आलं होतं की, मिस ब्लॅक त्यांच्याशी ऑफिसमध्ये बोलत होत्या तोवर मी डायनिंग रूममध्ये वाट पाहावी. अंकल डेव्हींशी बोलून बाहेर जाताना मिस ब्लॅक मला म्हणाल्या, ''मी जातेय आता. इथं नीट वाग. अंकल डेव्ह सांगतील तसं कर.'' मी त्यांना सोडायला बाहेर गेलो. मिस ब्लॅकची गाडी निघून गेली, तेव्हा अंकल डेव्हनी माझ्या खांद्यावर अशा प्रकारे हात ठेवला, जणू ते मला शंभर वर्षांपूर्वीपासून ओळखत होते.

मिस ब्लॅक गेल्याबरोबर ते मला बिल्डिंगमध्ये घेऊन आले. माझी झोपायची जागा कुठं होती हे दाखवण्यासाठी ते मला वरच्या मजल्यावरच्या बेडरूममध्ये

घेऊन आले. खालच्या मजल्यावरच्या डायनिंग रूमपेक्षाही इथल्या खिडक्यांमधून जास्त छान दृश्य दिसत होतं.

त्यांनी मला माझ्यासाठी काढून ठेवलेले कपडे घालायला सांगितले. मी कपडे काढायला लागलो तेव्हा ते तिथंच उभं राहून माझ्याकडे पाहत होते. ते पाहून मी कपडे उतरवायचं मध्येच थांबवून त्यांच्याकडं बघितलं, तसे ते खोलीतून निघून गेले.

त्यांनी माझ्यासाठी काढून ठेवलेल्या शॉर्ट्स इतक्या तोकड्या आणि घट्ट होत्या की, त्या मी लगेच काढून ठेवून दिल्या आणि परत खिडकीतून बाहेर पाहू लागलो. पाऊस पडत होता, पण तरीही बीचवर माणसांची ये-जा चालू होती. मी बीचवरल्या लोकांकडेच पाहत राहिलो. तिथून बंदर आणि एलीचं लाइट हाउस दिसत होतं. 'तो गाढववाला असेल का बीचवर? त्यानं माझ्यावरची बंदी काढली असेल तर बरं होईल.' मी विचार करत होतो; तसं झालं असतं, तर मग मला बीचवर परत जाता आलं असतं. गाढवावरही बसता आलं असतं.

मी मागं वळून पाहिलं, तेव्हा अंकल डेव्ह दरवाजात उभे होते आणि माझ्याकडेच पाहत होते. त्यांनी मला मी शॉर्टस् का घातल्या नाहीत हे विचारलं. मी म्हटलं, "त्या फार लहान आहेत." त्यावर ते म्हणाले, "तसंच कोंब स्वतःला त्यांच्यात." मी शॉर्टस् हातात घेतल्यानंतर ते माझ्याकडे आले आणि त्यांनी माझी आतली चड्डी खसकन गुडघ्यापर्यंत ओढली आणि मला त्यांनी माझ्यासाठी काढून ठेवलेली चड्डी घालायला सांगितली. हे सगळं करताना ते सारखे माझ्याकडे पाहत होते. "एवढं काय पाहताय माझ्याकडं?" मी त्यांना विचारलं, तेव्हा मला घट्ट पकडून त्यांनी माझ्या उघड्या ढुंगणावर जोरदार चपराक मारली आणि ते म्हणाले, "जास्त आगाऊपणा नको करूस."

मी ड्रेसिंग टेबलाजवळ जाऊन स्वतःला आरशात पाहिलं. माझ्या ढुंगणावर त्यांच्या पाचही बोटांचे ठसे उमटलेले होते. त्यांनी असं का केलं होतं, ते मला कळतच नव्हतं. माझी आतली चड्डी घालून त्या शॉर्टस्‌मध्ये मी कसाबसा घुसलो होतो; पण वरची दोन बटनं उघडी ठेवली, तरच मी ती शॉर्ट घालू शकत होतो. कपडे घालून झाल्यावर मी हॉलमध्ये नजर टाकली, पण तिथं चिटपाखरूही नव्हत. सगळीकडं सामसूम होती. मग मी खोलीत परत येऊन खिडकीतून लोकांच्या बीचवरच्या वर्दळीकडं पाहू लागलो.

अंकल डेव्ह परत खोलीत आले. त्यांनी मला खाली जाऊन डायनिंग रूममध्ये बसायला सांगितलं. ते म्हणाले, "बाकीची मुलं शाळेत गेली आहेत. एका तासात ती परत येतील. तोपर्यंत तिथंच त्यांची वाट बघत बस."

'रॅबिट आणि टॉमी आता काय करत असतील?' मी डायनिंग रूममध्ये

बसल्या बसल्या विचार करत होतो. 'मला ओव्हनस्टोनला परत जायला मिळालं, तर किती छान होईल!' असं मला वाटत होतं. 'मग मी जंगलात तरी धावत राहिलो असतो, नाहीतर तळ्याजवळ तरी खेळत राहिलो असतो. इथल्यापेक्षा कितीतरी छान वाटलं असतं मला तिथं!' आणि एकदम मला जाणवलं की, कदाचित ह्यापुढे मी रॅबिटला आणि टॉमीला कधीच भेटणार नव्हतो. मला मागेही इतक्यांदा इतक्या ठिकाणी हलविण्यात आलं होतं, पण माझ्या बहिणीइतकी मला कधीच दुसऱ्या कुणाची आठवण आली नव्हती, पण ह्या वेळी मात्र मला टॉमी आणि रॅबिटची प्रचंड आठवण येत होती. त्यांच्याशिवाय मला फार एकटं-एकटं वाटत होतं.

डायनिंग टेबल खूप लांबलचक होतं. त्याच्या आकारावरून इथं खूप मुलं असणार, असं वाटलं. ओव्हनस्टोनमध्ये आम्ही सर्व जण जवळजवळ एकाच वयाचे होतो; पण मिस ब्लॅकनी सांगितलं होतं की, सेंट मार्गारेटमध्ये खूप वेगवेगळ्या वयाची मुलं होती आणि काही तर माझ्यापेक्षा खूप धिप्पाड आणि मोठ्या वयाची होती.

सगळी मुलं दरवाजातून आत आली तेव्हा मी हॉलमध्ये होतो. सगळ्या मुलांनी आपली बोटं पुढे केली. अंकल डेव्हनी त्यांचा वास घेतल्यावरच ती आत आली. हे काय चाललं होतं ते मला कळतच नव्हतं. मी पाहिलं की, अंकल डेव्हींनी दोन-तीन मुलांना तिथंच थांबवून ठेवलं होतं. बाकी सगळी मुलं गुपचूप आपापल्या खोलीत गेली आणि खेळायचे कपडे घालून बाहेर आली. अंकल डेव्ह त्या थांबवून ठेवलेल्या दोन मुलांना घेऊन स्वत:च्या बेडरूममध्ये, झोपायच्या खोलीत गेले.

"त्यांना वर का नेलंय?" माझ्याकडं पाहणाऱ्या एका मुलाला मी विचारलं.

"त्यांनी सिगरेट ओढलीये."

"त्यांनी सिगरेट ओढलीये हे त्यांना कसं कळलं?"

"त्यांच्या बोटांना वास येतो ना सिगरेटचा!"

"काय होईल आता त्यांचं?"

"फटके बसतील त्यांना पट्ट्यांचे."

"खरंच?"

"हो आणि तेसुद्धा उघड्या ढुंगणावर!"

"उघड्या ढुंगणावर?"

"हो. कोणीही सिगरेट ओढलीये असं कळलं की, त्याला हीच शिक्षा मिळते."

"उघड्या ढुंगणावर फटके? बाप रे!"

"इथं तुम्ही काहीही चूक केलीत की, तुम्हाला फटके खावे लागतात."

"तुलाही मिळालेत कधी फटके?"

"हो."

"उघड्या ढुंगणावर?"

"हो!"

"कितीदा?"

"कितीदातरी."

आंट मार्गारिटनी वास घेण्यासाठी मुलींना बोटं पुढं करावी लागत नव्हती. शिवाय मुलींना पाहून त्या खूश होत होत्या, असं वाटत होतं. दारातून आत येणाऱ्या प्रत्येक मुलीला त्या 'हॅलो' म्हणत होत्या. त्या मुलींशी छान वागत होत्या. मुलींनाही त्या आवडत असाव्यात.

सेंट मार्गारिट कसं होतं ते मला कळत नव्हतं. इथली देखरेख पाहणारा माणूस कसा होता तेही मला कळत नव्हतं. तिथं काय होत होतं, ते मला गप्प राहून पाहणं आवश्यक होतं. मगच ती जागा कशी होती ते मला माझ्या मनाशी ठरवता आलं असतं.

संध्याकाळच्या चहाच्या वेळी मला तिथल्या सगळ्या मुलांना नीट पाहता आलं. मुलं अंकल डेव्हच्या टेबलाशी बसली होती आणि मुली आंट मार्गारिटच्या टेबलाशी. मुलींबरोबरच त्या टेबलाशी तिथली लहान-लहान मुलंही बसली होती. खायला सुरू करण्याआधी अंकल डेव्हनी सांगितलेल्या मुलानं उठून प्रार्थना म्हटली. ती प्रार्थना अशी होती.

"आम्हाला आता जे मिळणार आहे,
त्यासाठी आम्ही देवाचे खरंच कृतज्ञ आहोत."

चहा-फराळ झाल्यावर मुलांना प्रेपला जावं लागायचं. प्रेप ही एक खोली होती. तिथं जाऊन मुलं शाळेचा मिळालेला गृहपाठ करत. गृहपाठ मिळाला नसेल, तर त्या मुलांना अंकल डेव्ह देतील त्या विषयावर निबंध लिहावा लागे किंवा ते देतील ते पुस्तक वाचावं लागे.

"किती वेळ अभ्यास करावा लागतो इथं?" मी माझ्या शेजारी बसलेल्या मुलाला विचारलं.

"एक तास." त्या मुलानं कुजबुजत सांगितलं.

"इतकं हळू का बोलतोयस?"

"कारण अभ्यासाच्या वेळी बोलताना पकडलं गेलं, तर कातडी पट्ट्यानं फटके दिले जातात."

इथं कुणी काही चूक केली, तर त्याला शिक्षा म्हणून फटके खावे लागत हे

माझ्या लक्षात आलं. डेव्ह अंकलनी दिलेल्या भिकारड्या पुस्तकाकडे पाहत मी बाकीच्या मुलांसारखाच गप्प बसलो.

"ह्या पुस्तकात काय आहे ते नीट लक्षात ठेव." तो मुलगा म्हणाला.

"का बरं?"

"कारण प्रेपच्या शेवटी त्याबद्दल काही प्रश्न विचारतील ते."

"खरंच विचारतील?"

"हो. तू ते वाचलंयसं की नाही हे पाहण्यासाठी ते नक्की प्रश्न विचारतील."

इथं झोपायची वेळ मुलांच्या वयानुसार ठरवली जात असे. माझी झोपायची वेळ होती रात्री आठ वाजता. इथं ओव्हनस्टोनसारखं काहीच नव्हतं. तिथं आम्ही रात्री उशिरापर्यंत जागत असू. वाटलं तर एखादी फिल्मही पाहत असू, पण इथले नियम फार कडक होते.

मी अंथरुणात झोपलो होतो. 'गुड नाइट' म्हणायला अंकल डेव्ह आमच्या रूममध्ये आले. 'गुड नाइट किस' द्यायला ते सगळ्या मुलांजवळ जात होते. सगळ्यात शेवटी ते माझ्याकडे आले. ते माझ्यावर पूर्ण ओणवे झाले. माझा चेहरा आपल्या बाजूस वळवून त्यांनी माझ्या पूर्ण तोंडावर आपले ओठ ठेवले. त्यांचं तोंड ओलं ओलं होतं. माझ्या दोन्ही ओठांवर त्यांची लाळ जाणवत होती. मी माझं तोंड वळवायचा प्रयत्न केला, पण त्यांनी माझा चेहरा दोन्ही हातांनी घट्ट पकडून ठेवला होता. माझा किस घ्यायला त्यांनी इतका वेळ घेतला की, माझा जीव गुदमरायला लागला.

"अजिबात बोलायचं नाही हं!" बेडरूमचं दार बंद करता करता ते म्हणाले आणि खोलीत खरंच अळी मिळी गुप चिळी झाली. ह्या सगळ्या प्रकारानं मला धक्काही बसला आणि प्रश्नही पडला. माझ्या कोणत्याही दत्तक वडलांनी असं काही केलं नव्हतं. ओव्हनस्टोनच्या मिस्टर वॅटसननीही कधी माझा मुका घेतला नव्हता. मग अंकल डेव्हनी का घेतला? मी माझे ओठ पुसून टाकले. माझ्या हातांवरही अंकलच्या लाळेचा ओलसरपणा होता. मला अगदी ओंगळ वाटत होतं. नवीन जागेतली ही माझी पहिली रात्र होती. खूप वेळानं मला झोप आली.

दुसऱ्या दिवशी मी माझ्या नवीन शाळेचा युनिफॉर्म घालून बाकीच्या मुलांप्रमाणे बसस्टॉपशी उभा राहिलो. कडेला लाल रेषा असलेला काळा ब्लेझर आणि छोट्या राखी विजारी हा त्या शाळेचा युनिफॉर्म होता. काही मुलं माझ्यापेक्षा मोठी होती. छोट्या विजारी घालून उभी असलेली ती लांबटांगी मुलं फार विचित्र दिसत होती.

जाताना सेंट मोनेस व पिटनवीमच्या खेड्यांमधली मुलं घेत बस आम्हाला

ॲन्स्ट्रथरच्या वैड ॲकेडेमीला घेऊन गेली. ओव्हनस्टोनहून मी पोहायला जायचो तीच शाळा होती ही. कधी काळी मी शिकण्यासाठी ह्या शाळेत येईन असा त्या वेळी मी विचारही केला नव्हता.

माझ्या वर्गात खूप मुलं होती आणि त्या सगळ्यांना शिकवायला एकच टीचर होती. माझ्या शेजारी बसलेला मुलगा म्हणाला, "हाय! तू एली होममधून आला आहेस का?"

"हं. तुला कसं कळलं?"

"कारण तू लांडी विजार घातली आहेस. होमची सगळी मुलं लांड्या विजारी घालतात."

"हो."

"तू होममध्ये का आहेस?"

"असाच."

"असंच कोणी नसतं होममध्ये. काहीतरी वाईट गोष्ट केली असणार तू. काय केलं होतंस तू?"

मी त्याला तोंड बंद ठेवायला सांगितलं. ते त्याला आवडलं नाही. तो म्हणाला, "खेळायच्या वेळी मारामारी करू या. मग कळेल तुला." मी पुढं झुकून त्याच्या कानाशी एक गुद्दा मारला. तो किंचाळू लागला, तसं मला हेडमास्तरांच्या ऑफिसात नेण्यात आलं. हेडमास्तरांनी मला मठ्ठ लोकांच्या वर्गात घालायचं ठरवलं. ह्या वर्गात त्यांना माझ्यावर नीट लक्ष ठेवता येणार होतं. वर्ग बदलल्यानं मलाही बरंच वाटलं कारण मठ्ठ मुलांच्या वर्गात फक्त दहाच मुलं होती.

खेळायच्या सुट्टीत मी बाहेर आलो. इथलं कोणीच माहीत नसल्यानं मी खिशात हात घालून इकडं-तिकडं हिंडत राहिलो. मुलांच्या त्या घोळक्यांमध्ये लांड्या विजारींमुळे होमची मुलं लगेच ओळखता येत होती. त्यातली काही मुलं चौदा-पंधरा वर्षांची होती. त्या कपड्यांमध्ये त्यांना अगदी लाजिरवाणं वाटत होतं. त्यामुळे खेळाची सुट्टी संपून वर्गात कधी परत जाता येईल, ह्याची वाट पाहत ती अस्वस्थपणे उभी होती.

आमच्यापैकी कोणी काही गडबड केली, तर हेडमास्तर सरळ होमला फोन लावत आणि मग सेंट मार्गारिटला गेल्यावर अंकल डेव्ही त्या मुलाचा खरपूस समाचार घेत.

अंकल डेव्हच्या बेडरूमच्या बाहेर मी आणखी काही मुलांबरोबर उभा होतो. त्यांनीही काही ना काही चुका केल्या होत्या. अंकलनी येऊन आमच्या हातून काय चुका घडल्या हे विचारेपर्यंत खूप वेळ झाला. माझ्यापेक्षा लहान असलेला एक मुलगा पुढं काय होणार आहे ह्याचा विचार करून आधीच रडायला लागला होता.

बाकीची मुलं गुपचूप उभं राहून अंकल डेव्हच्या येण्याची वाट पहात होती. त्यांनी येऊन विचारपूस करण्यासाठी पहिल्या मुलाला आत घेतल्यानंतर त्याला झालेली शिक्षा त्याच्या किंचाळण्यावरूनच कळून येत होती. तो बाहेर आला तेव्हा त्याच्या डोळ्यातून घळाघळा अश्रू वाहत होते. ढुंगण पकडून तो कण्हत बाहेर आला होता. त्याच्या शॉर्टखाली मांडीवर माराचे वळ स्पष्ट दिसत होते. बाकीच्या सगळ्या मुलांनाही तीच शिक्षा मिळाली. आता आत जायची माझी पाळी होती.

"ये. आत खोलीत ये." अंकल डेव्ही म्हणाले. त्यांनी माझ्याकडं पाहिलं, मी त्यांच्याकडं. त्यांच्या शॉर्टच्या एका बाजूला लटकणारा कातडी पट्टा मला दिसत होता.

"तुम्ही त्यानं मला मारणार नाही आहात." मी ओरडलो.

त्यांनी मला पकडण्याचा प्रयत्न केला, पण मी त्यांच्या पकडीतून सुळकन निसटून जिन्याकडं आलो.

"इकडं ये, परत." ते जोरात ओरडले, पण मी त्यांच्याकडं लक्षच दिलं नाही. दडादडा धावत खाली आलो आणि समोरच्या दरवाजाने बिल्डिंगच्या बाहेर गेलो.

आता मी बिल्डिंगबाहेर होतो. तिथं काही मुलं फूटबॉल खेळत होती. संतापाच्या भरात मी गेटबाहेर येऊन बीचवर गेलो. आता मी चिल्ड्रन्स होमच्या आवाराबाहेर होतो. अंकल डेव्ह अजूनही वरच्या खोलीतून माझ्याकडं पाहत होते.

मी बीचवर थोडा वेळ बसून एलीमध्ये आलो. तिथल्या रस्त्यांवरून मी निरुद्देश भटकत राहिलो. मी चालत चालत ओव्हनस्टोनला जायचं ठरवलं. तिथपर्यंत जाणारा रस्ता मला तसा माहीत होता. एकदा का मी तिथं गेलो असतो की, तिथल्या नर्सेस आणि मेट्रन माझ्याशी नीट वागल्या असत्या असं मला वाटलं. मी त्यांना सांगायचं ठरवलं की, मला सेंट मार्गारेट अजिबात आवडत नव्हतं. मी परत ओव्हनस्टोनला राहायला आलो तर चालेल का, हेही मी त्यांना विचारायचं ठरवलं; पण मला माहीत होतं की, त्याआधी मला हे वेल्फेअरच्या मिस ब्लॅकच्या कानांवर घालायला पाहिजे होतं; पण त्यांच्याशी संपर्क कसा साधावा हे मला माहीत नव्हतं. त्या मला तशा वारंवार भेटायला यायच्या नाहीत. त्यामुळे त्यांची भेट होण्यासाठी आणखी काही दिवस तर निश्चितच जावे लागले असते.

मी विचार करत चालत असतानाच एक निळी व्हॅन माझ्याशेजारी येऊन उभी राहिली. खिडकीतून वाकून अंकल डेव्हनी विचारलं, "कुठं चाललायस तू सँडी?"

"मी परत ओव्हनस्टोनला चाललोय."

"ओव्हनस्टोनला परत चाललायस?" त्यांनी आश्चर्यानं विचारलं.

"हं!"

"सेंट मार्गारेटला तू आणखी एकही संधी देणार नाहीस का?" त्यांनी विचारलं.

मी त्यांच्याकडे पाहिलं. त्यांच्या चेहऱ्यावर स्मितहास्य खेळत होतं. ते माझ्याशी आधीपेक्षा खूपच चांगल्या पद्धतीनं वागत होते.

“तुला काय वाटतंय, मी तुला पट्ट्यानं मारेन?”

“हो.”

“नाही. त्या मुलाला गुद्दा मारल्याबद्दल मी तुला फक्त रागावणार होतो.”

ह्यावर मी काहीच बोललो नाही. त्यांनी व्हॅनचा दरवाजा उघडून मला व्हॅनमध्ये बसायला सांगितलं.

“सँडी, तू अजिबात घाबरू नकोस. मी तुझ्या अंगाला हातही लावणार नाही.” ते म्हणाले.

दुसऱ्याच दिवशी मी शाळेतून परत आल्यावर मिस ब्लॅक मला भेटायला आल्या. अंकल डेव्हनी त्यांच्याशी संपर्क साधून माझ्या ओव्हनस्टोनला परत जाण्याच्या प्रयत्नाबद्दल सांगितलं असावं. त्या म्हणाल्या, “मी आधी ऑफिसमध्ये जाऊन अंकल डेव्हशी बोलते आणि नंतर तुझ्याशी बोलते.”

मला ऑफिसमध्ये बोलावण्यात आलं आणि मी शाळेतल्या मुलाला कुठं व कसा गुद्दा मारला हे अंकल डेव्हनी मिस ब्लॅकना सांगितलं. ते मला शिक्षा करणार असल्याचं पाहून मी तिथून कसा पळून गेलो तेही त्यांनी मिस ब्लॅकना सांगितलं. ते म्हणाले की, माझी औषधं इतक्या लवकर बंद करण्याचा विचार तितकासा बरोबर नव्हता आणि मला परत गोळ्या द्यायला सुरुवात करायला हवी होती. त्यांच्याशी सहमत होऊन मिस ब्लॅक म्हणाल्या की, मला किती औषधं द्यायला हवीत ह्या बाबतीत त्यांना डॉक्टरांशी बोलावं लागेल. ते फक्त एकमेकांशी बोलत होते. मी बोलायला तोंड उघडायचा अवकाश, मिस ब्लॅक म्हणायच्या, “उद्धटपणा करू नकोस. दोन मोठी माणसं बोलत असताना आपण मध्ये तोंड घालू नये, एवढंही कळत नाही का तुला?” मग त्या अंकल डेव्हीकडे वळून म्हणाल्या, “तो संतापतो आणि नाही नाही ते करतो कारण त्याला इथं काय करायचंय ते तुम्ही करू देत नाही, पण तरी त्याच्याशी कडकपणानंच वागायला पाहिजे. त्याला कळायला पाहिजे की, त्याची ही थेरं इथं सहन केली जाणार नाहीत. भांडण सुरू ठेवलं, तर त्याचा परिणाम ठीक होणार नाही, हे त्याला सरळ सांगून समजणार नाही.” मला मिस ब्लॅचा कंटाळा आला होता, अंकल डेव्हचाही कंटाळा आला होता म्हणून मग मी ऑफिसमधून बाहेर पडलो.

त्या त्यांच्या मोटारीजवळ आल्या तेव्हा मी नावा ठेवलेल्या शेडच्या मागे उभा होतो, पण माझ्याकडं पाहताच त्या मोटार चालवत निघून गेल्या.

इथले नियम विचित्रच होते. मोठ्या मुलांना मऊ खुर्च्यांवर बसायला मिळायचं आणि लहान मुलांना टणक लाकडी खुर्च्यांवर बसायला लागायचं. खुर्चीवर बसून

टेलिव्हिजन बघत असताना एखादा मोठा मुलगा येऊन आम्हाला दुसऱ्या खुर्चीत बसायला सांगे. तो मुलगा आमच्यापेक्षा एखाद्या दिवसाने जरी मोठा असला, तरी आम्हाला त्याचं म्हणणं ऐकावं लागे. मार्गरिट होममधले नियम असले होते.

टेलिव्हिजनवर चांगली फिल्म लागली असेल, तर अंकल डेव्हही फिल्म बघायला येत. ते त्या खोलीत आल्यावर आपल्या आवडत्या मुलांना आपल्याजवळ बसायला बोलवत. त्यांच्या मांडीवर एक किंवा दोन मुलं बसत आणि बाकीची त्यांच्या पायाजवळ बसत. त्यांना आळीपाळीने त्यांच्या गुडघ्यावर बसायला मिळे आणि तो त्यांना मोठ्ठा मान किंवा हक्क वाटे. त्यांच्या गुडघ्यावर बसल्यावर काही मुलांच्या चेहऱ्यावर खूप आनंद दिसे. त्यांना वाटे की, त्यांना मिळालेल्या ह्या मानामुळे बाकीच्या मुलांना त्यांचा हेवा वाटतोय. मला तो मान अजिबात नको होता. त्यामुळे त्यांना पाहिजे तितका वेळ अंकलच्या मांडीवर बसायला मिळालं, तरी माझी काही एक तक्रार नव्हती.

सुट्टीच्या दिवशी, ज्या मुलांना इथं फारसं काही करायला मिळत नसे, त्यांच्याबरोबर बीचवर जाऊन आम्हाला फूटबॉल खेळता येत असे. अंकल डेव्ह आपल्या आवडत्या मुलांना घेऊन बोटिंगला जात. बोटिंग झाल्यावर तीच मुलं अंकल डेव्हबरोबर त्यांनी विकत घेऊन दिलेल्या सायकलींवर बसून शेतांमधून, खेड्यांमधून हिंडत राहत. बाकीची मुलं स्वत:ची करमणूक स्वत:च करून घेत.

"इथं काही वर्षं घालवल्यावर तुम्हाला सायकली मिळतात का?" मी एका मुलाला विचारलं.

"असं काही नाही. मी कितीतरी वर्षांपासून इथं आहे, पण मला नाही मिळाली अजून सायकल." तो म्हणाला.

"का बरं?"

"कारण मी अंकल डेव्हना आवडत नाही."

"तुझं नाव काय आहे?"

"स्पेकी बॉय."

"ह्याच नावानं तुला बोलावतात?"

"हो."

"ह्या नावानं का बोलावतात ते तुला?"

"मी चश्मा लावतो ना, म्हणून."

मी त्याच्याकडे पाहिलं. चश्म्याची दोन्ही भिंगं एकत्र राहावीत आणि ती त्याच्या चेहऱ्यावरून खाली पडू नयेत म्हणून त्यानं तिथं पट्ट्या लावलेल्या होत्या. त्याचा चेहरा म्हणजे एक मोठ्ठं भगदाड वाटत होतं.

एके दिवशी माझी एका मोठ्या मुलाबरोबर मारामारी झाली. त्यानं मला इतकं

बेदम मारलं की, माझ्या डोळ्यांखाली काळी-निळी वर्तुळं दिसू लागली. माझा एक ओठ रक्ताळला आणि ढुंगणालाही दोन्ही बाजूंना जबर मार बसला.

"मारामारी कशी करायची ते शिकवावं लागेल मला तुला." अंकल डेव्ह म्हणाले.

"हं!"

"माझ्या कुस्तीच्या वर्गाला ये तू!"

स्पेकी बॉयला मी सांगितलं की, मी माझी ताकद वाढवण्यासाठी अंकल डेव्हच्या क्लासला जाणार आहे.

"तुला यायचंय तिथं?" मी त्याला विचारलं.

"बोलावणं यावं लागतं बाबा त्यासाठी." तो म्हणाला.

"मी बोलावतोय ना तुला!"

"तू बोलावून नाही चालत."

"मग?"

"फक्त अंकल डेव्हच बोलावू शकतात तुम्हाला." तो म्हणाला.

बेडरूमच्या शेजारच्या अंकल डेव्हच्या बैठकीच्या खोलीत कुस्तीचा सराव केला जाई. मी आणि आणखी तीन मुलं कमरेच्या वरचे कपडे काढून फक्त शॉर्टस्‌वर उभे होतो तिथे. कुस्तीचे डावपेच शिकण्यासाठी आम्ही तयार होतो.

कुस्ती म्हणजे काय हे दाखवण्यासाठी त्यांनी दोन मुलांना कुस्ती करून दाखवायला सांगितलं. मी आणि आणखी एक मुलगा ती मॅच मोठ्या उत्सुकतेनं पाहत होतो. अंकल डेव्ह ह्या मॅचचे रेफ्री होते. दुसऱ्या मुलाचे खांदे पकडून तीन म्हणायच्या आत तुम्ही त्या मुलाला जमिनीवर लोळवलंत, तरच तुम्ही ती मॅच जिंकू शकत होता. ती दोन्ही मुलं तुल्यबळ होती. त्यामुळे कोणीच कोणाला जमिनीवर लोळवू शकत नव्हतं. शेवटी डेव्ह अंकलना कंटाळा आला. त्यांनी मॅच थांबवून ती ड्रॉ-तुल्यबळ झाली असल्याचं जाहीर केलं.

आता माझी आणि ज्यानं मला बेदम मारलं होतं, त्या मोठ्या मुलाची कुस्ती होणार होती.

"मी नाही कुस्ती करणार ह्याच्याशी." मी म्हटलं.

त्या मुलानं माझ्याकडं डोळे वटारून पाहिलं. अंकल डेव्ह म्हणाले की, ती मैत्रीपूर्ण मॅच असल्यानं मला घाबरायचं कारण नव्हतं. तेच रेफ्री होणार होते. त्यामुळे तो नीट खेळतोय की नाही इकडं त्यांचं लक्ष असणार होतं.

"ही शरणागतीची मॅच आहे."

"म्हणजे काय?"

"म्हणजे तू शरण आलास की हरलास." तो मोठा मुलगा खोचून बोलला.

मी त्याच्याकडं पाहिलं. तो पंधरा वर्षांचा होता आणि आकारानं माझ्या दुप्पट

होता. मॅच सुरू होताच त्यानं माझ्या गळ्याभोवती हात टाकून माझा गळा आवळून टाकला. त्यानं मला इतकं घट्ट पकडलं होतं की, मला पार गुदमरायला होत होतं.

"हरलास? हार पत्करतोयस?" त्यानं विचारलं.

"हाताचा विळखा ढिला कर." अंकल डेव्ह ओरडले आणि तो हाताचा विळखा सैल करून थोडासा दूर झाला.

माझ्याजवळ परत आल्यावर त्यानं जमिनीवर गुडघे टेकले आणि मला पकडून खाली ओढलं. मी दाणकन ढुंगणावर आदळलो. मग त्यानं मला पालथं पाडलं आणि तो माझ्या पाठीवर बसला. त्यानं आपले हात माझ्या हनुवटीखाली नेऊन माझं डोकं वर उचललं.

"हार मान." तो घोगऱ्या आवाजात ओरडला.

तो मुलगा आता माझी मान तोडतोय की काय असं मला वाटलं. मी हार मानणारच होतो, पण तितक्यात अंकल डेव्ह ओरडले, "त्याच्यावरची पकड सैल कर."

त्या मुलानं मला ठिकठिकाणी आदळलं. वेगवेगळ्या प्रकारे पकडून ठेवलं, पण मी त्याचा काहीच प्रतिकार करू शकत नव्हतो. तो माझ्यापेक्षा वयानंही खूप मोठा होता आणि शक्तीनंही. त्यानं मला परत जमिनीवर लोळवून माझे दोन्ही हात पिरगाळले. तो माझा हात तोडणारच होता, तेवढ्यात अंकल डेव्ह परत ओरडले, "ढिली कर पकड." नंतर त्यानं आपल्या दोन्ही पायांनी माझा गळा दाबायला सुरुवात केली. माझा श्वास बंद होतोय की काय अशी मला भीती वाटू लागली.

"हार मान. हार मान." माझा गळा दाबत तो ओरडत होता. अंकल डेव्ह माझ्या तोंडाजवळ गुडघे टेकून बसले होते. मी माझा चेहरा दुसऱ्या बाजूला वळवायचा प्रयत्न करू लागलो. चेहरा वळवल्याने मला त्या मुलाच्या मांडीचा चावा घेता आला. मी पूर्ण शक्ती एकवटून त्या मुलाच्या मांडीचा चावा घेतला.

"आई गं!" तो मुलगा जिवाच्या आकान्तानं ओरडला.

"सँडी, चावणं थांबव." अंकल डेव्हही जोरात ओरडले, पण मी त्यांच्याकडं लक्षच दिलं नाही. एखाद्या जळूप्रमाणे माझं तोंड त्याच्या मांडीला घट्ट चिकटलं होतं आणि तो माझ्या पाठीवर जोरात गुद्दे मारत डुकराप्रमाणे ओरडत होता.

"चावणं बंद करणार आहेस की नाहीस तू?" अंकल डेव्ह माझ्यावर ओरडले. शेवटी अंकल डेव्ह आणि इतर काही मुलांनी मध्ये पडून मला त्याच्यापासून दूर केलं, पण त्यासाठी त्यांना खूपच आटापिटा करावा लागला.

त्या दिवसानंतर मी कधी म्हणून कुस्तीच्या वाटेला गेलो नाही. त्याचं मला काही वाईटही वाटलं नाही. पुढेही टेलिव्हिजनवरच्या कुस्त्या पाहूनच माझं पोट भरे.

एव्हाना माझी आणि स्पेकी बॉयची चांगली मैत्री जमली होती. तो माझ्या शोधात असे आणि मी त्याच्या.

एकदा मी त्याला विचारलं, ''एखाद्या मोठ्या मुलानं भांडण उकरून काढलं, तर काय करायचं हे माहीत आहे तुला?''

''नाही.'' तो म्हणाला.

''मी सांगू तुला?''

''हो. सांग ना.''

मी पटकन गुडघ्यांवर बसून त्याचे पाय ओढले. त्याबरोबर तो दाणकन खाली आपटला.

''हेच करायचं असतं आपण. त्याचे पाय धरून त्याला खाली ओढलं की, तो जमिनीवर आपटतो आणि मग आपण त्याला चांगला धडा शिकवू शकतो.''

मी त्याला गुडघ्यावर बसून दुसऱ्याचे पाय कसे ओढायचे ते दाखवलं. त्यानं एक-दोनदा ते कसं करायचं ते पाहिल्यावर त्यानंही माझे पाय ओढून मला दोन-तीनदा खाली आपटवलं. कुस्तीचा हा डावपेच खेळल्यावर आम्हाला तहान लागली. आम्ही पाणी प्यायला आत जाऊ लागलो तेव्हा तिथल्या दरवाजावर एक मोठा मुलगा उभा होता.

''कुठं चाललायत तुम्ही?'' त्या मुलानं गुरकावून विचारलं.

''आत.'' स्पेकी बॉय म्हणाला.

''आत नाही जायचं कोणी.''

''का बरं?''

''कारण अंकल डेव्हनं मला इथं उभं केलंय आणि सांगितलंय की, कोणालाही आत पाठवू नकोस.''

''पण आम्हाला तहान लागलीये. पाणी प्यायचंय.''

''विसरा आता ते. पळा इथून!'' म्हणून त्यानं स्पेकी बॉयला ढकललं. मग आम्ही तिथून दुसरीकडं निघून गेलो.''

''तू त्याला ढकलू का दिलंस?''

''तेवढ्या मोठ्या मुलाच्या बाबतीत आणखी काय करू शकत होतो मी?''

''का बरं? मोठ्या धटिंगण मुलांबरोबर कसं वागायचं ते मी सांगितलय ना तुला?''

''हो.''

''तू त्याचे पाय का नाही ओढलेस खाली बसून?''

''कारण....''

''हं. काय कारण होतं?''

“कदाचित त्याच्यावर त्या ट्रिकचा काही उपयोगही झा नसता.”

“नक्की उपयोग झाला असता. त्यांना फक्त त्यांच्या ढुंगणावर आपटवायचं असतं आणि आपल्या युक्तीचा उपयोग करायचा असतो.”

“तू कर ना ते.”

“मी?”

“हो, तू.”

“मी करावं असं का वाटतं तुला?”

“कारण माझ्यापेक्षा तू ते जास्त चांगलं करशील सँडी.”

“पण तुलाही कळलं पाहिजे ते कसं करायचं ते. मला जसं तू बीचवर आपटलंस ना, तसंच ह्यालाही आपटव. बरोब्बर होईल सगळं!”

“तुला वाटतं असं?”

“अरे, नक्की जमेल तुला. जा परत त्याच्याकडे आणि तुला जमतंय की नाही ते पाहा.”

“तू येशील माझ्याबरोबर?”

“हो, येईन ना! तिथं जाऊन तू त्याला सुनाव की, त्याला आवडो न आवडो, तू आत जाऊन पाणी पिणारच आहेस. त्यानं नाहीच जाऊ दिलं, तर त्याचे पाय खाली बसून ओढ आणि त्याला ढुंगणावर आपटू दे.”

“आता काय पाहिजेय तुला?” त्या मोठ्या मुलानं विचारलं.

“पाणी प्यायचंय मला.”

“एकदा सांगितलं ना की, आत जायचं नाही म्हणून? जातोयस की नाही इथून?”

त्यानं माझ्याकडं पाहिलं. मी मान हलवून संमती दिल्यावर तो पटकन गुडघ्यावर बसला. तशी त्या मोठ्या मुलानं त्याच्या पेकाटात हाणलं आणि त्याचा चश्मा फोडून टाकला. ह्या गोष्टीचा स्पेकीला जास्त सराव करावा लागेलसं मला वाटलं.

जसजसे दिवस जात होते तसतशी अंकल डेव्हची काही मोठ्या मुलांवरची मर्जी कमी होत होती आणि इतर काही मुलं त्यांना आवडायला लागली होती. मी इथं येऊन जवळ-जवळ एक वर्ष झालं होतं. अंकल डेव्ह आता माझ्यात जास्त रस घेऊ लागले होते. अजूनसुद्धा मला ही जागा तितकीशी आवडत नव्हती, पण आणखी काही काळ मला तिथंच राहावं लागणार असं दिसत होतं. त्यामुळं माझं तिथलं राहणं जास्तीत जास्त सुसह्य करायचा प्रयत्न मी करत होतो.

एके दिवशी अंकल डेव्हनी एका सायकलला चेन लावता लावता मला ओरडून विचारलं, “तुला चालवायचीये सायकल सँडी?”

“हो.”

"सायकल चालवता येते तुला?"

"हो."

"चालवून दाखव बरं ही सायकल."

मी उडी मारून सायकलवर बसलो. त्या रस्त्यावर आणि पूर्ण बिल्डिंगभोवती ती सायकल फिरवून आणली.

"वा! छान चालवतोस की!" ते म्हणाले.

"हं!"

"आता बाहेर रस्त्यावर सायकल कशी चालवायची ते फक्त शिकवावं लागेल तुला." ते म्हणाले.

"हं!"

मग मी, आणखी दोन मुलं आणि अंकल डेव्ह एलीच्या रस्त्यावरून सायकली चालवत राहिलो. आम्ही गावाबाहेरच्या रस्त्यांवरही सायकलनं गेलो. मस्त मजा आली, पण गावाबाहेरच्या उंच टेकडीवर आल्यावर माझी दमछाक होऊ लागली. चांगलाच चढ होता तिथं. इतर दोघांच्या बरोबरीनं सायकल चालवायला मला फारच आटापिटा करावा लागत होता. मी सायकलवरून खाली उतरून तिला ढकलत पुढे नेण्याचा विचार करत होतो, तेवढ्यात मागून अंकल डेव्ह येऊन म्हणाले, "हे, टेकडीवर सायकल चालवायला तुला बराच त्रास पडतोयसं दिसतंय." मग त्यांनी माझ्या ढुंगणावर हात ठेवून मला पुढं जायला आधार दिला. जिथं जिथं चढ यायचा, तिथं तिथं ते माझ्या ढुंगणावर हात ठेवून मला पुढं रेटत होते. मला टेकडीवर सायकल चालवायची सवय झाल्यावर त्यांना मला असा आधार द्यावा लागणार नव्हता. शिवाय होमच्या बाहेर पडून असं मोकळ्या रानात हिंडायला खूप छान वाटत होतं. थोड्या दिवसांनी त्यांनी मला विचारलं, "तुला 'याच' शर्यतीची लहान बोट चालवायला आवडेल का?" मग तेच म्हणाले, " 'याच' चालविण्याआधी तुला 'पंट' पसरट नाव वल्हवायचा सराव करावा लागेल." मी आणि त्यांनी पोहताना घालतात तशी अर्धी चड्डी बोट वल्हवताना घातली होती. काही अंतर नाव चालवल्यावर त्यांनी नाव थांबवली.

"नाव का थांबवलीत तुम्ही?" मी

"इथपर्यंतच आणतो आम्ही नावा." ते म्हणाले.

"मग परत वळायचं का आता?" मी विचारलं.

"तुला वल्हवायला शिकवण्याआधी तुला नीट पोहता येतंय की नाही ह्याची खात्री करून घ्यायला हवी मला."

"पण मला चांगलं पोहता येतं."

"ठीक आहे. मग आता बीचपर्यंत पोहत जा." ते म्हणाले.

मी बीचपर्यंतच्या अंतराचा अंदाज घेऊन म्हटलं, ''बीचपर्यंत? पण तो तर कितीतरी मैल दूर आहे.''

''तू बोट चालवत असताना काही गडबड झाली आणि बोट बुडायला लागली, तर तुला बीचपर्यंत पोहत जाता आलं पाहिजे.''

ते ऐकून मी समुद्रात उडी घेतली अन् पोहत किनाऱ्याकडं जाऊ लागलो. अंकल डेव्ह माझ्यावर नजर ठेवत ती पसरट नाव, पंट वल्हवत आणू लागले. थोडं अंतर पोहत गेल्यावर मला समुद्री वनस्पती असलेल्या पाण्यातून पोहत जावं लागलं. त्या जंजाळातून पोहत पुढं जाणं फारच जिकिरीचं काम होतं. पण ते म्हणाले, ''नेटानं पोहत राहा. नाहीतर नावाडी होण्यात काहीच अर्थ नाही.'' मी किनाऱ्यावर पोहचलो तेव्हा माझ्या अंगातलं सगळं त्राण संपलेलं होतं. मला श्वास घेणंही जड जात होतं. शेवटी शेवटी तर मी बुडतोय की काय अशी भीती मला वाटू लागली होती.

अंकल डेव्हच्या आरामकक्षात मला इतर काही मुलांबरोबर बऱ्याच वेळा बोलवण्यात येऊ लागलं. होममधली इतर मुलं बिछान्यात शिरून झोपून गेलेली असत, पण आम्हाला रात्री उशिरापर्यंत फिल्म्स पाहता येत. भरपूर बिस्किटं आणि पाहिजे तेवढा फळांचा रस मिळे.

रात्र झाल्यावर बिळातनं उंदीर बाहेर येत. धान्याच्या कणगीपाशी आणि सायकल शेडमध्ये भरपूर उंदीर असत. तिथं त्यांची खुडबुड चाले. अंकल डेव्हकडे एक रायफल होती. ते उंदरावर नेम धरून गोळी मारण्यासाठी ती मुलांच्या हाती देत. त्यांनी मला एकदा विचारलं, ''तुला वापरायचीये का रायफल?'' मग त्यांनी मला रायफलमध्ये गोळ्या कशा घालायच्या ते दाखवलं. एका उंदरावर नेम धरून मी रायफलचा घोडा ओढला आणि तो उंदीर मरून पडला. ''वा! छान नेम आहे की तुझा!'' म्हणून त्यांनी मला शाबासकी दिली. तेव्हाच त्यांनी मला पिटनवीमच्या रायफल क्लबला न्यायचं ठरवलं.

शाळेची उन्हाळ्याची सुट्टी सुरू झाली होती. सुट्टीसाठी आपल्याबरोबर बटलीन्सला कोणत्या मुलांना न्यायचं, ह्याचा अंकल डेव्ह विचार करत होते. त्या ट्रीपला आपल्याला जायला मिळावं, असं मला खूप वाटत होतं. काही मोठ्या मुलांना अंकल डेव्हनी ती सुट्टीला त्यांच्याबरोबर जाणार होती, हे आधीच सांगितलं होतं; पण माझ्यासारख्या काही मुलांना आपल्याला ती संधी मिळतेय की नाही ह्याची वाट बघावी लागणार होती. सुट्टीला जायला एक आठवडा असताना ते माझ्या बेडरूममध्ये आले. त्यांनी मला झोपेतून उठवून गुपचूप आपल्याबरोबर यायला सांगितलं. आपल्या विश्रांती घ्यायच्या लाउंजमध्ये नेऊन त्यांनी मला खुर्चीत बसून टेलिव्हिजन पाहायला सांगितलं. मग ते सँडविच करायला आत गेले. येताना

माझ्यासाठी बिस्किटं आणि फळांचा रस घेऊन आले. माझं खाऊन-पिऊन झाल्यावर त्यांनी मला त्यांच्या मांडीवर बसायला सांगितलं. ते करावं की नाही, हे मला कळत नव्हतं; पण खरं सांगायचं, तर बाकीची मुलं झोपलेली असताना मला इथं वर येऊन त्यांच्या खोलीत टेलिव्हिजन पहायला मिळतोय, बिस्किटं-ज्यूस वगैरे मिळतंय ह्या गोष्टीचा मला खूप आनंद होत होता. मला वाटलं की, मी एक खास मुलगा आहे. अंकल डेव्हना मी आवडायला लागलोय. ते मला उत्साह वाटेल, मजा येईल अशा वेगवेगळ्या गोष्टी करू देत आहेत, ह्या गोष्टीचाही मला आनंद होत होता. शिवाय आपल्याबरोबर कोणकोणत्या मुलांना बटलिन्सला न्यायचं ही गोष्ट त्यांनी अजून ठरवलेली नव्हती, हेही मला माहीत होतं. मला सुट्टीसाठी त्यांच्याबरोबर जावंसं वाटत होतं. ह्या सगळ्या गोष्टींचा विचार करून मी त्यांच्या गुडघ्यावर जाऊन बसलो.

"बटलिन्सला कोणा-कोणाला न्यायचं, हे ठरवलंत तुम्ही अंकल डेव्ह?"

"नाही. अजून विचार चाललाय माझा."

"मला नेणार आहात तुम्ही?" डोकं वळवून मी त्यांना विचारलं.

"बऱ्याच गोष्टींवर अवलंबून आहे ते."

"कोणकोणत्या गोष्टींवर?"

"म्हणजे आजपासून पुढच्या आठवड्यापर्यंत तू कसा वागतोस ह्यावरही ते अवलंबून आहे."

"का बरं? मी चांगलाच वागतोय की! इथं आल्यानंतर कितीतरी दिवसांत मी कोणाशी भांडलेलोपण नाही."

त्यांनी माझ्या केसांना आणि मानेला थोपटलं. त्यांचा तो स्पर्श मला आवडला नाही. मी त्यांचा हात पटकन बाजूला केला.

"बटलिन्सला तुम्हाला काय-काय मिळेल हे माहीत आहे तुला सँडी?"

"हो. सुट्टी घालवायला मिळेल."

"आधी कधी गेलायस तू सुट्टीवर?"

"हो. मी ग्रीनबँक्सला असताना आम्ही सेंट अँड्र्यूजच्या जत्रेला गेलो होतो."

"पण बटलिन्स सेंट अँड्र्यूजपेक्षा कितीतरी पटीनं जास्त चांगलं आहे."

"का बरं? अँड्र्यूजला समुद्रकिनारा होता."

"बटलिन्सलाही समुद्रकिनारा आहे."

ते म्हणाले, "बटलिन्सला एक जत्रेचं मैदान आहे. तिथले खेळ फुकट खेळायला मिळतात. पाहिजे तितक्यांदा, तुम्हाला कंटाळा येईपर्यंत एकेका चक्रावर बसता येतं. बटलिन्सला एक चित्रपटगृहही आहे. एक संगीत-नृत्याच्या कार्यक्रमाचा हॉल आहे. तिथं रात्रभर मोठमोठे कलाकार गाणी गातात, विनोद सांगतात. तुम्हाला

बाहेर जाऊन पोहता येतं. बाहेर जायचं नसेल, तर बिल्डिंगमधल्या पोहण्याच्या तलावात पोहता येतं. शिवाय बिलियर्डस्, टेबलटेनिस, छोट्या छोट्या गाड्या पळवण्याचा खेळ ह्यांपैकी काहीही खेळता येतं. बटलिन्समध्ये तुम्हाला काय पाहिजे ते करता येतं.''

''मला घेऊन जा ना प्लीज.''

''विचार करेन मी तुझ्या विनंतीचा.'' ते म्हणाले.

त्यांनी माझ्या कपाळाचा मुका घेतला. आता त्यांचा एक हात माझ्या कंबरेभोवती होता आणि दुसऱ्या हाताने ते माझ्या चेहऱ्याला, मानेला कुरवाळत होते. हळूहळू त्यांचा हात खाली खाली आला. ते माझ्या पायजम्याच्या इलॅस्टिकशी चाळा करू लागले. मी ताठरू लागलो. ते पाहून ते म्हणाले, ''सँडी, काही काळजी करू नकोस. तू मला खूप आवडतोस. तुला त्रास होईल, इजा होईल असं काहीएक करणार नाही मी.'' त्यांचा आवाज अगदी मऊ, हळुवार आणि सुखावणारा होता. बोलता बोलता त्यांचा एक हात माझ्या पायजम्याच्या आत गेला. मी पटकन माझा हात घालून त्यांचा हात अडवला.

''तिथं हात लावू नका.'' मी जोरात म्हटलं. माझ्या बोलण्याचा पाहिजे तो परिणाम झाला आणि त्यांनी त्यांचा चाळा लगेच थांबवला. मग त्यांनी परत तो प्रयत्न केला नाही. मला मांडीवरून उठवून ते स्वत: उठून उभे राहिले. पहिल्यांदा मला वाटलं की, ते माझ्यावर रागावले असावेत; पण त्यांनी माझ्या खांद्यावर हात ठेवला तेव्हा मला वाटलं की, ते खूप बैचेन होते. मग आम्ही परत जिन्यावर आलो आणि माझ्या लक्षात आलं की, अंकल डेव्ह कर्र कर्र असा आवाज करणारी प्रत्येक पायरी टाळून पाय टाकत होते. मग मीही तसंच केलं. मी अंथरुणात शिरून हनुवटीपर्यंत ब्लँकेट ओढून घेतलं. माझ्या कपाळाचा हळुवारपणे मुका घेऊन ते हळूच दुसरीकडं गेले. त्यांनी आणखी एका मुलाला झोपेतून उठवलं आणि आपल्या हातांवर उचलून ते त्याला घेऊन गेले. गंमत म्हणजे मला त्या मुलाबद्दल जराही सहानुभूती, दु:ख झालं नाही. बटलिन्सला जायची आपली संधी हुकतेय की काय, हाच घोर त्या वेळी मला लागलेला होता.

एक-दोन दिवसांनी होममधल्या वनस्पतींचं रक्षण करण्यासाठी केलेल्या खास खोलीच्या खिडकीची काच कोणीतरी फुटबॉलनं फोडून टाकली. त्यामुळे अंकल डेव्ह भयंकर संतापले. ''होममधल्या सगळ्या मुलांना चांगली शिक्षा करतो.'' असं ते म्हणाले. आम्हा सगळ्यांना घेऊन ते बिल्डिंगच्या छतावर गेले. आम्ही एका कॉरिडॉरमध्ये उभे होतो. बिल्डिंगच्या ह्या भागात मी आजवर कधी आलो नव्हतो, पण काही मुलं ह्यापूर्वीही इथं आली होती. त्यांनी सांगितलं, ''आंट मार्गारेटची ही बेडरूम आहे.'' सगळी मुलं चिंतेत होती. पुढं काय होणार ह्या कल्पनेनं एक

लहान मुलगा तर रडायलाच लागला. एका मोठ्या मुलाचा चेहरा विचित्र दिसत होता. ''काय झालंय तरी काय तुला?'' मी त्या मोठ्या मुलाला विचारलं. तो म्हणाला की, त्याला ह्याआधी चार-पाचदा फटके मिळाले होते त्यामुळे त्याला संडासला जावंसं वाटत होतं.

अंकल डेव्ह म्हणाले, ''आता लहान मुलांच्या उघड्या कुल्ल्यांवर छडीचा आणि मोठ्या मुलांच्या उघड्या कुल्ल्यांवर कातडी पट्ट्याचा मार मिळेल.'' त्यांनी पहिल्यांदा त्या रडक्या मुलालाच पकडलं. त्याची भीतीनं बोबडीच वळली. शर्टची कॉलर पकडून ते त्याला खोलीत घेऊन गेले. नंतर कितीतरी वेळ त्याला छडीनं मारल्याचा आणि त्याच्या विव्हळण्याचा आवाज येत होता. बाहेर आला तेव्हा त्याचे डोळे रडून-रडून सुजून आले होते. मग त्याच्यानंतरचा मुलगा आत गेला. माझा नंबर येईपर्यंत मी फार बैचेन झालो होतो. त्यांच्या शॉर्टमध्ये एका बाजूला खोचलेला पट्टा पाहून मी म्हटलं, ''त्यानं नाही मारायचं तुम्ही मला.'' अंकल म्हणाले, ''अरे, तू नको काळजी करूस. ह्यानं मी फक्त मोठ्या मुलांना मारतो.'' मी त्यांच्याकडे बघत उभा राहिलो. मग ते म्हणाले, ''मला माहीत आहे की, ती खिडकी तू नाही तोडलीस. त्यामुळे तुझ्याबरोबर मी नरमाईनेच वागणार आहे.'' त्यांनी मला शॉर्टस् आणि आतली चड्डी काढायला लावून आपल्या गुडघ्यावर पडायला सांगितलं. मी त्यांच्याकडं दुर्लक्ष केलं. तसं ते म्हणाले, ''तुला बटलिन्सला यायचंय की नाही? तू असाच वागत राहिलास, तर तुला सुट्टीसाठी बटलिन्सला नाही यायला मिळणार. तुला तिथं यायचं असेल, तर मी सांगतोय तसं कर.'' त्यांनी माझ्या कुल्ल्यांवर जोरात छडी मारली. माझ्या मनात बटलिन्सचा विचार नसता, तर मार मिळाल्यानंतर मी त्या बिल्डिंगमधल्या एकूण एक खिडक्या तोडून टाकल्या असत्या.

बटलिन्सला त्यांच्याबरोबर कोण-कोण जाणार ह्याची यादी शेवटी त्यांनी वाचून दाखवली. त्या यादीत माझंही नाव होतं.

''मला माहीत होतं मला तिथं जायला मिळणार नाही म्हणून.'' स्पेकी बॉय म्हणाला.

''माझं नशीब चांगलं म्हणून त्यांनी माझी निवड केली.'' मी म्हणालो.

''तसं नाहीये. अंकल डेव्हना तू आवडतोस.''

''तूही आवडतोस त्यांना.''

''मी कोण्णाला आवडत नाही.'' एक लांब उसासा टाकून तो म्हणाला.

शेवटी अंकल डेव्हबरोबर आम्ही काही मुलं सुट्टीसाठी बटलिन्सला गेलो. बटलिन्सला अंकल डेव्हनी सांगितलं होतं ते सगळं होतं. खरंतर ते अंकलनी

सांगितल्यापेक्षाही जास्त चांगलं होतं. सेंट मार्गरिटप्रमाणेच बटलिन्सच्या जत्रेची जागापण समुद्रकिनाऱ्याला लागून होती. जत्रेत असतात तशी खेळायची कितीतरी चक्रं होती तिथं. वेगवेगळे करमणुकीचे कार्यक्रमही होते.

हा ऐरशायरपासून खूप लांबच्या टप्प्याचा प्रवास होता; पण अंकल डेव्हनी हळू आणि काळजीपूर्वक गाडी चालवली. आम्ही दिवसाउजेडीच बटलिन्सला पोहचलो. व्हॅनमध्ये मला स्पेकी बॉयची खूप आठवण आली. त्याला आमच्याबरोबर सुट्टीला यायला न मिळाल्यानं मला उदास वाटत होतं, पण बटलिन्सच्या हॉलिडे कॅंपला पोहचल्यानंतर पाच मिनिटांतच मी स्पेकीला पार विसरून गेलो. तिथं पोहचल्यावर मी काळ्या-निळ्या माशीप्रमाणे इकडून तिकडे अन् तिकडून इकडे हिंडत राहिलो. अंकल डेव्ह माझी औषधं आणायला विसरले होते. त्यामुळे माझी अवस्था उंचावर उडणाऱ्या पतंगासारखी झाली होती.

आम्हाला राहण्यासाठी तीन लाकडी घरं मिळाली होती. एका लाकडी घरात मी आणि आणखी चार मुलं राहत होतो. सुट्टीमध्ये अंकल डेव्हनी नियमात थोडी सूट दिली होती. रात्री अंथरुणात पडल्या पडल्या आम्ही बराच वेळ बडबडत असू. दुसऱ्या दिवशी काय काय गमती करायच्या ह्याबद्दल बोलत राहून मी बाकीच्या मुलांना रात्री खूप उशिरापर्यंत जागं ठेवत होतो. त्या ठिकाणी करायला इतकं काही होतं की, कंटाळा यायला वेळच नव्हता. पैसे फक्त मोटर रेसिंगसाठी द्यावे लागायचे. एकदा अंकल डेव्हनी माझ्यासाठी पाचदा पैसे भरले. मग मात्र ते म्हणाले, ''बास झालं आता. आता फुकटात खेळता येणारा दुसरा एखादा खेळ खेळ.''

साधारणपणे सुट्टीचे चांगले दिवस कधीही संपावेसे वाटत नाहीत, पण मी मात्र सुट्टीच्या शेवटच्या दिवसाची आतुरतेनं वाट पहात होतो. माझ्या दृष्टीनं तो ह्या सुट्टीतला सगळ्यात चांगला कार्यक्रम होता. शेवटच्या दिवशी होती कुस्तीची चुरशीची मॅच. आम्ही ही मॅच पाहायला जाणार होतो. सगळ्यात जास्त पैसे घेणाऱ्या पहिलवानाचं नाव गुलदस्त्यात ठेवलं होतं. कारण तो येईल की नाही ह्याबद्दल शंका होती. त्याचं नाव काय असेल ह्याबद्दल अंदाज करून माझं डोकं गरगरायला लागलं होतं. मिक-मिक-मनस, जॅकी पेलो, लेझ केलेटसारखी कितीतरी नावं माझ्या डोक्यात येत होती. कुस्ती करायला पहिल्यांदा जो पहिलवान आला, त्याचं नाव ह्याआधी मी कधी ऐकलं नव्हतं. त्याच्याकडं पाहिलं, तर तो मुलगा पहिलवान आहे असं वाटत नव्हतं. मी त्याच्याकडे फारसं लक्षच दिलं नाही. तो कोणाशी कुस्ती लढणार आहे, ह्याची मी उत्सुकतेनं वाट पाहत होतो. रिंग मास्टरनी घोषित केलं की, त्याचा प्रतिस्पर्धी होता, केंडो नागासाकी. रिंगजवळ त्याच्या नेहमीच्या मुखवट्यानिशी तो तयार उभा होता. नागासाकीचा प्रशिक्षक त्याच्याबरोबर आलेला नव्हता. त्यामुळे प्रशिक्षकाचं काम करायला कोणी आपणहून

येतंय का, ह्याची विचारणा करण्यात आली. अंकल डेव्ह झटकन उठून रिंगमध्ये गेले. त्यांनी मॅचपूर्वी त्याचं अंग सैल करण्यासाठी त्याच्या सर्वांगाला मालिश केलं. नागासाकीनं रिंगमध्ये पाऊल टाकल्याबरोबर तो खरा नागासाकी आहे की नाही ह्याची मला शंका आली. मी टेलिव्हिजनवर सगळ्या पहिलवानांच्या कुस्त्या पाहिल्या होत्या. ह्या पहिलवानात नागासाकीच्या शरीराचा अवाढव्यपणा अजिबात नव्हता. माझी खात्री झाली की, मुखवट्यामागचा नागासाकी खोटा आहे. पहिला राऊंड संपता संपता मी आपली सीट सोडून हळूहळू नागासाकीच्या बाजूला सरकलो. अंकल डेव्ह त्याच्या शरीराला थोपटत असताना मी तिथं गेलो. मी त्यांना त्याचा मुखवटा काढायला सांगितलं. तो नागासाकी खोटा होता, हे मला दाखवून द्यायचं होतं. पण ते म्हणाले, "जा आणि गुपचूप बस बरं तिथं." नागासाकीनं कुस्तीची ती मॅच जिंकली, पण तो रिंगण सोडून निघाला तेव्हा मी तिरस्कारानं 'बूऽऽऽ' असा आवाज केला. अजूनही मला आशा होती की, मुख्य कुस्तीत तरी गाजलेले पहिलवान कुस्ती करतील.

अचानक घोषणा झाली, "बंधु भगिनींनो, आता येतोय तो पहिलवान आफ्रिकेच्या घनदाट जंगलातून आलेला आहे. हजारो मैलांचा प्रवास करून तो बटलिन्स हॉलिडे कॅंपच्या श्रेष्ठ रिंगणात आला आहे. ह्या भयंकर जादूटोणा करणाऱ्या मांत्रिकाचं, मासाबुलाचं टाळ्यांच्या कडकडाटानं स्वागत करा."

हा खरा पहिलवान वाटत होता. सगळ्यांनी 'बू' करून त्याला हतोत्साहित करण्याचा प्रयत्न केला, पण मला मात्र खूप चेव आला होता. मासाबुला शरीरभर वाघाचं कातडं पांघरून रिंगणात आला. रिंगमास्टरनी सांगितलं की, मासाबुलानं फक्त हातांनी जबडा फाडून एका भयानक ढाण्या वाघाला मारलं होतं. त्याच्याशी कुस्ती करणाऱ्या पहिलवानाकडं मी नजर टाकली. त्याचे पाय लटालटा कापत होते. मासाबुलानं गोल गोल डोळे फिरवत त्याच्याकडं पाहिलं तेव्हा माझी खात्री झाली की, तो त्या प्रतिस्पर्ध्याचा लोळा-गोळा करणार होता.

सुट्टीचे दिवस फारच मजेत गेले. अंकल डेव्ह माझ्याबरोबर खूपच छान वागत होते. बाकीच्या मुलांबरोबरही ते तसेच छान वागत होते. आमचा वेळ मजेत जावा, ह्यासाठी ते खरंच खूप धडपडत होते. आपल्या कष्टांचं त्यांना फारसं काही वाटत नव्हतं. माझं-त्यांचं खूप छान जमायला लागलं होतं. मला ते खूप आवडायलाही लागले होते. ते मला अगदी प्रेमळ वडलांसारखे वाटत होते. त्यांच्या स्वभावाची दुष्ट, वाईट बाजू मी जवळजवळ विसरूनच गेलो होतो; पण सगळ्या चांगल्या गोष्टी शेवटी संपतातच.

सेंट मार्गरिटला परत आल्यावर मला सायकलच्या जास्त फेऱ्या मिळायला लागल्या. अंकल डेव्ह मला आणि आणखी काही मुलांना घेऊन समुद्रकिनाऱ्यावर

सायकलिंग करायला नेत. कधीकधी आम्हाला ॲन्स्ट्रथरपर्यंत तर कधी क्रेलपर्यंत मजल मारता येत असे. मला मिळायची ती सायकल फार काही चांगली नव्हती. तिला गियर्स नसल्याने टेकडीवरच्या रस्त्यांवर सायकल चालवताना पायात पेटके यायला लागायचे. एके रात्री बाकी सगळी मुलं झोपलेली असताना अंकल डेव्ह माझ्याजवळ आले. मला बेडवरून उठवून ते आपल्याबरोबर वर घेऊन आले. मी त्यांच्या लाउंजमध्ये बसलो असताना ते म्हणाले, ''तुला एक मोठी आणि जास्त चांगली सायकल घेऊन द्यावी म्हणतोय.''

''केव्हा देणार?''

''लवकरच.''

''किती लवकर?''

''ते तुझ्यावर अवलंबून आहे.''

''म्हणजे?''

ते उठून आपल्या बेडरूममध्ये गेले. मीसुद्धा त्यांच्या मागोमाग गेलो.

''केव्हा घेऊन देणार आहात मला जास्त चांगली सायकल?''

''उद्या.''

''खरं?''

''हो.''

''नवी सायकल?''

''हो!''

''रेसर? शर्यतीची सायकल?''

''तुला रेसर पाहिजेय?''

त्यांनी कपडे काढायला सुरुवात केली. आतल्या चड्डीसकट सगळे कपडे त्यांनी काढून टाकले आणि अंगावर ब्लँकेट घेऊन ते बिछान्यावर पडले.

''तुम्ही पायजमा नाही घालत?''

''नाही.''

''का बरं?''

''पायजम्यासाठी ही खोली फार गरम आहे.''

थोडंसं ब्लँकेट बाजूला करून त्यांनी मला बिछान्यात यायला सांगितलं. ते म्हणाले, ''पडल्या पडल्या आपण तुझ्यासाठी कोणत्या प्रकारची सायकल आणायची ते ठरवू या.'' मी म्हणालो, ''मला सगळ्यात जास्त गियरवाली रेसर सायकलच पाहिजे.'' त्यावर ते म्हणाले, ''तू म्हणशील तीच सायकल घेऊ तुला.'' मग मी सायकलबद्दल खूप खूप वेळ बोलत राहिलो. शेवटी थकून गप्प बसलो. तेव्हा ते

म्हणाले, ''ये बरं माझ्याजवळ झोपायला. सकाळी सकाळी उठवेन मी तुला. इतर मुलं उठायच्या आत तू आपल्या बिछान्यात जा.''

''हं. उडी मार बिछान्यात.'' गादीला थोपटत ते म्हणाले.

''मला रेसर सायकल नक्की मिळेल?''

''हो!''

''आई शप्पथ?''

''हो, आई शप्पथ!''

मी त्यांच्या बिछान्यात शिरलो. कुशी बदलून ते उताणे झाले. मला म्हणाले, ''ये, माझ्या छातीवर झोप.''

ते करावं की नाही ह्याबद्दल माझ्या मनात गोंधळ होता. मागच्या वेळेसारखं नव्हतं हे. त्या वेळी मी फक्त त्यांच्या गुडघ्यावर बसलो होतो. ह्यावेळी मी त्यांच्या बिछान्यात होतो. त्यामुळे मला फार असुरक्षित वाटत होतं. त्यांनी मला घट्ट पकडलं असतं, तर त्यांच्यापुढं माझं काहीच चालण्यासारखं नव्हतं. कारण ते माझ्यापेक्षा मोठेही होते आणि ताकदवानही, पण रेसर सायकलनं माझ्या मनाचा पूर्ण ताबा घेतला होता. ते आता फार हळुवारपणे वागत होते. सगळंकाही ठीक होईल, मला काही त्रास होणार नाही, ते मला इजा करणार नाहीत हे मला पटवून द्यायचा ते अटीतटीचा प्रयत्न करत होते. माझ्याभोवती हात टाकत त्यांनी मला त्यांच्या शरीरावर झोपवलं आणि माझे गाल स्वत:च्या छातीवर टेकवले.

''काय करणार आहात तुम्ही?''

''शांत हो! काही होणार नाही तुला सँडी.'' असं म्हणून त्यांनी आपले दोन्ही हात माझ्या पायजम्यात घातले. मग माझी पाठ थोपटली. खूप हळुवारपणे त्यांनी आपले हात माझ्या पाठीच्या मणक्यांवरून फिरवले.

''मला माझी सायकल नक्की मिळणार ना?''

''हो.''

''उद्या?''

''हो!'' माझ्या पायजम्याची बटणं काढून टाकत ते म्हणाले, कुल्ले वर कर.''

''मला माझी सायकल सकाळी मिळेल का संध्याकाळी?''

''दुपारी.'' त्यांनी माझा पायजमा गुडघ्यापर्यंत खाली केला.

''तिला रेसिंग हँडलबार असेल ना?''

''हो!'' आता त्यांचे हात माझ्या कुल्ल्यांवरून फिरत होते.

''आणि तिला खूप गियर्स असतील?''

''हो.'' आता मला पाठीवर झोपवून ते माझ्याशी चाळे करू लागले.

''ती माझी सायकल असेल?''

"हो." एव्हाना त्यांनी स्वत:च्या शरीराशी चाळे करायला सुरुवात केली होती.

"कोण्णाला देणार नाही मी ती सायकल."

"नको देऊस." आता त्यांचा चेहरा बदलू लागला होता.

"शप्पथ?"

"हो ऽऽऽ" त्यांचा चेहरा लाले-लाल झाला होता.

"मिळाली नाही तर बघा!"

"मिळेल रे!" त्यांचा चेहरा आता वेडावाकडा झाला होता.

"सायकल मिळायलाच पाहिजे मला."

"मिळेल म्हणून सांगितलं ना?" आणि त्यांनी नंतर माझ्याबरोबर काहीतरीच केलं.

दुसऱ्या दिवशी मला नवीन सायकल मिळाली. मस्त सायकल होती. सगळ्यात छान फाल्कन सायकल मिळाली होती मला. तिला रेसिंग हँडलबार होते. शिवाय कितीतरी गियर्स होते. सगळ्यांना माझा हेवा वाटत होता. अंकल डेव्ह म्हणाले, "सँडी, तू सायकलची नीट काळजी घेतली पाहिजेस." माझ्याशिवाय दुसऱ्या कोणालाही मला सायकलवर बसू द्यायचं नव्हतं. तसंच मी केलं.

आता मला सायकलवरून हवं तेव्हा हिंडायची परवानगी होती. होममध्ये बसून कंटाळा आला की, मी सायकलवर टांग मारायचो आणि शेताशिवारात, खेड्यापाड्यात फिरून यायचो. अंकल डेव्हनी मला कितीतरी छान छान गोष्टीत सहभागी करून घ्यायला सुरुवात केली होती. ते मला पोहण्यासाठी आणि न्हाण्यासाठी किर्कल्डीला न्यायला लागले. त्यांनी सेंट मोनन्समध्ये स्वत:साठी एक घर विकत घेतल्यावर ते मला तिथंही नेऊ लागले. नवीन घरात त्यांना बऱ्याच दुरुस्त्या करून घ्यायच्या होत्या. त्यामुळे शनिवार-रविवारच्या सुट्टीत ते इतर मुलांना आपल्या मदतीसाठी घेऊन जात. तिथं मला आणखीही बरंचकाही करता येत होतं. तिथं वावरायला मला इतर मुलांपेक्षा जास्त मोकळीक दिली जात होती. एके सकाळी मी किर्कल्डहून पोहून परत येत होतो तेव्हा मला लुंडिन लिंकच्या मेन रोडवरच्या पोस्ट ऑफिसच्या बाहेर अंकल सँडी व पेगी आंटी दिसले. व्हॅनच्या खिडकीतून मी त्यांना पाहिलं, पण त्यांनी मला पाहिलं नव्हतं. मी अंकल डेव्हना किंवा इतर मुलांना त्यांच्याबद्दल काही सांगितलं नाही. गप्प बसून राहिलो. मी घरी परत आल्यावर सायकलवर बसून फिरायला निघालो.

लुडिन लिंक्सला परत जाऊन सायकलवरून सगळे रस्ते धुंडाळले. जवळपासच्या सगळ्या माळरानांवर आणि रानांमध्ये पाहिलं, पण मला ते दिसले नाहीत. त्यांचा तंबूही कुठे आढळला नाही. सगळीकडे शोध घेऊनही ते नजरेस पडले नाहीत,

तेव्हा कंटाळून मी तिथल्या शेतांवर त्यांची चौकशी करायचं ठरवलं.

"काय पाहिजेय तुला?" तिथल्या बाईनं विचारलं.

"तुला माहीत आहे, टिंक्सनी कुठं तंबू घातलेयत ते?" मी विचारलं.

त्या बाईनं विचारलं, "तुझं काय काम आहे टिंक्सकडं?"

आमचं बोलणं चालू असताना एक माणूस येऊन त्या बाईशेजारी उभा राहिला.

"माझ्या मामा-मामींना शोधतोय मी."

"कोण मामा-मामी?"

"माझे सँडी मामा आणि पेगी मामी."

"ते टिंक्स आहेत?"

"हो."

"आणि ही नवी सायकल कुठं मिळाली तुला?" त्या बाईनं विचारलं.

"माझ्या अंकलनी दिलीये."

"हे कोण अंकल आहेत तुझे?"

"माझे अंकल डेव्ही."

"तेपण टिंक आहेत?"

"नाही. मी ज्या होममध्ये राहतो, त्याचे संचालक आहेत ते."

"कोणतं होम?"

"एलीमधलं सेंट मार्गारेट होम."

"तिथं राहतोस होय तू?"

"हो."

"मग तिथून पळून आलायस का?"

"नाही."

"मला वाटतं ह्या मुलाबद्दल आपण पोलिसांना सांगावं." ती त्याला म्हणाली.

ह्या लोकांचा मला काही उपयोग होण्यासारखा नव्हता, त्यामुळं मी तिथून हळूच सटकलो. नंतर मला भेटले एक म्हातारे आजोबा. ते कुत्र्याला फिरवायला निघाले होते.

"टिंक्सनं कुठं तंबू टाकलेत, हे माहीत आहे का तुम्हाला?"

"म्हाताऱ्या सँडी स्टुअर्टला तर शोधत नाहीयस तू?"

"हो. हो. त्यालाच शोधतोय मी."

"लुंडिन लिंक्सच्या गॅरेजजवळच्या माळरानात असेल तो."

मी तिथं गेलो तेव्हा सँडी काटक्या मोडत होता.

"तू आहेस होय?" मला पाहून तो म्हणाला.

"हो मीच आहे."

''आम्हाला परत भेटायला आलायस तू?''

''हो!'' मी म्हणालो.

सँडीनं डोक्यावर लोकरीची हॅट घातली होती आणि गळ्याभोवती रंगीबेरंगी मफलर गुंडाळली होती. त्यानं अंगावर दोन जॅकेट्स, दोन विजारी आणि एक मोठ्ठा ओव्हरकोट घातलेला होता. त्याच्या पायात नाड्या नसलेले बूट होते. भुवईवरचा घाम पुसत तो म्हणाला, ''तसा आज फारकाही घाम येत नाही मला.''

मी त्याच्याबरोबर चालत-चालत तंबूकडं गेलो. मला पाहून पेगी मामी म्हणाली, ''सँडी, तू? देवा, अशीच कृपा राहू दे रे आमच्यावर!'' पेगीनं मला कुशीत घेतलं. मला बरं वाटलं त्यानं. मग तिनं मला एका जॅमच्या बाटलीत चहा दिला. हातात मांसाचा काहीतरी पदार्थ ठेवला. मला पाहून त्यांना खूप आनंद झाला होता. मलाही खूप आनंद झाला होता.

सँडीनं मला सांगितलं की, पोलिसांनी त्यांना ओव्हनस्टोनहून हाकलून दिलं होतं. शिवाय माझ्यापासून दूर राहायलाही बजावलं होतं. पेगी मामी म्हणाली, ''एका दृष्टीनं झालं ते ठीकच झालं. कारण नंतर कुणीतरी त्या जंगलात आग लावली. आम्ही तिथं असतो, तर तंबूसकट जळून गेलो असतो.'' मग काही क्षण विचार करून ती म्हणाली, ''एकदा का भटक्या जमातीची मुलं वेल्फेअरच्या तावडीत सापडली की, त्यांनी आपल्या स्वत:च्या कुटुंबाकडं परत जाऊ नये म्हणून ते वाट्टेल ते करतात. पण वेळ आली की, ती मुलं आपल्या कुटुंबाकडं नक्की परत येतात. तुझी आई पाहिजे होती रे तुला इथं पाहायला!'' शेवटचं वाक्य पेगीनं कितीदा म्हटलं असेल. मी सँडी आणि पेगीला सांगितलं की, मी आता एलीच्या मार्गरिट होममध्ये आहे आणि माझी बहीण अजूनही अबरडीनमध्ये आहे.

''तुला मॅगीची खूप आठवण येत असेल ना?'' पेगीनं मला विचारलं.

''हो.''

''तू भेटतोस का तिला बऱ्याचदा?''

''नाही.''

''वेल्फेअरच्या माणसाला सांग ना तुला तिला भेटायला न्यायला.''

''वेल्फेअरची बाई आहे.''

''मग तिला विचारू शकतोस ना तू!''

''ती म्हणते की, तिला फार काम असतं. माझ्याबरोबर ती अबरडीनला जाऊ-येऊ शकत नाही.''

''खरं?''

''हो.''

"असं म्हणते ती तुला?"

"हो ना!"

"मॅगीची शाळा संपेल आता."

"हं. वेल्फेअर म्हणाली की, ती नर्सच्या नोकरीसाठी अर्ज करतेय म्हणे."

"ती नोकरी चांगली असते सँडी." सँडी म्हणाला.

"हं!"

"तुला तुझ्या वडलांना भेटायचंय का कधी?" पेगीनं विचारलं.

"हो."

"ते आता एका घरात राहताहेत."

"हं!"

"तू आपल्या वेल्फेअरबाईला त्यांच्याकडं घेऊन जायला सांगू शकतोस."

"हं."

"ते दुंडीमध्ये आहेत. अबरडीनपेक्षा जवळ आहेत ते."

"हं!"

"त्यांच्याकडे घेऊन जाण्याइतका वेळ असेल त्या बाईकडं."

"हं."

"तू विचारशील ह्याबद्दल तिला?"

"हं!"

"ते आणि तुझी मेरीआत्या तिथं राहताहेत. ती तुझ्या वडलांची बहीण आहे. तुझा भाऊ हेन्रीही राहतोय तिथं."

सँडीनं मला माझ्या वडलांचा पत्ता दिला. तो म्हणाला, "वेल्फेअरबाईंना सांग की, तुला त्यांना भेटायचंय. त्यांना हल्ली बरंही नसतं. त्या बाईंना सांग की, वडलांना भेटून तुला बरं वाटेल."

"त्यांना मला पाहावं वाटत असेल, असं वाटतंय तुला सँडी मामा?"

"हो. तुला पाहावं असं त्यांना नक्की वाटत असेल सँडी."

"त्यापेक्षा मला आईला पाहावंसं वाटतंय."

"मला समजतंय पोरा, पण ती गोष्ट आता आपल्या हातात नाही."

होममध्ये परत गेल्यावर मी अंकल डेव्हना शोधायला लागलो. ते भेटल्यावर मी त्यांना म्हटलं की, मला वेल्फेअरला भेटायचंय. मला घेऊन ते ऑफिसात आले.

"वेल्फेअरला भेटायची वेळ झाली नाही अजून तुझी."

"पण मला त्यांना भेटायचंय."

"मग त्या येईपर्यंत वाट पाहा त्यांची."

"नाही. मला आत्ता भेटायचंय त्यांना."

''आत्ता नाही भेट होऊ शकत त्यांची.''

''का बरं?''

''तू आत्ता त्यांना भेटू शकत नाहीस. कळलं?''

''त्यांना फोन करू शकता तुम्ही.''

''एवढं काय बोलायचंय तुला त्यांच्याशी?''

''माझ्या वडलांबद्दल बोलायचंय!''

''तुझे वडील?'' कोड्यात पडल्यासारखं त्यांनी विचारलं.

''हं!''

''वडलांचं काय?''

''मला त्यांना भेटायचंय.''

''त्यांना भेटायचंय म्हणजे काय? तुझ्या वडलांबद्दल कोण बोललं तुला?''

''माझे मामा-मामी.''

''तुझे मामा-मामी?''

''हो.''

''तुझे मामा-मामी बोलले तुझ्याशी?''

''हो. मी भेटलोय त्यांना.''

''तू भेटलायस त्यांना?''

''हो.''

''केव्हा भेटलास तू त्यांना?''

''आज.''

''आज?''

''हो. आज दुपारी. लुंडीन लिंक्समध्ये.''

''लुंडीन लिंक्समध्ये?''

''हो. ते म्हणाले की, माझे वडील दुंडीमध्ये राहतात. त्यांचा पत्ताही दिलाय त्यांनी.''

''खरंच?''

''हो. माझ्या वडलांना बरं नाहीये. त्यांना मला भेटायचंय. म्हणूनच वेल्फेअरला फोन लावून कळवा त्याबद्दल.''

मी माझ्या मामा-मामींना भेटल्याचं आणि माझे वडील दुंडीमध्ये राहत असल्याचं मी स्पेकी बॉयलाही सांगितलं. मी त्याला हेही सांगितलं की, मी त्यांना भेटू शकतो का हे मी वेल्फेअरला विचारणार आहे. तो म्हणाला, ''मलाही वेल्फेअरशी बोलायचंय कारण अंकल डेव्हचा मला वीट आलाय. मला दुसरीकडं कुठं जाता येईल का हे वेल्फेअरला विचारायचंय.''

"तुला हे होम आवडत नाही स्पेकी बॉय?"

"अजिबात आवडत नाही. अगदी नकोसं झालंय."

माझ्या वडलांना मला भेटायचंय असं मी अंकल डेव्हना कितीतरी आठवडे सांगत होतो. ते म्हणत की, त्यांनी वेल्फेअरला फोन करून सांगितलंय आणि त्यापेक्षा जास्त काही ते करू शकत नव्हते.

"तुझ्या वेल्फेअरबाई येण्याची वाट पाहणं एवढंच आता आपल्या हातात आहे." अंकल डेव्ह सांगत राहिले.

ह्या काळात मी शाळेतल्या गणिताच्या टीचरबरोबर भांडलो. ते मला कातडी पट्ट्यानं मारायचा बेत करत होते. आमचे गणिताचे टीचर एक बुटके, टकले गृहस्थ होते. जॅकेटच्या आत, खांद्यावर ते नेहमीच आपला काळा पट्टा ठेवत. त्या पट्ट्यानं ते मुलांना सारखे बदडायचे. अगदी क्षुल्लक कारणासाठीसुद्धा ते मुलांना बदडत. त्यामुळे मुलांना ते अजिबात आवडत नव्हते.

"इकडं ये बरं!" एकदा आमचे गणिताचे टीचर माझ्या अंगावर ओरडले. मी लक्षच दिलं नाही. मला गुपचूप बसून राहिलेलं पाहून ते माझ्या डेस्कशी येऊन ओरडले, "हं, हात कर पुढं." मी पुढं केलेल्या हातावर त्यांनी सपकन कातडी पट्टा ओढला. मी त्यांच्याकडं नुसतं रोखून पाहिलं. त्यांना काय वाटलं कोण जाणे, ते मला सपासप मारतच राहिले. मी माझ्या तळव्यांकडं पाहिलं. ते लालेलाल झाले होते. खूप दुखतही होते. काही वेळानं ते दुसरीकडं गेले. माझ्या हातावर पट्ट्याचे वळ उमटले होते. "तुझ्या भावांसारखाच वाईट आहेस तू." ते तिथून ओरडले.

"माझे भाऊ?"

"अरे, बोलताही येतं होय तुला?" माझ्याकडं वळून बघत ते म्हणाले.

"मला वाटलं होतं की, तू अगदी मठ्ठ मुलगा आहेस."

"भाऊ? माझे भाऊ? काय नावं होती त्यांची?"

"हा मुलगा वेडा तर नाही?" त्यांच्या ह्या शब्दाबरोबर पूर्ण वर्गाचे डोळे माझ्यावर खिळले.

"ज्याला आपल्या भावांची नावंही माहीत नाहीत असा मुलगा पाहिलायत का तुम्ही आजपर्यंत?" आतापर्यंत ते पुन्हा माझ्या डेस्कजवळ येऊन माझ्यावर ओणवे झाले होते.

"तुझ्या टिंकी आईनं पोरांचं एवढं लेंढार तयार केलंय की, तिलाही माहीत नसतील त्यांची नावं!" ते म्हणाले.

त्यांच्या ह्या वाक्यानं तर माझ्या डोक्यात संतापाची एक तिडीकच उठली.

रागारागानं उठून मी डेस्कला पायानं ठोकर मारली आणि खुर्ची उचलून त्या मास्तरड्याच्या अंगावर फेकली, पण ते विजेच्या चपळाईनं हलले. खुर्ची भिंतीवर आपटली आणि तिचा चक्काचूर होऊन गेला. मग मी वर्गाचा दरवाजा धाडकन आपटून वर्गाबाहेर पडलो. माझ्या दार आपटण्यानं दाराच्या बिजागिऱ्याही पार खिळखिळ्या झाल्या. कॉरिडॅएमधून जाताना मी एका मुलाला जोरात चिमटा काढला. एवढंच नाही, तर खेळाच्या मैदानाकडं जाताना दगड मारून चार खिडक्यांची तावदानंही मी फोडून टाकली.

खेळाच्या मैदानातून बाहेर पडून मी ताडताड पिटनवीमला गेलो. बंदरात जाऊन तिथल्या बोटी पाहत राहिलो. कसं कोण जाणे, पण मला काही कळायच्या आतच अंकल डेव्ह आणि ह्याआधी मी कधीही न पाहिलेला एक माणूस तिथं आले. दोघांनी मिळून मला घट्ट पकडलं आणि गचांडी देऊन अंकल डेव्हच्या व्हॅनमध्ये नेऊन आदळलं. अंकल व्हॅन चालवत होते आणि तो माणूस मला मागच्या बाजूला घट्ट पकडून बसला होता.

होमला पोहचल्यावर तो दुसरा माणूस तिथून निघून गेला, पण अंकल डेव्ह मला थेट त्यांच्या बेडरूममध्ये घेऊन गेले. तिथं नेऊन त्यांनी मला बेदम मारलं. चेव आल्यासारखा त्यांनी माझ्या उघड्या कुल्ल्यांवर कातडी पट्ट्यानं परत परत मारलं. सुरुवातीला मी कुत्र्यासारखं जोरजोरात केकाटू लागलो, पण नंतर दात आवळून गप्प बसून राहिलो. आणखी दोन-चार फटके देऊन अंकल डेव्हनी हातातला पट्टा फेकला आणि ते तिथं नुसतंच उभे राहिले. ते माझ्याकडं पाहत होते आणि मी त्यांच्याकडं.

''स्वत:वर ताबाच राहिला नाही माझा.'' ते म्हणाले.

''हं!''

''तुला इजा करायचा हेतू नव्हता माझा सँडी.'' अंकल म्हणाले.

''हं!''

मग एकदमच ते माझ्यासमोर गुडघे टेकून बसले. माझ्याभोवती हातांचा विळखा घालून त्यांनी माझे कुल्ले चाचपले. मी माझ्या शॉर्टस् वर करायला लागलो तशी त्यांनी मला मध्येच थांबवलं. मग मी तसाच उभा राहिलो आणि त्यांना माझ्याकडं पाहू दिलं.

''जाऊ मी आता?''

''मी सांगेन तेव्हाच जायचं.''

''पण मला जायचंय आता.''

''सांगितलं ना, मी सांगेन तेव्हाच जायचं म्हणून.''

''स्साला!'' मी रागानं शिवी हासडली.

माझ्याकडून घडलेली मोठीच चूक होती ती. कारण त्यांनी मला रागारागानं पकडून माझं तोंड उशीवर दाबलं. मला श्वासही घेता येईना. आपल्या शॉर्टस् उतरवून माझी दोन्ही मनगटं त्यांनी घट्ट पकडली. मग माझ्या पाठीवर चढून ते आपल्या गुडघ्यांनी माझे दोन्ही पाय फाकू लागले. खूप जोरात दाबून धरले होते त्यांनी माझे कुल्ले. त्यांचा काय करायचा विचार होता, ह्याबद्दल मला शंकाच राहिली नव्हती. मी पार घाबरून गेलो होतो. क्षणार्धात माझ्या डोळ्यांसमोर अंधारल्यासारखं झालं. माझं डोकं भणाणू लागलं. मग काळोख तांबडट झाला. डोळ्यांपुढं तांबडं धुकं पसरलं. एव्हाना माझा राग शिगेला पोहचला होता. अचानक माझ्या पूर्ण शरीरात वीज चमकल्यासारखं झालं अन् एक प्रकारच्या शक्तीचा माझ्यात संचार झाला. मी त्यांना जोरात वर ढकललं आणि माझ्या पाठीवरून खाली गादीवर पाडलं. मग मीही पटकन कुशीवर वळून पालथा पडलो आणि माझे दात त्यांच्या उजव्या मनगटावर रोवले. जोरात किंचाळून त्यांनी आपल्या मोकळ्या हातानं माझ्या कानाखाली मारलं, पण मी पूर्ण शक्तिनिशी त्यांच्या मनगटाचा चावा घेत होतो. माझ्या तोंडात येणाऱ्या त्यांच्या रक्ताचा आस्वाद घेत होतो. त्यांनी मला आणखी दोन-चार चपराकी मारल्या, पण मी त्यांच्या मनगटाला दातांनी घट्ट पकडून ठेवलं होतं. मग त्यांनी माझे केस पकडून मला दूर करायचा प्रयत्न केला आणि त्याच वेळी आपला हात पिळवटून माझ्या तोंडातून आपलं मनगट सोडवलं. आता ते मोकळे झाले होते.

"साला!" त्यांच्या तोंडून शब्द निघाले. त्यांच्या तोंडून शिवी ऐकण्याची ती पहिली आणि शेवटची वेळ होती.

ते त्यांच्या बाथरूममध्ये गेले. मी शॉर्टस् वर घेत होतो तेव्हा बाथरूममधून नळाची धार सोडल्याचा आवाज ऐकू येत होता. ते परत खोलीत आले तेव्हा त्यांच्या मनगटाला एक रुमाल घट्ट बांधलेला होता. मी खोलीतून बाहेर पडताना ते माझ्याकडे काहीशा भयचकित नजरेनं पहात होते.

एकदा एका बाईनं तिच्या गेटवरून मला विचारलं, "तुझं नाव रीड आहे का रे?"

"हो. तुम्हाला कसं कळलं?"

"कारण तू येण्यापूर्वी ह्या होममध्ये एक मुलगा राहत होता. त्याच्यासारखाच दिसतोस तू. त्याचं नावही रीड होतं."

"तो माझा भाऊ असेल बहुतेक."

"तुला डोनाल्ड नावाचा एखादा भाऊ आहे का?"

"हो. तोच असेल तो."

"का बरं? तुला खात्री दिसत नाहीये."

"ह्याआधी मी कधी पाहिलं नाही त्याला."

"काय? तू त्याला कधी पाहिलंच नाहीयेस?"

"नाही."

तिनं माझ्या हातात सिगरेटचं एक थोटूक दिलं. मी 'नको' म्हटलं, तेव्हा ती बाई म्हणाली, डोनाल्डला आवडायचं सिगरेट ओढायला. तिनं सिगरेट शिलगावून माझ्या हातात दिली. मी झुरके मारायला लागलो, हवेत धूर सोडायला लागलो आणि ती मला डोनाल्डबद्दल आणखी काहीबाही सांगायला लागली. ती म्हणाली, की, त्यानं तिला आपल्याला खूप भाऊ-बहिणी असल्याचं सांगितलं होतं, पण तिला आता त्यांची नावं आठवत नव्हती. मी म्हटलं की, वेल्फेअर मला माझ्या लोकांबद्दल काहीच माहिती देत नाही. त्यावर ती म्हणाली की, ही अगदी लाजिरवाणी गोष्ट आहे. ती असंही म्हणाली, "तू माझ्याकडं केव्हाही येऊ शकतोस."

शेवटी मिस ब्लॅक आल्या, तेव्हा मी त्यांना मला होममधून कुठंतरी लांब घेऊन जायला सांगितलं. तेव्हा त्या मला गाडीतून बंदराकडं घेऊन आल्या.

"तुला माझ्याशी काहीतरी बोलायचंय म्हणे सँडी?"

"हो."

"काय बोलायचंय?"

"माझ्या वडलांबद्दल बोलायचंय मला."

"तुझे वडील?"

"हो. मला त्यांना भेटायचंय."

ते ऐकून त्या चकित झाल्यासारख्या वाटल्या. मी त्यांना विचारलं की, ह्याबद्दल त्यांना अंकल डेव्हनी काही सांगितलं नाहीये का? त्या म्हणाल्या, अंकल डेव्हनं त्यांना काहीच सांगितलं नाही.

"त्यांनी तुम्हाला फोन नाही केला ह्याबद्दल?"

"नाही. त्यांनी ह्याबद्दल मला फोन केला नाही सँडी."

"खरं सांगताय तुम्ही?"

"हो. खरंच सांगतेय मी."

"ते म्हणाले मला की, त्यांनी ह्याबद्दल तुम्हाला फोन केलाय म्हणून."

"माझ्यावर विश्वास ठेव सँडी. त्यांनी मला फोन केलाच नाही. विसरले असतील कदाचित."

"हं!"

"त्यांना खूप कामं असतात. हो की नाही?"

"हं!"

“आपल्याला सगळ्यांनाच खूप कामं असतात.” मनगटावरच्या घड्याळात पाहून त्या म्हणाल्या.

“बरं. मग मी जाऊ शकतो त्यांना भेटायला?”

“तुझ्या वडलांबद्दल कोण सांगतंय तुला सँडी?”

“माझा मामा सँडी आणि मामी पेगी.”

“अच्छा ओव्हनस्टोनमध्ये असताना ज्यांना तू भेटला होतास, तेच तर मामा-मामी नाहीत हे?”

“हो. तेच आहेत हे.”

“परत भेटलास तू त्यांना?”

“हो. आता ते लुंडिन लिंक्सजवळच्या माळरानात राहतात आणि मी त्यांना मधूनमधून भेटत असतो.”

“अंकल डेव्ह घेऊन गेले होते तुला तिथं?”

“नाही. मी माझ्या सायकलवरून गेलो होतो तिथं.”

“अच्छा. असं आहे होय हे?”

“माझ्याजवळ पत्ता आहे माझ्या वडलांचा. मी जाऊ त्यांना भेटायला?”

“असं लगेच नाही सांगू शकत मी.”

“लगेच नाही सांगू शकत? म्हणजे? म्हणायचंय तरी काय तुम्हाला?”

“तुला मिळालेला तो पत्ता बरोबर आहे की नाही ह्याची आधी मला खात्री करून घ्यावी लागेल.”

“बरोबर आहे तो पत्ता. माझ्या मामा-मामींकडून मिळालाय तो मला.”

“ह्या बाबतीत मला थोडा विचारही करावा लागेल.”

“मग करा विचार.”

“असं एकदम का भेटावंसं वाटतंय तुला तुझ्या वडलांना?”

“एकदम असं नाहीय हे.”

“मलातरी तसंच वाटतंय हे.”

“मी तुम्हाला खूपदा विचारलं होतं माझ्या वडलांबद्दल आणि तुम्ही म्हणाला होता की, तुम्हाला काही माहीत नाही त्यांच्याबद्दल. तुम्ही म्हणाला होता की, ते कुठं आहेत ते तुम्हाला माहीत नाही. कुठंही असू शकतील ते, असं तुम्ही म्हणाला होतात. आता मला त्यांचा पत्ता लागलाय आणि मला त्यांना पाहावंसं वाटतंय.”

“ठीक आहे. मी पाहते. ह्या बाबतीत काय करायचं ते. काय ते नक्की ठरलं की, लगेच कळवेन तुला.”

“किती वेळ लागेल तुम्हाला नक्की ठरवायला?”

“मला नाही माहीत. अशा गोष्टींना थोडा वेळ द्यावा लागतो सँडी.”

“ठीक आहे, पण फार वेळ लावू नका. कारण तुम्ही मला त्यांच्याकडं नेलं नाहीत, तर मी इथून पळून जाईन आणि स्वत:च भेटेन त्यांना.”

“म्हटलं ना, मी विचार करतेय म्हणून!”

“माझी बहीण कशी आहे?”

“मजेत आहे ती.”

“तुम्ही भेटला होतात तिला इतक्यात?”

“हो. ती आता नर्सिंग कॉलेजमध्ये आहे आणि छान आरामात आहे.”

“केव्हा भेटला होता तुम्ही तिला?”

“पंधरा-वीस दिवसांपूर्वी.”

“मला का नेलं नाहीत तुम्ही तिला भेटायला?”

“अरे, आधीपासून नव्हतं ठरवलं मी सँडी. आणखी काही कामासाठी मी अबरडीनला गेले होते. ते झाल्यावर मी मॅगीला भेटले. तिनं तुझी चौकशी केलीये म्हणून सांगायला सांगितलंय तिनं मला.”

“परत तिथं गेलात, तर मीही तिची चौकशी केलीये म्हणून सांगा.”

“आणखी काही सांगायचंय का तुला?” मिस ब्लॅकना आता जायची घाई झाली होती. मी मान हलवली.

“काय?”

“मला अंकल डेव्ह आवडत नाहीत.”

“हो का? पण का?”

“कारण ते मला कातडी पट्ट्यानं मारतात.”

“अंकल डेव्ह फार चांगले आहेत. त्यांनी तुला पट्ट्यानं मारलं, म्हणजे तसंच काहीतरी केलं असशील तू.”

“ते सेंट मार्गारिटमधल्या सगळ्या मुलांना मारतात.”

“इतक्या सगळ्या मुलांची काळजी घ्यायची म्हणजे फार जिकिरीचं काम आहे. मुलं नीट वागत नसली, तर त्यांना वठणीवर आणण्यासाठी त्यांना असं कठोर व्हावं लागत असेल. ठीक आहे. आता मला तुला परत सेंट मार्गारिटला पोहचवण्याची वेळ होत आलीये.”

“आणखी एक गोष्ट.”

“आता काय आहे आणखी?”

“मला नेहमी शॉर्टस् का घालाव्या लागतात? पूर्ण शाळेत फक्त आम्ही इथली मुलंच तेवढी शॉर्टस् घालतो. शाळेतली सगळी मुलं हसतात आम्हाला.”

“ह्या शॉर्टस्मध्ये तू खूप स्मार्ट दिसतोयस सँडी.”

“मी आता चौदा वर्षांचा आहे.”

“त्यानं काय फरक पडतोय?”

“मला नाही स्मार्ट दिसायचं. मला शाळेतल्या इतर मुलांसारखं दिसायचंय. मला लांब पँट्स घालायच्यात.”

“ते सर्व तुला अंकल डेव्हशी बोलावं लागेल.”

“तुम्ही बोला त्यांच्याशी ह्याबद्दल.”

“तू काय घालावंस हे मी नाही सांगू शकत अंकल डेव्हना.”

“मग ते कसं सांगू शकतात मला, मी काय घालावं ते?”

“ते तसंच आहे. अंकल डेव्हवर पूर्ण सेंट मार्गारिटची जबाबदारी आहे. फक्त तुझीच नाहीय सँडी रीड.”

“हं!”

“बरं. आणखी काही नाहीये ना सांगायचं?”

“नाही. मला फक्त सेंट मार्गारिटला परत न्या.”

मला एका आठवड्यानं आपल्या वडलांना भेटायला मिळणार होतं, हे जेव्हापासून मला कळलं होतं, तेव्हापासून माझा डोळ्याला डोळा लागला नव्हता. भेटीला जाताना त्यांनी मला माझ्या शॉर्टस्, घोट्यापर्यंत येणारे मोजे, शर्ट आणि त्याच्यावर एक राखट रंगाचं जॅकेट घातलं होतं. मिस ब्लॅक मला गाडीतून डुंडीला घेऊन गेल्या. त्या ठिकाणी गेल्यावर तिथलं वातावरण पाहून माझा विरसच झाला. ह्याआधी अशी घाण जागा मी जन्मात कधी पाहिली नव्हती. रस्त्यावर जिकडं-तिकडं कचरा पसरलेला होता. तिथल्या पडझड झालेल्या इमारती, तावदानं, फुटलेल्या खिडक्या पाहून असं वाटत होतं की, एखाद्या विमानानं तिथं दोन-चार बाँब टाकलेले असावेत. मिस ब्लॅकनी कार थांबवून एक घर बोटानं दाखवलं.

“तिथं राहतात तुझे वडील.” त्या म्हणाल्या, “जाऊन दरवाजा ठोठाव. ते तुझी वाटच पाहताहेत.”

“तुम्ही येणार आहात माझ्याबरोबर?”

“सँडी, जन्मात पहिल्यांदा पाहतोयस तू आपल्या वडलांना. मला वाटतं, तू एकटाच जाऊन त्यांना भेटलेलं बरं. तासाभरात मी तुला परत न्यायला येते.”

“बरं!” म्हणून मी रस्ता ओलांडला आणि पलीकडं गेलो. मिस ब्लॅकची कार मला सोडून निघून गेली. मी दरवाजा ठोठावल्यावर एका धट्ट्या-कट्ट्या माणसानं दार उघडलं.

“तू सँडी आहेस?” त्यानं विचारलं.

"हो."

"मी कोण आहे हे माहीत आहे तुला?"

"नाही."

"अरे, मी तुझा भाऊ हेन्री आहे. देवाची कृपा! शेवटी तुला पाहिलं होतं, तेव्हा तू अगदी लहान बाळ होतास."

"हं."

माझ्या खांद्यावर हात ठेवून तो मला हॉलमध्ये घेऊन गेला. तिथं रानटी दिसणारी आणखी काही मुलं होती. सगळी माझ्याकडेच पाहत होती. हेन्री म्हणाला, "त्यातली बरीच मुलं आपली चुलत, मामे भावंडं आहेत." ती मुलं फारसं काही बोलली नाहीत माझ्याशी, पण मला पाहून त्यांना आनंद झाल्याचं दिसलं.

एका गॅस-शेगडीजवळच्या खुर्चीत एक म्हातारबुवा झोपलेले होते.

"ते आहेत का माझे बाबा?" मी विचारलं.

"नाही. ते वर आहेत. त्यांना बरं नसतं. बहुतेकदा ते गादीवर झोपलेले असतात. चल माझ्याबरोबर. मी घेऊन जातो तुला त्यांच्याकडे." हेन्री म्हणाला.

मग आम्ही जिना चढून वर गेलो.

"बाबा, मी आलो आहे. हा बघा, सँडी आलाय तुम्हाला भेटायला." हेन्री म्हणाला.

खोलीतले पडदे खाली ओढलेले होते. त्यामुळे खोलीत खूप अंधार होता. तिथं काय होतं तेच मला दिसत नव्हतं.

"तू आहेस का बाळ?"

"हो. मीच आहे."

"मेणबत्ती लाव हेन्री."

हेन्रीनं काडी ओढून मेणबत्ती लावली आणि जन्मात पहिल्यांदा मी माझ्या वडलांचा चेहरा पाहिला.

"मी सँडी आहे."

"तू कोण आहेस ते माहीत आहे मला. हेन्री, तुझ्या तोंडातून धूर येतोय." हेन्रीनं विडी वळून त्यांच्या हातात दिली.

"मलाही ठेवा थोडा चहा."

"गॅस नाही बाबा घरात."

"मग मीटरमध्ये एक शिलिंग टाक."

"कोणाकडेच नाही शिलिंग."

"वीज नाही आणि गॅसही नाही."

"माझ्याकडं आहे एक शिलिंग." मी.

मी खिसा चाचपडून त्यांच्या हातात एक शिलिंग ठेवला.

''तुझ्या भावाला दे तो.'' ते म्हणाले.

हेन्री चहा करायला निघून गेला. आता त्या खोलीत फक्त ते आणि मीच होतो. ते विडी शिलगावून जोरजोरात झुरके घेत होते. हेन्री चहा घेऊन परत आला तेव्हा ते झोपी गेले होते. मग आम्ही चहा पिऊन त्या खोलीतून बाहेर आलो.

हेन्री मला स्वयंपाकघरात घेऊन आला.

''आपल्या वडलांना बरं नसतं सँडी.'' तो म्हणाला.

''हो?''

''फार थकलेत ते आता.''

''हं.''

''ते कधीच फारसं बोलत नसत.''

''हं.''

''तुला आवडले तुझे बाबा?''

''हो. आवडले मला.''

''आता तू सेंट मार्गरिट होममध्ये असतोस का?''

''हो.''

''मीसुद्धा होतो तिथं.''

''तूसुद्धा होतास?''

''मी त्यांच्या सगळ्या होममध्ये राहिलोय. अजूनही डेव्हिड मर्फीच चालवताहेत का ते?''

''हो. अंकल डेव्ह.''

''हो. आम्हीही त्यांना अंकल डेव्हच म्हणत होतो. त्या हलकटानं मला सरकारी शाळेत घातलं.''

''खरंच?''

''हो. त्याच्यापासून जपून राहा बरं सँडी! भानचोद समलिंगी आहे.''

''हं.''

''तो बेल्टनं खूप मारतोही.''

''हो. ते बेल्टनं तिथल्या सगळ्याच मुलांना मारतात.''

''त्याला लहान मुलांबरोबर घाण घाण गोष्टी करायला खूप आवडतं. जवळ नको येऊ देऊस त्याला आपल्या.''

एका माणसानं स्वयंपाकघरात येऊन सांगितलं, ''सँडी, वेल्फेअरच्या बाई तुझी वाट पाहताहेत.''

''जपून राहा सँडी.'' हेन्री म्हणाला.

मी कारमध्ये बसल्यावर मिस ब्लॅकनं ''तुझी वडलांबरोबरची भेट कशी झाली.'' म्हणून विचारलं. मी म्हटलं ''छान झाली आमची भेट.'' त्यांनी मला विचारलं, ''त्यांना परत कधी येऊन भेटावंसं वाटतंय का तुला?'' त्यावर माझं उत्तर होतं, ''हो, मला त्यांना परत येऊन भेटायला नक्कीच आवडेल.''

एकदा मी एका ससुलीला हातावर घेतलं होतं. एकदमच तिच्या मागच्या बाजूनं तिची पिल्लं घरंगळून खालच्या लादीवर पडायला लागली. तिथं सहज आलेल्या आंट मार्गारिट ओरडल्या, ''अरे, ती पिल्लांना जन्म देतेय.''

''हं.''

कोणाची तरी मदत मिळावी म्हणून आंट मार्गारिट पळत पळत बाहेर गेल्या. माझ्या हातात ती ससुली तशीच होती. मग तिचं काय करावं हे नकळल्यानं मी तिला बाहेर फेकून दिली.

मी अंकल डेव्हच्या शोधात गेलो, तेव्हा स्पेकी बॉयला त्यांच्या बेडरूममधून बाहेर पडताना पाहिलं. तो फार बैचेन झालेला दिसत होता. तो दडा दडा खाली आला जिन्यावरून.

''त्या ससुलीला पिल्लं झाली.'' मी म्हटलं.

''खरंच?''

''हो. मला वाटतं, आंट मार्गारिट तिची काळजी घेताहेत, पण स्पेकी बॉयला काय झालंय?''

''त्याची नको काळजी करूस.'' अंकल डेव्ह खाली येत म्हणाले. मी त्यांना ससुलीच्या पोटातून पिल्लं कशी बाहेर येत होती, फरशीवर पडत होती ते सांगितलं.

''त्यांची काळजी सोड. आंट मार्गारिट त्यांचं काय करायचं ते पाहतील.''

मी परत एकदा त्यांना स्पेकी बॉयला काय झालंय, ते विचारलं. ते म्हणाले, ''त्याचं वागणं बरोबर नव्हतं.'' मी स्पेकी बॉयला शोधायला लागलो. तो बोट शेडच्या बाजूला उभा होता.

''तुला बेल्टनं मारलं त्यांनी?''

''हो.''

''कशासाठी?''

''उगीचच.''

''तो माणूस तुला खरंच त्रास देतो. पाहू बरं बेल्टचे वळ!''

''वळ? कसले वळ?

''बेल्टचे वळ वेडपटा!''

''नाही म्हणजे त्यांनी बेल्टनं नाही मारलं मला.''

''बेल्टनं नाही मारलं? मग ----''

''म्हणजे ----- फार नाही मारलं.''

''मग तू रडत कशासाठी होतास एवढा? काय केलं त्यांनी तुला?''

''काही नाही.'' म्हणून त्यानं मला सांगायचं टाळलं.

मी अंकल डेव्हना म्हणालो, ''मला माझ्या बहिणीला, मॅगीला भेटायचंय.'' माझ्या ह्या भेटीची व्यवस्था करण्यासाठी मी त्यांना वेल्फअरला फोन करायला सांगितलं. ते ऐकून ते खवळून म्हणाले, ''तू अशा सारख्या वेगवेगळ्या मागण्या करू शकत नाहीस. तुझी वाट्टेल ती मागणी पूर्ण होईल असा गैरसमज करून घेऊ नकोस.'' मी म्हटलं, ''माझ्या वडलांच्या भेटीची गोष्ट मला माझ्या बहिणीला सांगायची आहे.'' त्यावर ते म्हणाले, ''वेल्फेअर येईल तेव्हा त्यांना तू सांग.''

''पण मला लवकरात लवकर माझ्या बहिणीला भेटायचंय.''

''तुला वाट पाहावी लागेल.''

''तुम्ही वेल्फेअरला फोन करा.''

''मी फोन करणार नाही. त्यांना वाटेल की, मी सारखाच त्यांना फोन करतोय.''

''माझ्या वडलांबद्दल सांगायला तुम्ही त्यांना फोन केलाच नव्हता.''

''नाही. मी केला होता.''

''नाही. तुम्ही केलाच नव्हता. तुम्ही त्यांना फोन केलाच नव्हता असं मिस ब्लॅक म्हणत होत्या. म्हणूनच त्या खूप उशिरा भेटायला आल्या मला.''

''हे खरं नाहीये.''

''हे शब्दन् शब्द खरं आहे.''

''तू मला खोटारडा म्हणतोस.''

''हो. आहातच तुम्ही खोटारडे. खूप खूप खोटारडे.''

''असा रागावू नकोस तू माझ्यावर पोरा! ये, इकडं ये.''

पण मी तिथून पळच काढला. मी बीचवर पळून गेलो. मग त्यांनी माझ्या मागोमाग यायचे कष्ट घेतले नाहीत. मी आता चौदा वर्षांचा झालो होतो. इथून मला शक्य तितक्या लवकर बाहेर पडायचं होतं. मला शाळेचा वीट आला होता. शॉर्टस् घालून बावळटासारखं दिसायचा वीट आला होता. मला अंकल डेव्हचा, ह्या जागेचा, स्पेकी बॉय सोडून इथल्या बाकी सगळ्या लोकांचा वैताग, वैताग आला होता. मला काहीही करण्याआधी त्याबद्दल वेल्फेअरला विचारायचा कंटाळा आला होता. मला शाळा सोडून देऊन नोकरी करायची होती आणि दुसरीकडं कुठंतरी राहायला जायचं होतं. मला माझ्या बहिणीला, माझ्या वडलांना, माझ्या भावाला,

हेन्रीला मनात येईल तेव्हा भेटायचं होतं. मी इथून पळून गेलो असतो, तर सँडी आणि पेगीच्या छोट्या तंबूत राहू शकलो असतो आणि मला शोधायला पोलीस आले असते, तर जंगलात अशा ठिकाणी लपलो असतो की, पोलीस मला शोधूच शकले नसते.

वेल्फेअरनं मला मॅगीला भेटायला अबरडीनला घेऊन जाण्याची व्यवस्था केली. अबरडीनला पोहचायला पूर्ण सकाळ लागली. मला पाहून माझ्या बहिणीला खूप आनंद झाला. मॅगी आणि तिच्या नवीन बॉय फ्रेंडबरोबर मला सोडून मिस ब्लॅक निघून गेल्या. तिच्या बॉयफ्रेंडकडे मी फारसं लक्ष दिलं नाही. त्याच्याजवळही माझ्याशी बोलण्यासारखं फारसं काही नव्हतं. तो आपला गप्प बसून राहिला. त्यानं मला आणि मॅगीला मनसोक्त गप्पा मारायला पूर्ण मोकळीक दिली. मॅगी आता मोठी झाली होती. खूप वेगळी दिसत होती. तिनं मला सांगितलं की, ती नर्स होण्यासाठी ट्रेनिंग घेत होती. मी तिला सांगितलं की, मी आमच्या वडलांना भेटायला गेलो होतो. मी तिला त्याबद्दल सांगायला लागलो, पण तिला त्यात काहीच रस नव्हता.

''तुला आपल्या वडलांबद्दल काही ऐकावंसं वाटत नाही मॅगी?''

''मला त्यांची काहीच पर्वा नाहीये सँडी.''

''का बरं?''

''कारण काहीच नाहीये, पण नाहीये खरी.''

''पण ते तुझे वडील आहेत!''

''त्यानं काय होतंय?''

''पण तूच तर आपल्या कुटुंबाबद्दल सारखी बोलत असायचीस.''

''हो. तेव्हा मी लहान होते.''

''मी आपल्या एका भावालाही भेटलो.''

''खरंच?''

''हो.''

''कोणत्या भावाला?''

''हेन्री. त्याच्याबद्दल ऐकायचंय तुला?''

''नाही.''

''का बरं?''

''असंच.''

''म्हणजे तुला आपल्या पूर्ण कुटुंबाबद्दल काहीच वाटत नाही आता?''

''मला त्यांच्याबद्दल काहीच वाटत नाही.''

''का बरं?''

''कारण त्यांनी खूप आधीपासून आपली पर्वा करायचं सोडलंय.''

''पण मॅगी ----''

''काय?''

''आपली आई तुला पाहायला शाळेत आली होती आणि ते तुला आवडलं होतं.''

''हो. तेच मी तिला शेवटचं पाहिलं होतं. तिनं परत कधी आपल्याला भेटायचा प्रयत्न केला नाही. आता मला तिच्याबद्दलही काही वाटत नाही. मला आता आपल्या वडलांबद्दल, काका-काकू, मामा-मामी, भावंडं कोणाहीबद्दल काही म्हणजे काही वाटत नाही. कोणाचबद्दल काही वाटत नाही मला.''

''माझ्याबद्दल तरी काही वाटतं की नाही तुला मॅगी?''

''हो. तुझ्याबद्दल नक्कीच खूप वाटतं रे!''

''आता आपल्या आईबद्दल काही वाटून-न वाटूनही काही उपयोग नाहीये म्हणा.''

''का बरं?''

''कारण ती बिचारी मरून गेलीये.''

''कोणी सांगितलं तुला?''

''आपल्या मामा-मामींनी.''

''कोणते मामा-मामी?''

''सँडी मामा आणि पेगी मामी. त्यांनी ओव्हनस्टोनजवळच्या जंगलात तंबू टाकला होता. बऱ्याच वर्षांपूर्वीची गोष्ट आहे ही. त्यांनीच मला आपली आई वारलीये म्हणून सांगितलं.''

''खरंच?''

''हं. मी मिस ब्लॅकना सांगितलं होतं तुला सांगायला. त्यांनी सांगितलं नाही तुला?''

''त्या बाई मला काही म्हणजे काही सांगत नाहीत. तू सेंट मार्गारेटला आहेस हेही मला माहीत नव्हतं. काही आठवड्यांपूर्वीच मला ते कळलं.''

''मलाही फारसं काही सांगत नाहीत त्या मॅगी.''

''मला मिस ब्लॅकचा खूप राग येतो. त्यांना फक्त स्वत:ची काळजी आहे, बाकी कोणाची नाही. आपल्यासारख्या मुलांची काळजी घेण्यासाठी, देखभाल करण्यासाठी त्यांना खूप पैसा मिळतो. फक्त पैशासाठी त्या हे काम करतात.''

''काय म्हणतेयस तू मॅगी?''

''कष्टात असलेल्या आपल्यासारख्या मुलांमुळे त्यांना खूप छान पगार मिळतो. आताशी त्यांच्यासाठी माझ्याजवळ वेळच नसतो.''

''मलाही त्यांच्याबद्दल फारसं काही वाटत नाही मॅगी. त्या मला तुला भेटायला कधी घेऊन येत नाहीत. शिवाय मी काय बोलतोय ह्याच्याकडेही त्यांचं लक्ष नसतं.''

''आता त्यांच्याशी काहीच देणं घेणं नाही माझं. लवकरच माझा-त्यांचा संबंध संपून जाईल.''

''नक्की काय म्हणायचंय तुला?''

''अरे, मी लग्न करतेय.''

''लग्न?''

''हो. त्याच्याशी.''

''तुझ्या बॉयफ्रेंडशी?''

''हो.''

''केव्हा?''

''लवकरच. एकदा का माझं लग्न झालं की, माझा अन् वेल्फेअरचा संबंध संपला. मग मी मला पाहिजे तसं राहू शकते.''

''आणि माझं काय होईल मग मॅगी?''

''काही काळजी करू नकोस सँडी. मला घर मिळेल. तू माझ्या घरी येऊन राहू शकतोस.''

''तुझ्या नोकरीचं मी बघीन.'' मॅगीचा बॉयफ्रेंड म्हणाला.

''नोकरी?''

''हो. तो मच्छीमार आहे.'' मॅगी म्हणाली, ''तुला अबरडीनमधल्या मच्छीमारीच्या शाळेत प्रवेश मिळवून देण्याचं तो पाहील. त्या शाळेत मासे कसे पकडायचे ते शिकवतात.''

''हो?''

''हो. त्या शाळेतलं शिक्षण संपल्यावर तुला मच्छीमारीच्या बोटींवर काम करता येईल आणि तू किनाऱ्यावर असशील तेव्हा तू आमच्याबरोबर राहू शकशील.''

''मॅगी, शाळा लवकर सोडून देऊन मी लगेच फिशिंग बोटवर काम नाही करू शकत?''

''नाही. तुला आधी शाळा पूर्ण करावी लागेल, पण आता फार दिवस असं नाही राहावं लागणार तुला सँडी. तुझी शाळा संपली की, तू थेट इथं आमच्याकडे यायचं आणि नवं जीवन सुरू करायचं. आपण परत एकत्र राहायला लागू.''

''हं!''

''आणखीही एक नवीन गोष्ट सांगायचीये तुला.'' ती म्हणाली.

''काय?''

"तू आता मामा होणार आहेस."

"मामा?"

"हो. मला बाळ होणार आहे."

"बाळ?"

"हो आणि माझ्या बाळाचा वडील तो आहे."

मी त्या मुलाकडं पाहिलं. अभिमानानं त्याची छाती भरून आली होती.

मी मिस ब्लॅकना मेरीनं सांगितलेल्या सगळ्या गोष्टी सांगितल्या. फक्त ती लग्न करणार होती आणि तिला बाळ होणार होतं, हे सांगण्याचं टाळलं. कारण तिनं मला ते सांगू नकोस म्हणून सांगितलं होतं. मिस ब्लॅक म्हणाल्या, "आतापासूनच पुढील बेत करायला लागू नकोस. कारण तुला एखाद्या वेळेस अबरडीनला जायची परवानगी मिळणारही नाही." मी त्यांना म्हटलं की, मला मॅगीच्या बॉय फ्रेंडप्रमाणे मच्छीमार व्हायचंय. त्यावर त्या म्हणाल्या, "पाहू या, विचार करू ह्या गोष्टीवर."

एके दिवशी अंकल डेव्ह माझ्याकडं येऊन म्हणाले, "तू आता पंधरा वर्षांचा होत आलास. त्यामुळे तुला आता एक वेगळी खोली देण्यात येईल." मी माझं सामान घेऊन निघालो. ते मला जिन्यावरून बिल्डिंगच्या पार वरच्या मजल्यावरच्या खोलीत घेऊन आले. ह्या खोलीत मी त्याआधी कधीही आलो नव्हतो. सिंगल बेड आणि खान्यांचं कपाट असलेली एक अगदी छोटीशी खोली होती ती. जास्त काही त्या खोलीत मावूही शकलं नसतं. खिडकीतून मागचं छान दृश्य दिसत होतं. आपली स्वत:ची एकट्याची खोली असावी, ही कल्पनाच खूप छान होती. आणखी कोणाबरोबर ती वाटून घ्यावी लागणार नव्हती. इथं वर मी मला पाहिजे ते करू शकणार होतो. दुसऱ्या मुलांचा कंटाळा आला की, मी इथं वर येऊन आरामात खिडकीतून बाहेर पाहत स्वत:च्या बेडवर झोपू शकणार होतो. दुसरं कोणी मला त्रास देऊ शकणार नव्हतं. हो, अर्थातच एक अंकल डेव्ह सोडून.

एके रात्री मी माझ्या बेडवर पडलो असताना अंकल डेव्ह खोलीत आले. माझ्या बेडवर बसून त्यांनी विचारलं, "स्वत:ची एकट्याची रूम आवडतेय की नाही तुला?"

"हो!" मी मान हलवत म्हटलं.

"सँडी, ही खोली मी तुला का दिलीये माहीत आहे?"

"हो. कारण मी आता मोठा झालोय."

"बरोबर आहे. तू आता सीनियर मुलगा आहेस."

"हं!"

''पण तेवढंच कारण नाहीये. तू माझा लाडका मुलगा आहेस हेही कारण आहे.''

''म्हणजे?''

''तू माझा इथला लाडका मुलगा आहेस. लक्षात ठेव.''

''हं!''

''आता तुला पाहिजे ते कर तू इथं. तुझा स्वत:चा टेलिव्हिजन सेट आहे. आता अंथरुणात पडल्या पडल्या तू फिल्म बघू शकतोस.''

माझ्या खांद्याभोवती हात टाकत ते म्हणाले, ''सँडी, इथल्या दुसऱ्या कोणत्याही मुलापेक्षा तू मला जास्त आवडतोस. म्हणूनच तर तू वाईट वागलास तरी मी तुझ्याशी तेवढ्या कठोरपणानं वागत नाही. बाकीच्या मुलांना तुझ्यापेक्षा कमी चुकांसाठी मी पट्ट्यानं मारतो, पण तुला कमीत कमी वेळा फटके देतो.''

''बाकीच्या मुलांना एवढ्या-तेवढ्या कारणांसाठी तुम्ही फटके देता?'' मी विचारलं.

त्यावर ते म्हणाले,'' नाही. तसं नाही. त्यांनीही तितकीच मोठी चूक केली, तरच मी फटके देतो.'' असं म्हणत त्यांनी मला गादीवर पाडलं आणि ते माझा मुका घ्यायचा प्रयत्न करू लागले. मला आवडलं नाही ते, म्हणून मी त्यांना मागे ढकललं.

''कसलीही काळजी करू नकोस सँडी. तुला काही होणार नाही.'' ते म्हणाले आणि आणखी जोर लावून ते माझ्या अंगावर ओणवे झाले. मी संतापलो होतो. रागानं लालेलाल झालो होतो, पण त्यांनी तिकडं लक्षच दिलं नाही. ते परत परत माझा मुका घ्यायचा प्रयत्न करीत होते.

''छी!'' मी ओरडलो आणि त्यांना लाथा मारू लागलो.

''तुला काही होणार नाही सँडी. गप्प पडून राहा.'' ते परत माझ्या शॉर्टस् खाली ओढू लागले.

''हलकट कुठला! रांडेचा!'' माझं टाळकंच फिरलं होतं.

मी त्यांना गाढवासारख्या लाथा मारत होतो, पण त्यांची शक्ती माझ्यापेक्षा खूप जास्त होती. माझा आरडाओरडा थांबवण्यासाठी त्यांनी माझं तोंड दाबून धरलं होतं. तोंडाबरोबर माझं नाकही दाबलं गेलं होतं. त्यामुळे मला गुदमरायला होत होतं.

ह्यावेळी ते पूर्ण तयारीनिशी आलेले होते. व्यसनाच्या मगरमिठीसारखीच त्यांनी माझ्यावरची पकड अगदी करकचून घट्ट केली होती. त्यातून निसटून जाणं शक्यच नव्हतं. मागच्या वेळेप्रमाणेच मी अंगातली सगळी शक्ती एकवटून त्यांना विरोध करत होतो, पण ह्यावेळी माझा विरोध, माझा प्रतिकार दुबळा ठरत होता.

गादीवर पडल्या-पडल्या माझी शक्तीच ओसरल्यासारखी झाली होती. मला जणू वजनच राहिलं नव्हतं. वजनरहीत अवस्थेत मी जणू तरंगत होतो. आतल्या बाजूनं माझ्या मांड्या घट्ट पकडून त्यांनी माझे पाय फाकले. ते सहज फाकले गेले. माझ्या अंगाला दाबत त्यांनी माझ्या मानेचे मुके घ्यायला सुरुवात केली. मला जणू कोणी गुंगीचं औषध दिलं होतं. त्यामुळे ते जेव्हा कुंथत माझ्यात घुसले तेव्हा मला अजिबात वेदना झाल्या नाहीत. फक्त प्रचंड लाज वाटली. माझ्या डोक्याशी बोलणारा हळुवार आवाज ऐकताना मी लाजेनं डोळे मिटून घेतले. माझ्या गालावरून गुपचूप अश्रू ओघळू लागले.

मी डोळे उघडले, तेव्हा ते आपल्या शॉर्टस् घालत होते.

''माझ्या भावानं तुमच्याबद्दल सांगितलं होतं ते खरंच आहे.'' मी फुस्कारत म्हणालो.

''शांत हो सँडी.''

''तुम्ही नालायक, समलिंगी आहात!'' मी आवाज चढवत म्हटलं.

''शूऽऽ! सँडी, गप्प बस.''

''तुम्ही लोचट समलिंगी आहात!'' मी आणखी आवाज चढवत म्हटलं.

''गप्प बस.''

मी एकदम खाली गुडघ्यावर बसत त्यांचे पाय ओढले. त्याबरोबर त्यांचं डोकं दाणकन भिंतीवर आपटलं. मी त्यांना लाथा मारल्या. गुद्दे दिले. त्यांनी पटकन स्वत:ला सांभाळून मला अस्वलमिठीत घेतलं. मला पूर्णपणे उचलून भिंतीशी घट्ट दाबून धरलं. मी जराही हलू शकत नव्हतो. माझ्या गुद्द्यांचा काही उपयोग होत नव्हता. मग मी त्यांच्या डोक्यावरच मारू लागलो. त्यांच्या नाकावर गुद्दा दिला.

''शांत हो, शांत हो सँडी!''

''माझा भाऊ म्हणाला की, तुम्ही गलिच्छ समलिंगी आहात.''

''आणि काय झालं मग त्याचं?''

''काय झालं?''

''मी त्याला सरकारी शाळेत डांबून टाकलं.''

''हो, सांगितलं त्यानं मला.''

''तुझ्या बाबतीतही मी तेच करू शकतो.''

''जायचंय तुलाही सरकारी शाळेत?''

मी काहीच बोललो नाही. त्यांनी माझ्यावरची पकड सैल केली.

''माझा एक शब्द आणि तुझी रवानगी सरकारी शाळेत होईल. तिथं तर नरक असतो. नुसता नरक! दिवस दिवस तुला एखाद्या खोलीत डांबून ठेवलं जाईल. मग अठरा वर्षांचा होईपर्यंत तुझी सुटकाच नाही तिथून.''

मी काही न बोलता खिडकीतून बाहेर पाहत राहिलो. मग ते खोलीतून बाहेर निघून गेले. दुष्ट, खवीस होते ते, पण त्यांच्याविरुद्ध मी काहीच करू शकत नव्हतो. शक्य तितकं त्यांच्यापासून दूर राहणं आणि इथून बाहेर पडण्याचा प्रयत्न करत राहणं एवढंच काय ते माझ्या हातात होतं.

मी अबरडीनच्या मच्छीमारी शाळेत प्रवेश मिळवण्यासाठी अर्ज केला. त्या शाळेत प्रवेश घेण्यासाठी पंधरा वर्षं वयाची अट होती. त्यामुळे ही शाळा सोडण्याआधी मला तिथे प्रवेश मिळणं शक्यच नव्हतं. मिस ब्लॅक म्हणाल्या की, मला त्या शाळेत प्रवेश मिळाला तरी अबरडीनमधल्या समुद्रावर जाणाऱ्या खलाशांच्या मिशनमध्ये राहावं लागणार होतं, कारण मॅगीबरोबर राहायची परवानगी मला मिळाली नसती. त्या हेही म्हणाल्या की, मी तिथं असताना अबरडीनमधल्या वेल्फेअरच्या लोकांना त्या माझ्याकडं लक्ष द्यायला सांगणार होत्या.

मला माझ्या वडलांची आठवण येत होती. मला परत एकदा त्यांना भेटता येईल का हे मी वेल्फेअरला विचारलं. मला माझ्या भावाशी, हेन्रीशी अंकल डेव्हबद्दलही बोलायचं होतं.

मिस ब्लॅकनी आधीसारखंच मला वडलांच्या घराशी सोडलं. त्या तासाभरात मला परत न्यायला येणार होत्या. मी दार ठोठावलं, पण आतून काहीच उत्तर आलं नाही. मी हॉलच्या खिडकीतून आत डोकावलो, पण तिथं मला कोणीच दिसलं नाही. मला वाटलं की, माझे बाबा वरच्या खोलीत झोपले असतील आणि बाहेरच्या दारापर्यंत यायची त्यांच्यात शक्ती नसेल.

काय करावं ह्याचा मी विचारच करत होतो, तितक्यात शेजारच्या बाईंनी खिडकी उघडून विचारलं, ''कोण पाहिजे तुला?''

''माझे वडील?''

''कोण आहेत तुझे वडील?''

''हेन्री रीड.''

''म्हातारे हेन्री?''

''हो.''

''ते वारले बाळ.''

''ते वारले?''

''हो आणि घरातले सगळे जण दुसरीकडं निघून गेले.'' असं म्हणून तिनं खिडकी बंद करून घेतली.

मिस ब्लॅकच्या येण्याची वाट पाहत मी तिथंच दगडी पायरीवर बसलो. माणूस म्हणून मी त्यांना पुरेसं ओळखलंही नव्हतं; पण ते माझे वडील होते. मी पुरता पंधरा

वर्षांचाही झालो नव्हतो, पण माझे आई-वडील दोघंही देवाघरी गेले होते. आता परिस्थिती बदलणार होती, पण तरीही माझ्या आई-वडलांबद्दल मला फारसं काहीच माहीत नव्हतं, हा सल माझ्या मनात तसाच राहणार होता. आता माझ्या मनात अंकल डेव्हपासून दूर जाऊन स्वत:चं आयुष्य नव्यानं सुरू करणं एवढाच काय तो विचार होता.

मला मच्छीमारी शाळेत प्रवेश मिळाला होता, हे मला कळलं. मिस ब्लॅक म्हणाल्या की, त्यांनी माझी राहण्याची सोय खलाशी मिशनमध्ये केलेली होती. त्यांनी हेही सांगितलं की, मी मॅगीबरोबर राहणार नव्हतो. माझ्या बहिणीबरोबर मी का राहणार नव्हतो असं विचारल्यावर त्या म्हणाल्या, ''आता मॅगीला खूप कामं करावी लागणार आहेत. तिला तिच्या नवऱ्याची आणि बाळाची काळजी घ्यावी लागणार आहे.''

पंधरावं वर्ष पूर्ण व्हायच्या पाच दिवस आधी मी शाळा सोडली. आता मला तोकड्या शॉर्टस् घालाव्या लागणार नव्हत्या. तीन दिवसांनी अंकल डेव्ह मला ऑफिसमध्ये घेऊन जाऊन म्हणाले, ''उद्या सकाळी तू मार्गारेट सोडून जाणार आहेस.''

मी स्पेकी बॉयला शोधून म्हटलं, ''उद्या सकाळी हे होम मी नेहमीसाठी सोडून जाणार आहे.''

''खरंच जाणार आहेस तू?''

''हो.''

''मलापण इथून जाता आलं असतं, तर किती छान झालं असतं नाही सँडी?''

''मी अबरडीनच्या मच्छीमार शाळेत जाणार आहे. तिथलं शिक्षण पूर्ण झाल्यावर मी मासेमारीच्या बोटीवर काम करेन. तिथं मला खूप पगार मिळेल. चला, अंकल डेव्ह आणि ह्या जागेशी असलेला माझा संबंध संपला!''

''तू अठरा वर्षांचा होईपर्यंत वेल्फेअर काळजी घेईल तुझी.'' तो म्हणाला.

''हो, पण नोकरी करणाऱ्या मुलांवर ते फारशी बंधनं लादत नाहीत. त्यामुळे मी ठीक असेन.''

''मीही शाळा सोडल्यावर तुझ्याप्रमाणेच करेन.''

''हो. मी केला तसा तूही मच्छीमारीच्या शाळेत अर्ज कर.''

''पण मी राहणार कुठं?''

तो माझ्याकडं पाहत होता आणि मी त्याच्याकडं.

''खूप आठवण येईल तुझी स्पेकी बॉय!''

''मलाही तुझी खूप आठवण येईल सँडी!''

दुसऱ्या दिवशी भल्या पहाटे उठून मी ऑफिसमध्ये गेलो. अंकल डेव्हनी

खलाशी मिशनच्या कॅप्टनला देण्यासाठी मला माझं ओळखपत्रं दिलं. काही दिवस अबरडीनमध्ये राहायला पुरतील इतके पैसेही मला मिळाले. शिवाय माझे सेव्हिंग स्टॅम्प्सही मिळाले. ''अबरडीनच्या कुठल्याही पोस्ट ऑफिसमध्ये हे स्टॅम्प्स दिलेस, तर तुला त्याचे पैसे मिळतील.'' अंकल डेव्ह म्हणाले. त्यांनी डेस्कवरून त्यांच्या किल्ल्या आणि एक शूबॉक्स, बूट ठेवायचा खोका उचलला. आम्ही व्हॅनकडे निघालो. उजवीकडं वळून ते टेकडीवर जाणाऱ्या रस्त्यावरून व्हॅन चालवत होते. पोस्ट ऑफिस, गोल्फ हॉटेल आणि बँक मागे पडली. मेन स्ट्रीटला वळून त्यांनी चर्चच्या समोर व्हॅन उभी केली आणि इंजीन बंद केलं. आता आम्ही गप्प बसून होतो.

''ती बघ तुझी बस येतेय.''

''हो!'' म्हणून मी दरवाजा उघडला.

त्यांनी मला तो शूबॉक्स दिला. ''तुला इथं यायचं काहीच कारण नाही आता.'' ते म्हणाले.

मी त्यांच्याकडं पाहिलं आणि त्यांनी माझ्याकडं. मग मी तिथून निघालोच. बसमध्ये जाऊनच मी श्वास घेतला.

''एक तिकीट अबरडीनचं.''

''बाळ, ही बस फक्त दुंडीपर्यंतच जाते.''

''मग एक तिकीट दुंडीचं.''

ड्रायव्हरनं सांगितलं की, अबरडीनच्या बससाठी मला दुंडीमध्ये एक तास बसावं लागणार आहे आणि दुंडी ते अबरडीन पाच तासांचा प्रवास होता. मी तिकीट घेऊन मागच्या सीटवर बसलो. एली सोडल्यावर आम्ही समुद्राच्या काठा-काठानं जात होतो. बसमधून मी भराभर मागं जाणारी शेतं, झाडं आणि कुंपणं पाहत होतो. आता ह्यापुढं मी 'होम बॉय' नव्हतो. आता मला तोटक्या शॉर्टस् घालाव्या लागणार नव्हत्या. खूप आनंदात होतो मी! मोकळं-मोकळं, छान वाटत होतं मला.

माझे डोळे समुद्रावर स्थिरावले. मी आतापर्यंत कधीही पुढच्या आठवड्याचा, उद्याचा, एवढंच काय, पुढच्या तासाचाही विचार केला नव्हता; पण आता माझं मन वारा प्यायलेल्या वासरासारखं चौखूर उधळलं होतं. ह्यापुढं माझ्या आयुष्यात काय-काय होऊ शकतं, ह्याबद्दल किती किती विचार येत होते माझ्या मनात! उत्साह, अधीरता आणि भविष्याबद्दल कुतूहल ह्या साऱ्या गोष्टींनी माझं तोंड कोरडं पडलं होतं. माझ्याकडं पिण्यासारखं काहीच नव्हतं. 'माझ्याबरोबर ह्या बसमध्ये मॅगी असायला पाहिजे होती!' माझ्या मनात विचार आला. आता मला माझ्यासोबत ग्रीनबँक्सची मेट्रनसुद्धा चालली असती. चिल्ड्रन्स होम सोडल्यावर

बाकीची मुलं आपापल्या माणसांकडे परत जातात. बस स्टँडवर त्यांची आई दोन्ही बाहू पसरून त्यांना जवळ घेते, पण माझी आई मात्र माझी वाट पाहत बस स्टँडवर असणार नव्हती. कारण मला आईच नव्हती. ती बिचारी केव्हाच देवाघरी गेली होती.

काय फरक पडत होता म्हणा! मॅगी म्हणाली होती की, आईनं आमच्याकडं येण्याचा परत कधीच प्रयत्न केला नव्हता. तिला आमची पर्वाच नव्हती; पण पेगी आणि सँडीनं तळमळीनं सांगितलं होतं की, तिनं आपल्या मुलांचा शोध घ्यायचा प्रयत्न आयुष्यभर सोडला नव्हता. आपल्या मुलांना परत मिळवण्यासाठी ती शेवटपर्यंत धडपडत होती. मला सँडीच्या तंबूतली ती रात्र आठवत होती. त्या वेळेचे पेगीचे शब्द माझ्या कानात घुमू लागले, ''मी तिला म्हणायची की, 'काय पाहतेयस तू मेरी?' आणि ती म्हणायची, 'माझ्या पोरानं शाळेत काढलेलं लहानसं चित्रं.' ते चित्र तिनं मरेपर्यंत स्वत:पाशी बाळगलं होतं. ते चित्र तिनं कधीच स्वत:पासून दूर केलं नव्हतं!''

माझी छाती भरून आली. मला श्वास घेणं जड जाऊ लागलं. डोक्यात इतक्या प्रश्नांनी गर्दी केली होती की, ते अचानक फुटून जाईल की काय असं वाटत होतं. मी होम्समध्ये का राहिलो? माझ्यासाठी माझी आई परत कधी का आली नाही? तिनं आमची काळजी का केली नाही? काय फरक पडणार होता म्हणा आता! मला हे सर्व कधीच कळणार नव्हतं, कारण मरण पावलेली बाई मला काहीच सांगू शकणार नव्हती; पण मी जिवंत होतो. दत्तक कुटुंबं, माझ्या बहिणीपासून माझी झालेली ताटातूट, अंकल डेव्ह ह्या सगळ्यांना, सगळ्या काचांना मी पुरून उरलो होतो. भविष्यात माझ्यासाठी काय वाढून ठेवलं होतं हे मला माहीत नव्हतं, पण हे नवीन आयुष्य मी नव्या आशेनं सुरू करत होतो. सर्वांत महत्त्वाचं म्हणजे आयुष्यात पहिल्यांदा माझ्या बाबतीत काय करायचं ह्याची सूत्रं माझ्या हातात होती आणि हा विचारच फार सुखावह होता.

माझ्या तळहातांना घाम सुटला होता. मी माझ्या मांडीवर असलेल्या शूबॉक्सला घट्ट पकडलं. त्याच्याकडं पाहिलं. काय असेल बरं ह्या बॉक्समध्ये? असा विचार करत मी तो बॉक्स उघडला. त्यात खालपासून वरपर्यंत पत्रंच पत्रं भरलेली होती. वेल्फेअरनी आधीच उघडलेली पत्रं. ती पत्रं कोणाची असतील, ह्याचा अंदाज मला होता, पण निराशा पदरी पडेल ह्या भीतीनं मला ती उघडवत नव्हती. बॉक्समध्ये मुठीत मावणार नाहीत एवढ्या दहा-दहा शिलिंगच्या नोटाही होत्या. आता त्या वापरायची मुदत संपली होती त्यामुळं मला त्यांचा काहीही उपयोग नव्हता, पण त्यानं मला काहीच फरक पडत नव्हता. प्रत्येक पाकिटावर 'मास्टर सँडी रीड' असं लिहिलेलं होतं आणि प्रत्येक पत्राच्या शेवटी

माझ्या ममची, आईची सही होती.

तू माझ्या शेजारी नसतानाची ती कोवळी वर्ष घालवणं फार कठीण होतं, फार-फार कठीण होतं.

लपायला मुळीच जागा नव्हती अन् त्यांनी फेकलेले तुकडे स्वीकारणं कठीण होतं, फार-फार कठीण होतं!

पण माझ्या आयुष्यातल्या अत्यंत थंड, काळोख्या घडीलासुद्धा तुझं प्रेमळ बोलणं ऐकू येई माझ्या कानांना आणि एकदा तर तू माझी मूक आसवं पुसली होतीस कुजबुजून की, आई आहे, तुझ्याजवळ आई नक्की आहे.

■